வசந்தத்தைத் தேடி

சாலமன்

வெளியீடு
சிந்தன் புக்ஸ்

Vasanthathai Thedi
Novel By: Salaman

Chinthan Books First Published - 2021
Copy Right to Author

CHINTHAN BOOKS
327/1 Dewan Sahib Garden
T.T.K. Road, Royapettah
Chennai - 600014
Phone - 044 28114164
Mobile - 9445123164
Email- kmcomrade@gmail.com

Cover - Design : Rahul M.G.

வசந்தத்தைத் தேடி
ஆசிரியர் : சாலமன்
சிந்தன் புக்ஸ் முதல் பதிப்பு: 2021
அட்டை - வடிவமைப்பு : ராகுல் எம்.ஜி.

சிந்தன் புக்ஸ்
327/1 திவான் சாகிப் தோட்டம்
டி.டி.கே. சாலை, இராயப்பேட்டை
சென்னை 600 014
தொலைபேசி - 044 28114164
கைபேசி- 9445123164
Email - kmcomrade@gmail.com

பக்கம் : 220
விலை: ரூ-220/-

என்னுரை

மானுடத்தின் சமத்துவத்தை தடுக்கின்ற வர்க்க, சாதி, மத, பாலின, நிற, இன வேற்றுமைகளைக் களையும் போராட்டங்களும் போர்களும் உலகத்தின் ஏதாவது ஒரு மூலையில் தினம் தோறும் நிகழ்ந்து கொண்டு தான் இருக்கின்றன. அவை தான் மானுடத்தை சிறந்த வாழ்வை நோக்கி அழைத்தும் செல்கின்றன. அத்தகைய மகத்தான பணிக்கு கலையும் தன்னாலான பங்களிப்பை செலுத்தியிருக்கிறது என்பதை வரலாறும் நடப்பும் நமக்கு எடுத்துரைக்கின்றன.

அநீதிகளை எதிர்த்து நீதிக்கான போராட்ட களங்களை கட்டமைப்பதையே முழு நேரமாக கொண்டிருக்கும் எனது வாழ்வில் கொரோனா பெருந்தொற்று காலகட்ட ஊரடங்கு ஓரிடத்தில் என்னை அமர வைத்தது. அந்த இடத்தை அநீதியை எதிர்க்கும் கலைக்கான களமாக உருவாக்க முயற்சித்ததன் விளைவே "வசந்தத்தை தேடி" எனும் இந்த புதினம்.

மார்க்ஸியமும் அண்ணல் அம்பேத்கர், பெரியார் சிந்தனைகளும் என்னை போராட்டக்காரனாக உந்தித் தள்ளியதைப் போலவே ருஷ்ய இலக்கியங்களும் இந்திய, தமிழகச் சூழலுக்கான புதினம் எழுத என்னை உந்தித் தள்ளியது. என்னுடைய இந்த முயற்சிக்கு பல தோழர்களும் நண்பர்களும் உதவியாக இருந்திருக்கிறார்கள். அவர்கள் அனைவரும் எனது இதயத்தில் பதிந்திருக்கிறார்கள். அவர்கள் அனைவரையும் இங்கே நினைவு கூறுவது இட சாத்தியம் இல்லையென்பதால் ஒரு சிலரை நினைவு கூற விரும்புகிறேன்.

சாதி ஒழிப்பு விடுதலை முன்னணியைச் சேர்ந்த மறைந்த தோழர் ஜெயநேசன் அவர்கள், நான் புதினத்தை எழுதி முடித்ததும் முதலில் படித்து எனக்கு வாழ்த்து கூறியவர். என்னுடைய இந்த புதினத்தின் வரவுக்காக ஆவலோடு இருந்தவர். அவர் இந்நேரத்தில் இல்லாதது ஒரு பெரும் சோகமே. புதினத்தை எழுதும் போது அதன் ஒவ்வொரு பகுதியாக தோழரும் வழக்குரைஞருமான தோழர் டி.ஆர். சண்முகம் அவர்களும் அம்பேத்கர் பொதுவுடைமை முன்னணியின் மாநில இணை அமைப்பாளர் தோழர் மோகன் அவர்களும் என்னோடு உரையாடியது புதினத்தை சிறப்புற செய்ததற்கு முக்கிய காரணமாகும். எனது அண்ணனாக மட்டுமல்லாமல் அன்னையாகவும் இருக்கும் அம்பேத்கர் பொதுவுடைமை முன்னணியின் மாநில அமைப்பாளரும் வழக்குரைஞருமான சந்தோசம் அவர்களின் உடன் பிறப்பும், உடனிருப்பும் எனது எழுத்துருவை அழகுறச் செய்தது. எனது இளைய சகோதரர் யோவான் அவர்களின் அன்னையைப் போன்ற அரவணைப்பும் என் எழுத்தியக்கத்திற்கு முக்கிய

சாதியம், ஏகாதிபத்தியம் உமிழ்ந்த துப்பாக்கி தோட்டாக்களுக்கு பலியான பஞ்சமி நில மீட்பு போராளிகள் **ஜான் தாமஸ், ஏழுமலை**க்கும் கார்ப்பரேட் நச்சு ஆலை எதிர்ப்பு போராளி **ஸ்னோலினு**க்கும் அர்ப்பணம்!

காரணமாகும். அண்ணனும் வழக்குரைஞருமான குமார் அவர்களின் ஆலோசனைகளும் புதினத்தின் முயற்சிக்கு புத்துணர்ச்சி அளித்தது.

இந்திய மக்கள் முன்னணியின் மாநில அமைப்பாளர் த.வி.மரகத ராகவராஜ் அவர்கள்தான் நாவலின் எழுத்துப் பிழைகளை பார்த்தவர். எம்முறையும் போலவே இம்முறையும் எனக்கு உறுதுணையாக இருந்த அம்பேத்கர் பொதுவுடைமை முன்னணியின் மாநில குழு உறுப்பினர்கள் ஜெ.சிவக்குமார், அ.டில்லி, பொ.அன்புராஜ், தோழர் கோபி, சே.சரவணன் மற்றும் சுதர்சன் ஆகியோரையும், உடன் பிறவா சகோதரர் சிவபுரம் தட்சணா மூர்த்தி, பாசத்திற்கினிய பால்நல்லூர் முன்னால் ஊராட்சி மன்ற தலைவரும் தொழில் முனைவோருமான ச.ரஜேந்திரன் ஆகியோரையும் பழகிற்கினியவர், பொறியாளர் பால்நல்லூர் சிவக்குமார் அவர்களையும், விடியல் அச்சகம் முத்து, இலுப்பை தண்டலம் கிருஷ்ண மூர்த்தி, விஜய குமார், ஆரனேரி ச.பாபு, நரசை மா.கிளாரன்ஸ், ம.ஸ்ரீதர், ச.சுசில் மற்றும் கவிஞர் மௌனி சித்தார்த் ஆகியோரையும் இந்நேரத்தில் நினைவு கூற விரும்புகிறேன்.

எனது பெற்றோர் மறைந்தாலும் அவர்களின் உயிருருவாய் இருந்து நான் எழுதிக்கொண்டிருக்கும் போது எனக்கு வேண்டிய உதவிகளை செய்த அண்ணன்களின் மகள்கள் யோ.ப.ஆதி உபநயா, யோ.ப.ஓவியா, ச.பா.தாண்யா ஆகியோர் இல்லையெனில் இம்முயற்சி முழுமை அடைந்திருக்காது.

அன்புடன்

சாலமன்

கூவத்தின் பிறப்பிடத்திலிருந்து ஒரு புதினம்

இது யாருடைய புதினம்

இந்தப் புதினத்தின் பெயரென்ன என்று எதுவும் தெரியாத ஒரு நிலையில் சமூகத்தின் மீதான அக்கறையில் பயணிக்கும் நேர்மையான இளஞர் ஒருவர் 191 பக்க தட்டச்சு பிரதியை தந்து இதை படித்து கருத்தும், முன்னுரையும் தர வேண்டுமென கேட்கிறார். சரி படிப்போமென வழக்கமான ஒருவித விருப்பு வெறுப்பற்ற நிலையில்தான் வாங்கினேன்.

ஆனாலும் வாசித்து அதன் தன்மையை புரிந்துக்கொள்ளும் ஆசை பீறிடுவதை மழைக்கால சூழல் அடக்கிவிட்டது. கொஞ்சம் நிலைமைகள் மேம்பட எடுத்து வாசித்த 40தாவது பக்கத்தை கடக்கும் போதே புரிந்துவிட்டது... இது படைப்பு மட்டுமல்ல ஒரு இலக்கை நோக்கி சீராக செல்லும் வலிமை மிக்கதென்று! ஆர்வத்தை அடக்கமாட்டாமல் பெரும் நம்பிக்கையுடன் முகநூலில் பதிவிட்டு இப்பு புதினம் குறித்த முதல் கூவலை போட்டேன்... உண்மையில் என் நம்பிக்கை வீணானதில்லை. நாவல் மிக சிறப்பான ஒன்றாகவே நிறைவுற்றது.

தனித்தனியாக இருக்கும் போது மனிதர்கள் இயல்பாகவே நல்லவர்களாக தான் இருக்கிறார்கள். பெரும்பாலும் மத வெறியோ, சாதி வெறியோ, நிற வெறியோ உள்ளவர்கள் கூட்டாக சேரும் போது அது பயங்கரமான விலங்கு கூட்டமாக மாறிவிடுவதையே பார்க்க முடிகிறது. அப்போதுதான் ஏன் அப்படியானவர்கள் கூட்டமாக சேருகிறார்கள் என்ற கேள்வியெழுகிறது. தனியாக நின்றால் அந்த கருத்துகள் பலவீனமாகிவிடும் என்பதுடன் ஊரோடு ஒத்துப்போ என்கிற பழைய மரபின் அதிக சிந்தனையுழைப்பு தேவைப்படாத லாபகரமான முறை என்பதுதான். அதில் அவர்கள் மனசாட்சி நாசமாவதைப்பற்றி அவர்கள் கவலைபடுவதில்லை. அப்படியே மனசாட்சி உறுத்தினாலும் ஊரோடு ஒத்துப் போ என்கிற அதே மரபு அவர்களை சமாதானம் செய்துவிடும்.

கிறித்துவ பாதிரிகளில் சிலரும் சாதி வெறி அங்கி மேலேயே துறவு அங்கியையும் அணிந்துக்கொள்கிறார்கள் என்பதை இந்த நாவல் பேசுகிறது என்பதுடன் மதம் மாறிய சாமுவேல் பாதிரியின் சாதிய வன்மத்தை எதிர்த்து, பாதிரிக்கு எதிரான நிலையை எடுக்கிறார்.

என்பதில் துவங்கும் நாவல் இன்றைய ஊர், சேரி, உபரிமதிப்பு மிக மிக துல்லியமாக பேசுகிறது.

அதற்காக தன் கலை தன்மையிலிருந்து விலகாமல் யதார்த்த தன்மையுடனே பயணிக்க முயல்கிறது.

பழந்தலைமுறையின் நிலவுடைமை மனோபாவம் இன்னமும் நீடிக்கும் நிலையில் அதையே மரபு வழிமுறையாக கொண்ட சண்முகம் ஒரு கொலையை செய்துவிட்டு மனசாட்சி உறுத்தலால் அதற்க்கு மாற்றாக புதிய மாற்றங்களை வரவேற்க்கும் மனமாற்றம் நாவலின் மிக அருமையான குறியீடு.

மாறன், கருணா, ஆதிரா என்கிற மூன்று இளைஞர்கள் இந்த நாவலின் முக்கிய மிகையற்ற யதார்த்த கதாபாத்திரங்கள். இவர்களை நான் இப்படி சொல்ல நினைக்கிறேன் ஊரின் மரபும், சேரியின் அன்பும் அதை அரசியல் வழியில் புரிந்துக்கொள்ள பல கேள்விகளுக்கு விடை கண்டு அதன் வழியே மக்களை ஒன்றாக்கி தங்களின் உரிமைகளுக்காக போராட தயார்படுத்துகிறார்கள். இந்த தொணியில் பல நாவல்கள் வந்திருந்தாலும் இந்த நாவல் மிக சிறப்பாக மிகையில்லாமல் கட்டமைக்கப்பட்டிருக்கிறது.

கொலை செய்து உலகின் பார்வையில் அதை மறைத்துவிட்டாலும் ஒரு அப்பாவியை கொன்றுவிட்டோமே என்று மனசாட்சியால் அல்லல்படும் சண்முகம் ஒரு இரவு பொழுதில் கொல்லப்பட்டவரின் அண்ணனை அழைக்க... முதலாளி இந்த இரவில் தன்னை கூப்பிடுவது தன்னையும் கொல்லதான் என்று எச்சரிக்கையாக அறுவாளுடன் செல்ல... கூடவே அவரது நண்பனும் பாதுகாப்புக்காக அறுவாளுடன் போக... எதிர்பாரா விதமாக மனசாட்சி தன்னை உறுத்துவதாகச் சொல்லி சண்முகம் தன்னை கொன்றுவிட அவர்களிடம் மண்டியிடுகிறார். அவர்கள் அவரை மன்னித்து விட்டுப் போகிறார்கள். இந்த காட்சி மிக நயத்தோடு சொல்லப்பட்டிருக்கிறது.

சில இடங்களில் இலத்தீன் அமெரிக்க நாடுகளில் எழுதப்பட்டு மொழிபெயர்க்கப்பட்ட ஒரு படைப்பை படிப்பது போலவே உணர்வு ஏற்பட்டது. நாடு, அரசு, அதிகாரம், வெளிநாட்டு முதலாளிகளின் சுரண்டல், அவர்களுக்கு உள்ளூர் ஆட்சியாளர்கள் மற்றும் போலீஸ்காரர்களின் ஆதரவு, இரண்டாக பிளந்து எதிரெதிராக நிற்கும் ஊர் சேரி மக்கள், இளைஞர்களின் தோழமையை விரும்பும் எளியவர்கள், முகம் சுளிக்கும் நிலவுடமையாளர்கள், அவர்களிலும் மாசற்ற உள்ளங்கள், கட்டை மீசை கருங்காலிகள் அதையெல்லம் எதிர்கொள்ளும் அரசியல் புரிதலுள்ள இளம் உழைப்பாளிகளென... நாவல் பசுங்கொடி போல அழகாக படர்ந்து செல்கிறது.

இலக்கியத்தின் வழியே அரசியல் புரிதல், அன்பின் புரிதல், நிலத்தின் புரிதல், சேரி ஊர் குறித்த புரிதல் வழியே மனிதர்கள் மீதான புரிதலை உண்டாக்குகிற சிறப்பான திறவுகோல் இந்நாவலில் உண்டு.

வாசிக்கப்படும் ஒரு நூல் வாசகனுக்கு எதையும் கற்றுத்தராது. கற்றுத்தரவேண்டிய அவசியமுமில்லையென்று அறிவாளிகள் பேசுகிறார்கள்... எது ஒன்றும் செய்படும் போதும் எதிர்வினையொன்று உருவாகும் என்பதன் அடிப்படையில் வாசிக்கப்படும் ஒரு நூல் சில கேள்விகளை, சில புரிதல்களை, ஒரு திறப்பையாவது உண்டாக்கவே செய்யும். முதல் படைப்பை தரும்போது நிகழும் சில ஆவேசங்கள் இதிலுமுண்டு, என்றாலும் மிகச் சிறப்பான புதினத்துக்குரிய அத்தனை கூறுகளும் இந்நாவலில் உண்டு. அவசியமான வாசிப்புக்குரிய புதினமென உறுதியாக என்னால் சொல்ல முடியும் இன்றைய காலத்துக்கான ஒரு படைப்பு.

படைப்பாளிக்கும் அவரின் முதல் படைப்பை வெளியிடும் சிந்தன் புக்ஸ் பதிப்பகத்துக்கும் நம் வாழ்த்துகள்.

கரன் கார்க்கி
கன்னிகாபுரம், சென்னை- 12

1

கோடை காலத்தின் ஒரு விடியற்காலைப் பொழுதில் மெல்லீரம் கலந்த காற்று வீசிக் கொண்டிருக்கிறது. தொழிலாளர்களின் பூட்ஸ் சப்தங்கள் மருதம் கிராமத்து ஊர். சேரி இரண்டு குடியிருப்புகளிலிருந்தும் மருதம் பேருந்து நிறுத்தத்தை நோக்கி வருகின்றன. மருத கிராமத்து பேருந்து நிறுத்தம் பத்துக்குப் பத்து அகலத்தில் சிமெண்ட் தளம் கொண்டு, மூன்று பக்கம் சுவரும் ஒரு பக்கம் நுழைவும் கொண்டது. அதன் அருகில் உயரமான கம்பத்தில் சோடியம் விளக்கு, வெளிச்சம் பாய்ச்சிக் கொண்டிருக்கிறது. ஒரே கிராமத்தின் இரண்டு குடியிருப்புகளின் சாலைகளும் இந்த மின் விளக்கொளியின் கீழே தான் இணையும். இரண்டு குடியிருப்பு தொழிலாளர்களும் பேருந்து நிறுத்தத்தில் குவிகிறார்கள். ஆண், பெண் தொழிலாளர்கள் அனைவரும் பேண்ட், ஷர்ட் அணிந்திருக்கிறார்கள். பெண் தொழிலாளர்கள் பேருந்து நிறுத்தத்திற்குள்ளும் ஆண் தொழிலாளர்கள் வெளியிலும் நின்று கொண்டிருக்கிறார்கள். சில ஆண் தொழிலாளர்கள் நிறுத்தத்திற்கு சற்றுத் தள்ளி புகைத்துக் கொண்டிருக்கிறார்கள். தொழிலாளர்கள் பூசிக் கொண்டிருக்கும் பவுடர், வாசனை திரவியங்களை, விடியற்காலையின் மெல்லீரக் காற்று, குழுமியிருக்கும் தொழிலாளர்களிடையே பரஸ்பரம் பரிமாறிக் கொண்டிருக்கிறது. இங்கு நின்றுகொண்டிருக்கும் தொழிலாளர்கள் ஒரே தொழிற்சாலையில் மற்றும் வெவ்வேறு தொழிற்சாலைகளில் பணிபுரிபவர்கள் என்பதை அவர்களின் சீருடை வண்ணங்களும் சீருடையில் உள்ள தொழிற்சாலை பெயர்களும் தெரிவிக்கின்றன. முன்பெல்லாம் தொழிற்சாலையின் சீருடை அணிந்திருந்தால் அவர் நிரந்தர தொழிலாளி. சீருடை இல்லாமல் சாதா உடையில் இருந்தால் அவர் ஒப்பந்த தொழிலாளி என்றிருந்தது. இந்திய அரசினால் கொண்டு வரப்பட்ட சிறப்புப் பொருளாதார சட்டத்தினால் நிரந்தர தொழிலாளர்களோ, தொழிற்சங்க உரிமைகளோ ஏதும் கிடையாது. அனைவரும் ஒப்பந்த தொழிலாளர்கள் தான். பேருந்து நிறுத்தத்தில் நின்றுகொண்டிருக்கும் அனைவரும் ஒப்பந்தத் தொழிலாளர்கள் தான்.

சேரித் தெருவிலிருந்து மாறனும் ஊர் தெருவிலிருந்து கருணா எனும் கருணாகரனும் தொழிற்சாலைப் பேருந்தைப் பிடிப்பதற்காக பரபரப்பாக நடந்து வருகிறார்கள் என்பதை அவர்களுடைய பூட்ஸ் சத்தங்களே சொல்கின்றன. இருவரும் கிழக்கு திசையிலுள்ள கார் தயாரிக்கும் தொழிற்சாலையில் பணி புரிபவர்கள். இருவரும் அந்த மின் விளக்கொளியில் சந்தித்துக் கொள்கிறார்கள். மாறன் புன்னகைக்கு கருணாகரன் மறுபுன்னகை சிந்துகிறான்.

தகவல் தொழில்நுட்பம், உயிரி தொழில்நுட்பம் கலந்த அறிவியல் வாயிலில் இந்த உலகம் நுழைந்துகொண்டிருக்கிறது. அலைபேசியின் தொடுதிரையில் அகிலம் சுருண்டு கிடக்கிறது. ஏழுகண்டங்களிலும் உள்ள மனிதர்களை ஒரு அலைபேசியின் தொடுதிரையில் நொடிப் பொழுதில் சந்திக்கும் வாய்ப்பு 21 ஆம் நூற்றாண்டின் காலைப் பொழுதின் மானுடத்திற்கு கிட்டியிருக்கிறது. முகநூல், வாட்சப், இன்ஸ்டாக்ராம். டெலிக்ராம் என புதுப்புது செயலிகளில் உலக மானுடம் பரஸ்பர வினைபுரிகிறது. ஆனால் இந்திய ஊர், சேரிகளின் பரஸ்பர வினை என்பது மாறன் கருணாகரன் சிந்திய புன்னகை போலத் தான் இருக்கிறது. மாறனும் கருணாகரனும் ஒரே கிராமத்தவராக இருந்தாலும், ஒரே தொழிற்சாலையில் ஒரே ஷாப்பில் வேலை செய்தாலும், ஒரே பேருந்தில் ஒரு வருடமாக பயணித்தாலும், அவர்களின் உரையாடல் என்பது சிறு புன்னகை மட்டும் தான். இச்சிறு புன்னகையைக் கூட பரிமாறிக் கொள்ளாத சூழல் தான் இந்த சாதிய தேசத்தின் பல தொழிலாளர்களுக்கு.

ஒரு தேசத்திற்குள் மாநிலம், மாவட்டம், கிராமம் என்றிருந்த நிலைமை மாறி இப்போழுது ஒரு கிராமத்திற்குள், ஒரு மாவட்டத்திற்குள், ஒரு மாநிலத்திற்குள் பல உலக நாடுகள் என்று சொல்லுமளவிற்கு மருதம் கிராமத்தை சுற்றி பல உலக நாடுகளின் தொழிற்சாலைகள். உலக நாடுகளுக்கு வாகனங்களை, மற்ற பொருட்களை உற்பத்தி செய்யும் தொழிலாளர்கள் இப்பொழுதெல்லாம் ஒரே கிராமத்தில் குழுமியிருக்கிறார்கள். இது போன்ற கிராமங்களில் மருதம் கிராமமும் ஒன்று.

சுற்று வட்டாரக் கிராமங்களில் வெயில் காலத்தில் புழுதிக் கிளப்பிய பழைய மண் சாலைகள் தாரை பூசிக்கொண்டு சூரியக்கதிர்கள் பட்டு மினுமினுக்கின்றன. மழைக்காலங்களில் குட்டைகளாகிய சாலைகள் இப்போழுது மழை நீரும் வாகனச் சக்கரங்களும் வழுக்கி ஓடும் தார் சாலைகளானது. எப்பொழுதாவது தான் ஒரு பேருந்து என்றிருந்த நிலை மாறி எப்பொழுதுமே பேருந்து நின்று போகும் நிறுத்தமாக இந்த பேருந்து நிறுத்தம் மாறிப்போயிருந்தது. விடியற்காலை, நண்பகல்,

மாலை, முன்னிரவு, நள்ளிரவு என்று அனைத்து வேளைகளிலும் தொழிலாளர்களை இந்த பேருந்து நிறுத்தம் சந்தித்துக் கொண்டிருந்தது.

கிழக்குத் திசையில் இருபது கிலோ மீட்டர் தூரத்தில் தாவரப் புதர்களைப் போல படர்ந்திருக்கும் பன்னாட்டுத் தொழிற்சாலைகளிலிருந்து அனைத்து பொழுதுகளிலும் மருதம் பேருந்து நிலையத்தில் வந்து நிற்கும் பேருந்திலிருந்து பேண்ட், ஷர்ட் போட்டு பூட்சுகளணிந்த தொழிலாளர்கள் சாக்குப் பையிலிருந்து காய்ந்த நிலக்கடலையை வெளியே கொட்டுவது போல கொட்டப்படுவார்கள். தொழிலாளர்கள் அணிந்திருக்கும் பூட்ஸ் ஓசைகள் ஜீவனற்று ஒலிப்பதிலிருந்தே அவர்களின் அன்றைய ஒரு நாள் உழைப்பின் பறிகொடுப்பை உணர்ந்து கொள்ளலாம்.

சூரியக் கதிர்களில் துயிலுரித்து நிலவின் ஒளியில் துயில் கொள்ளும் பறவைகளுக்கு சூரியனும் நிலவும் இருளுமே கடிகாரம். கடிகார அலாரத்தில் கண் விழித்து, கடிகார நொடி அறிவிக்கும் போது வேலை முடித்து, மீண்டும் கடிகார நேரம் பார்த்து உறக்கத்தில் உடலைப் புதைக்கும் தொழிலாளர்களுக்கு, கடிகாரத்தின் இரண்டு முள்களும் தான் சூரியனும் நிலவும். அலை பேசியின் தொடு திரை தான் உலகம்.

மாறன், கருணாகரனின் பேருந்து வந்து நிற்கிறது. இது நம்முடைய பேருந்தா என மற்ற தொழிலாளர்களின் கண்கள் அதை உறுதி செய்து கொள்கின்றன. மாறன் கருணாகரன் இருவரும் பேருந்தில் ஏறுகிறார்கள். ஏற்கனவே பேருந்தில் இருபது தொழிலாளர்கள் இருக்கிறார்கள். அரசுப் பேருந்துகளைப் போல அல்லாமல் தொழிற்சாலை பேருந்துகள் சொகுசாக இருக்கும். பேருந்தின் சொகுசான சாய்வு சீட்டில் சில தொழிலாளர்கள் அலைபேசியின் தொடுதிரையை தடவிக் கொண்டு இருக்கிறார்கள். ஒரு சிலர் களைப்பால் சாய்வு சீட்டில் தலை தொங்க உறங்கிக் கொண்டிருக்கிறார்கள். ஒரு சிலர் விடியற்காலையின் மெல்லீரக் காற்றை உருஞ்சியபடி புலரும் பொழுதில் மலரும் காட்சிகளை ரசித்தபடி வருகிறார்கள். ஒரு மணி நேரத்தில் பேருந்து தொழிற்சாலையின் வாசலை அடைகிறது. உண்டு கொழுத்து, பிறர் உழைப்பினால் பருத்திருப்பவனின் உடல் போல தினம் தோறும் பத்தாயிரம் தொழிலாளர்களை உள்ளுக்கிழுத்து எப்பொழுதுமே அந்த வாசல் பளபளப்பாய் காட்சி தருகிறது. அதன் இரண்டு பக்கத்திலும் செயற்கையான பசும்புற்தரைகள், அதை எப்பொழுதும் பசுமையாகவே வைத்துக்கொள்ள எந்நேரமும் ஐந்து ஆட்களாவது அதை பராமரித்துக் கொண்டிருப்பார்கள். தொழிலாளர்களின் வியர்வையை குடித்து புகையாய் வெளித்தள்ளும் தொழிற்சாலையின் புகை போக்கி தொழிற்சாலையின் வலது புற ஓரத்தில் மேகம் தொட உயர்ந்திருக்கிறது.

வெவ்வேறு கிராமத்திலிருந்து தொழிலாளர்களை ஏற்றி வந்த நூற்றுக்கணக்கான சொகுசுப் பேருந்துகள், தொழிற்சாலையின் உட்புற மைதானத்தில் நின்று கொண்டிருக்கின்றன. அதிலிருந்து உற்பத்தி செய்யும் பொருட்களின் விதைகளாக தொழிலாளர்கள் கொட்டப்படுகிறார்கள். கொட்டப்பட்ட விதைகளில் இரு விதைகளாக மாறனும் கருணாகரனும் நேரே `பாடி ஷாப்பிற்குள் நுழைகிறார்கள். இந்த கார் தொழிற்சாலையின் உள்ளே நீண்டு பருத்த பிரமாண்டமான ஐந்து கூடாரங்கள் தனித்தனியாக அடுத்தடுத்து வரிசையாக அமைந்திருக்கின்றன. அதில் முதலில் பாடி ஷாப். இதனுள்ளே காருக்கென்று வெளிநாடுகளிலிருந்து அந்நாட்டுத் தொழிலாளர்களால் செய்யப்பட்ட தனித்தனியாக இருக்கும் வழுவழுப்பான வெண்ணிற தகரங்கள் அடுக்கி வைக்கப்பட்டிருக்கும். இந்த தகரங்களை வைப்பதற்காகவே வடிவமைக்கப்பட்ட இரும்பு தடங்கள் இருக்கும். அதில் வழவழப்பு தகரங்களை வைத்த உடனேயே தானியங்கிகளின் மூலமாக அந்த தகரங்களை இரும்புத் தடங்கள் பற்றிக் கொள்ளும். பின்னர் அந்த தகரங்களை ஒன்றாக ஒட்ட வைப்பதற்காக தொழிலாளர்கள் வெல்டிங் செய்வார்கள். இதே வேலைகளை ஆங்காங்கே ரோபோக்களும் செய்து கொண்டிருக்கும். தொழிலாளர்கள் தங்களுக்கான வேலையை செய்து முடிப்பதற்குள் ரோபோக்கள் அதன் வேலையை செய்துவிட்டிருக்கும். ஒவ்வொரு நிமிடமும் தொழிலாளர்கள் இந்த ரோபோக்களோடு போட்டி போட்டுக் கொண்டு தங்களுக்கான வேலைகளை செய்து முடிக்க வேண்டும். அப்படி செய்து முடிக்காதவர்கள் கண்காணிப்பாளரின் நச்சரிப்புகளுக்கும் வசவுகளுக்கும் ஆளாவார்கள்.

வழுவழுப்பான தகரங்கள் கார்களாக வடிவமைக்கப்படும். பெயிண்டில் மூழ்காத கார்கள் கார்களின் எலும்புக் கூடுகளாக காட்சி தரும். இங்கே ஒவ்வொரு வேலைக்கும் தொழிலாளர்கள் எதிரும் புதிருமான நீண்ட வரிசைகளாக நின்று கொண்டிருப்பார்கள். தொழிலாளர்களுக்கு எட்டு மணி நேரம் ஒவ்வொரு நிமிடங்களாக செதுக்கித் தரப்பட்டிருக்கும். அதில் ஒரு நிமிடத்தைக் கூட அவர் வீண் செய்யக் கூடாது. அப்படி அவர் செய்தால் அந்த வரிசையின் கண்காணிப்பாளரால் எச்சரிக்கை செய்யப்படுவார். தொடர்ந்து செய்வாராயின் வேலையை விட்டு நிறுத்தப்படுவார்.

பாடி ஷாப் போலத் தான் பெயின்ட் ஷாப். அசெம்ளி ஷாப். இஞ்ஜின் ஷாப் போன்ற அனைத்தும். அனைத்தும் முடிக்கப்பட்டு ஒரு நிமிடத்திற்கு ஒரு கார் இந்தத் தொழிற்சாலையிலிருந்து வெளியேறும். அறிவிக்கப்படாமல் இப்போது அதிகரிக்கப்பட்ட பன்னிரண்டு மணி நேரத்திற்குள் இருக்கும் 720 நிமிடமும் தொழிலாளர்கள் அவர்களுக்கு கொடுக்கப்பட்ட அதே வேலையை திரும்பத் திரும்ப செய்து கொண்டே இருக்க வேண்டும். அலுப்பூட்டும் இந்த வேலையிலிருந்து அவர்களுக்கு தேநீர் அருந்தும் நேரமும் உணவு இடை வேளை நேரமும் மட்டுமே

சற்று இளைப்பாறுதல் தரும். ஆடு மாடுகளுக்குக் கூட கொட்டடியில் ஒரு சுதந்திரம் இருக்கிறது. ஆனால் இந்த தொழில் கூடாரத்தில் உள்ள தொழிலாளர்களுக்கு எதுவும் கிடையாது. ஒரு நாளைக்கு இருபத்தி நான்கு மணி நேரம் எனில் அதில் பன்னிரண்டு மணி நேரம் உழைப்புக்கும் மூன்று மணிநேரம் போக்குவரத்திற்கும் எட்டு மணி நேரம் உறக்கத்திற்கும் போக தொழிலாளர்கள் ஒரு மணி நேரம் மட்டுமே அவர்களுக்காக செலவழிக்கிறார்கள். அலை பேசியின் தொடுதிரை வந்த பிறகு அந்த ஒரு மணி நேரமும் தொடு திரை- யிலேயே கழிகிறது. தொழிலாளர்கள் தனக்கான நேரத்தை எடுத்துக் கொள்ள வேண்டுமெனில் அவர்கள் உறக்கத்திலிருந்தே அதை எடுத்துக்கொள்ள வேண்டும். அல்லது விடுமுறை எடுத்துக்கொள்ள வேண்டும். விடுமுறையை அடிக்கடி எடுத்துக்கொள்ள முடியாது என்பதால் அவர்கள் உறக்கத்திற்கு ஒதுக்கப்பட்ட நேரத்தை பிடுங்கியே தன்னுடைய குடும்பங்களோடு செலவிடுவார்கள். மாதத்தின் நான்கு ஞாயிற்றுக் கிழமைகளில் ஒன்றையோ அல்லது இரண்டையோ தொழிற்சாலை விழிங்கிவிடும். மீதம் இருக்கிற ஞாயிறுகளில் குடியும் காரநெடியும் தான் பொழுதை கழிக்கும். நண்பர்களோடு குடிக்கும் போது கூட அவரவர் தொழிற்சாலையின் உற்பத்தி சார்ந்த பேச்சுகளும் அவரவரின் உற்பத்தி கண்காணிப்பாளர்களை வசை பாடுவதும் நிகழும். பெண் தொழிலாளர்களின் நிலையோ இன்னும் கொடுமை தான். தொழிற்சாலையின் உற்பத்தி வேலை நேரமும் வீட்டின் அடுப்படி வேலை நேரமும் இவர்களின் பொழுதை முழுதாய் விழுங்கும். ஞாயிறின் விடுமுறைகளில் கூட அடுப்பங்கரையில் விடுமுறை இருக்காது. இந்த கொடிய சங்கிலியில் திருமணமான பெண்களே அதிகம் பிணைக்கப்பட்டிருப்பார்கள்.

காரிருளைக் கிழிக்கும் நிலவு வானில் உலாவுகிறது. கம்பெனிப் பேருந்தில் படர்ந்திருக்கும் இருளை நீக்க பேருந்தின் ஜன்னலை நிலவு பின் தொடர்கிறது. ஜன்னலின் ஓரத்தில் ஜன்னலை பின் தொடரும் நிலவை ரசித்தபடியே வருகிறான் மாறன். மற்றொரு சீட்டில் உறக்கத்தில் ஆழ்ந்து கிடக்கிறான் கருணா. இரவு பதினோரு மணிக்கு பகலொளிபோல் வீசும் கம்பெனியின் மின் விளக்கொளிகளுக்கு அடியில் பேருந்து வந்து நிற்கிறது. அரை உறக்கத்தில் தொழிலாளர்கள் பேருந்தை விட்டு இறங்கி தங்களுக்கான ஷாப்புகளை நோக்கி நடக்கிறார்கள். நைட் ஷிப்ட் காலை ஏழு மணி வரை நடக்கும். ஷாப்பிற்குள் நுழைந்ததும் உலோகங்களின் நெடிகளும் தெறிக்கும் நெருப்புப் பொறிகளும் தான் அரை உறக்கத்தில் இருக்கும் தொழிலாளர்களின் உறக்கம் கலைக்கும். பாதுகாப்பு உபகரணங்களை அணிந்து கொண்டு தொழிலாளர்கள் தங்களுக்கான இடங்களுக்கு செல்கிறார்கள்.

ரோபோக்களோடு போட்டி போட தொழிலாளர்கள் தயாராகிவிட்டார்கள். உற்பத்தி தொடங்குகிறது. தொழிலாளர்கள் உற்பத்தியில் கரைகிறார்கள். அடுத்த எட்டு மணி நேரத்திற்கு ஒரே வேலையைத் தான் ரோபோக்களோடு போட்டிப் போட்டுக் கொண்டு தொழிலாளர்கள் செய்யவேண்டும். மாறனும் கருணாவும் வேலை செய்யும் இடத்திற்கு அருகில் இரும்பாலும் தகரங்களாலும் ஆன கம்பெனியின் கூரையில் ஏற்பட்டிருக்கும் பழுதை நீக்க அன்றைய தினம் சில தொழிலாளர்கள் அதிக உயரத்தில் உள்ள கூரைக்கு உட்புறமாக கீழே வெல்டிங் வொர்க் செய்து கொண்டிருக்கின்றார்கள். சேப்டி பெல்ட் எனப்படும் பாதுகாப்பு உபகரணங்களோடு தான் அந்தத் தொழிலாளர்கள் வெல்டிங் பற்றவைத்துக் கொண்டிருந்தார்கள். திடீரென தொழிலாளர்களின் கூக்குரலும் கூச்சலும் இயந்திரங்களின் இரைச்சலை மீறி அதிகமாகக் கேட்டது. உற்பத்தியில் ஈடுபட்டுக் கொண்டிருந்த கருணாவும் மாறனும் கூச்சலின் திசை வழியே பார்வையை திருப்பினார்கள். ஒரு இளம் தொழிலாளி அந்தரத்தில் எந்த அசைவும் அற்றுத் தொங்குகிறான். கூரையின் ஹாங்கிலில் கட்டப்பட்டிருக்கும் சேப்டி பெல்ட் அவனை கீழே விழாமல் பிடித்துக் கொண்டிருக்கிறது. தொங்கும் சேப்டி பெல்ட் கயிறுக்கு ஏற்ப அவனின் உடல் அசைகிறதே தவிர அவனின் உடலில் எந்த அசைவும் இல்லை.

மாறனும் கருணாவும் அனைத்து தொழிலாளர்களும் உற்பத்தியை நிறுத்தி விட்டு தொழிலாளி தொங்கும் திசையை நோக்கி ஒடி கூடுகிறார்கள். இயந்திரங்களின் இரைச்சல் முற்றாய் நின்றுவிட்டது. தொழிலாளர்களின் கூக்குரல்களும் ஓலங்களும் மட்டுமே முன்னிலும் அதிகமாய் ஒலிக்கிறது. சில தொழிலாளர்கள் ஓடிப் போய் வெல்டிங் மிஷனை ஆப் செய்கிறார்கள். வேறு சில தொழிலாளர்கள் கூரைக்கு அடியில் சேப்டி பெல்ட் கட்டபட்டிருக்கும் ஹாங்கிலில் ஏறி சேப்டி பெல்ட் கயிற்றோடு வேறொரு பெரிய கயிற்றை கட்டி சேப்டி பெல்ட் லாக்கை திறந்து பெரிய கயிற்றினால் அந்த தொழிலாளியை கட்டி கீழே இறக்குகிறார்கள். சுற்றி நிற்கும் தொழிலாளர்களுக்கு பதற்றம் தொற்றிக் கொள்கிறது. மாறனும் கருணாகரனும் படபடத்து நிற்கிறார்கள். அவர்களின் இதயம் வேகமாகத் துடிக்கிறது. இந்த இதயத் துடிப்பு உணர்வுகளின் பூகம்ப அறிகுறியாய் இருக்கிறது. அந்த இளம் தொழிலாளி கீழே இறக்கப்படுகிறார். அவரிடம் எந்த அசைவும் இல்லை. தொழிலாளர்கள் அந்த தொழிலாளியின் வாயோடு வாய் வைத்து ஊதுகிறார்கள். அவரின் மார்ப்பை பலம் கொண்டு அழுத்துகிறார்கள் இரு கைகளால் இடிக்கிறாகள். ஆனாலும் எந்த அசைவும் இல்லை. அவன் கண்கள் மூடியிருக்கிறது. முகம் வழக்கத்திற்கு மாறாக கருத்திருப்பதிலிருந்து அவன் மின்சாரம் தாக்கித் தான் இறந்திருப்பான் என நிச்சயம் செய்ய முடிகிறது.

அவனோடு பணியாற்றும் சக தொழிலாளர்கள் வாய்திறந்து அழுகிறார்கள். “மச்சா... போயிட்டியே மச்சான்! நாங்கள்ளாம் கூட இருந்தும் உன்ன விட்டுட்டுமே மச்சான் !” வேறொரு தொழிலாளியோ “அய்யய்யோ என் மச்சான விட்டுட்டுமே... பழசாகிப் போன அந்த வெல்டிங் மிஷின், கரண்ட் பாஸாகிற வெல்டிங் மிஷன் அதனால வேணாமுன்னு அப்பவே அந்த சூப்ரவைசர் நாயிக்கிட்ட சொன்னோமே... அவன் தான் அதல்லாம் ஒன்னுமில்ல ஏதாவது ஆச்சுன்னா நாங்க பாத்துக்கிறோமுன்னு சொன்னானே... இப்ப அவன் பொனத்தத்தா பாக்குறோமே” மரணத்துக்கான காரணத்தை சொல்லி அழும் போது தான் மற்ற தொழிலாளிகளுக்கு விஷயம் புரிந்தது.

சற்று நேரத்தில் தொழிற்சாலையின் பொதுமேலாளரான தென் கொரியக்காரனைப் பின் தொடர்ந்து வாலாட்டும் நாய் போல தமிழகத்தைச் சார்ந்த தொழிற்சாலையின் மனிதவள அதிகாரியும் அவருடன் இன்னும் சில தொழிற்சாலையின் நிர்வாக அதிகாரிகளும் வந்தார்கள். தென் கொரிய அதிகாரிக்கு அந்த தேசத்தின் சாயலுக்கே உரியதான குட்டையான உருவம். மஞ்சள் நிறத்தில் தட்டையான முகமும் கோரை முடியும் கொண்டிருந்தான். அவன் அருகில் பருத்த கருத்த அகலத் தோள்களையுடைய எச். ஆர். மேனஜர் எனப்படும் மனிதவள மேலாளர் நின்றிருந்தான். இவர்களோடு நான்கைந்து உள்ளூர் அதிகாரிகளும் நின்றிருந்தார்கள். அந்த நிர்வாக அதிகாரி ஒருவனிடமிருந்து செண்ட் வாசனை அந்த ஷாப்பின் உலோக வாசனையையும் மீறி நாசி துளைத்தது.

மூக்கில் ஒலியெழுப்பும் மொழியில் தென் கொரியக்காரன் எச். ஆரிடம் ஏதோ கூற “ஏம்பா முதல்ல இவர ஹாஸ்பிடலுக்குத் தூக்கிட்டுப் போங்க, காப்பாற்ற முயற்சி பண்ணலாம். மத்தவங்கல்லாம் அவங்க அவங்க வேலையப் பாருங்க” என்று சொன்னான்.

அழுக்கடைந்த உடைகளுடன் கிரீசும், தூசியுமாய் இருக்கும் மரணித்த தொழிலாளியின் சக தொழிலாளி ஒருவர் “அது தான் மோசமான வெல்டிங் மிஷினுல வேலை செய்ய சொல்லி அவன கொன்னுட்டிங்களே. செத்துப் போன உடம்புல உசுரு மொளச்சா வரும்” என சத்தமாய் பேசினார்.

தென் கொரியக் காரனுக்கு மொழி புரியவில்லையென்றாலும் அந்த தொழிலாளி வெளிப்படுத்திய கோபத்தைப் புரிந்துகொண்டான். அதனால் அந்த தொழிலாளி மீது கண்களாலேயே கொன்று விடும் கொலைப் பார்வையை அவன் வீசினான்.

“டேய் என்ன மொறைக்கிற. கேவலமான வெல்டிங் மிஷின கொடுத்து. எங்க ஆள கொன்னது மட்டுமில்லாமல், மொறைக்க வேற செய்யுரியா, மொகரையப் பேத்துருவேன் ஜாக்கிறதை !” எனக்

கூறியவாறே தென்கொரியக் காரனை அந்த தொழிலாளி தாக்குவதற்கு ஓடினார்.சக தொழிலாளிகள் அவனை பிடித்துக் கொண்டார்கள்.

“இதோப்பாருங்கப்பா எதுவா இருந்தாலும் உங்க காண்ட்ராக்ட் ஓனர வரச் சொல்லுங்க. உங்களுக்கும் கம்பெனிக்கும் நேரடி சம்மந்தமில்ல. உங்க காண்ட்ராக்டுக்கும் உங்களுக்கும் தான் சம்மந்தம். நீங்க ஒன்னும் கம்பெனி ஆளுங்க இல்ல. நாங்க பதில் சொல்ல.” என எச். ஆர் திமிரோடு பேசினான்.

அதற்கு பதில் அளித்து “நாங்க கழனியில களை புடுங்குற வேலையா பார்த்தோம். இந்த கம்பெனியில இருக்குற வேலையத்தானே பார்த்தோம். காண்ட்ராக்ட்ல வேலை பார்க்குறவங்க மனுச ஜன்மமே கிடையாதா? செத்தவன் குடும்பத்துக்கு யார் பதில் சொல்றது? அவன் குடும்பத்த யாரு பாத்துக்குறது?” சற்று நிதானமாகவும் கோபம் கலந்தும் பேசினார் மரணித்த தொழிலாளரின் சக தொழிலாளி.

மின்சாரம் தாக்கப்பட்ட தொழிலாளியின் உடல் தான் தரையில் சரிந்து கிடக்கிறது. ஆனால் அந்த தொழிலாளியின் உயிர் உணர்வுகளை மற்ற தொழிலாளர்களின் கோபங்களும் வார்த்தைகளும் பிரசவிக்கிறது.

ஆதங்கத்தோடு சுற்றிநிற்கும் தொழிலாளர்களை பார்த்து அந்த தென்கொரியக்காரன் பயம் கொண்டான். மீண்டும் அவன் எச். ஆர் மேனஜரின் காதில் ஏதோ கிசுகிசுக்க “இந்த பாருங்கப்பா... நாம இந்த பாடிய இங்கயே வச்சு இப்படியே பேசிக்கிட்டு இருக்கப்போறோமா. இல்ல அடுத்த வேலைய பார்க்கப் போறோமா?

”போன உசுரு திரும்பி வரப்போரது இல்ல. ஆனா போனவனோட குடும்பத்துக்கு கம்பெனி ஏதாவது செய்யணும்.” தொழிலாளி ஒருவர் கூறினார்.

“சரிப்பா இந்த பாடிய கம்பெனி ஆஸ்பிடலுக்கு கொண்டுபோங்க. அவரோட வேலை செஞ்சவங்க ரெண்டு பேரு மட்டும் ஆபிஸ் ரூமுக்கு வாங்க.” என எச் ஆர் கூறினான்.

மரணித்த இளம் தொழிலாளியை இன்னொரு தொழிலாளி தன்னுடைய தோளில் போட்டுக் கொண்டு காப்பாற்றிவிடமாட்டோமா என்ற நற்பாசையில் வேகமாக ஓடுகிறார். அவரைப் பின்தொடர்ந்து அவரோடு வேலை செய்த பத்துக்கும் மேற்பட்டோர் அழுதபடியே ஓடுகிறார்கள். அந்த பத்து தொழிலாளர்களைத் தவிர அந்த ஷாப்பிற்குள் வேலை செய்த நூற்று கணக்கான தொழிலாளர்களுக்கு இறந்த அந்த தொழிலாளியின் பெயரும் ஊரும் கூட தெரியாது.

பாடி ஷாப்பிற்குள் இருந்த கண்ணாடி சுவர்களாலான ஆபிஸ் ரூமில் ஐந்து தொழிலாளர்கள் நின்று கொண்டிருக்கிறார்கள். மாறனும் கருணாவும்

வேலை செய்யும் இடத்திலிருந்து பார்த்தாலே ஆபிஸ் ரூமுக்குள் நடக்கும் காட்சிகள் தெரியும். வேலை செய்து கொண்டிருந்தாலும் இவர்களின் இருவரின் கவனம் ஆபிஸ்ரூம் நோக்கியே இருக்கிறது. கம்பெனி தரப்பினர் சுழல் நாற்காலிகளில் அமர்ந்து கொண்டிருக்கிறார்கள். அவர்களுக்குள்ளான விவாதம் அரை மணி நேரம் நடக்கிறது. பிறகு பேச்சு வார்த்தை முடிவுக்கு வந்திருக்கிறது என்பதை அந்த தொழிலாளிகள் ஆபிஸ் ரூமிலிருந்து வெளியே வந்ததிலிருந்து புரிந்துகொள்ள முடிந்தது.

மரண ஓலம் கரைவதற்குள்ளாகவே மீண்டும் இயந்திரங்களின் இரைச்சல் அந்த ஷாப் முழுவதும் நிறைந்தன. தொழிலாளர்களோடு போட்டி போட்டுக் கொண்டிருந்தது. ஒரு நிமிடத்திற்கு ஒரு கார் தயாரிக்கும் தொழிற்சாலையில் தொழிலாளியை தூக்கிச் செல்ல ஒரு வாகனம் கூட இல்லை. பிணத்தின் சுவடு துளியும் இல்லாமல், மரணம் நிகழ்ந்த சாயல் கூட தென்படாமல் உற்பத்தி எனும் கொடூரப் பாம்பு அந்த ஷாப்பிற்குள் நெளிந்தது. கல்லூரி முடித்துவிட்டு உற்பத்தியில் ஈடுபடும் மாறனுக்கும் விவசாயத்திலிருந்து ஆலை உற்பத்திக்குப் பெயர்ந்த கருணாவுக்கும் இது ஒரு கொடூர அனுபவமாக உள்ளது.

காலை புலர்ந்தது, இரவு முழுக்க தொழிலாளர்களின் உழைப்பையும் இடையே ஒரு உயிரையும் உருஞ்சிய திருப்தியில் பாடி ஷாப் இயந்திரங்கள் சற்று ஓய்வெடுத்தன. நைட் ஷிப்டில் என்ன நிகழ்ந்ததென்றே தெரியாமல் தொழிலாளர்களின் பூட்ஸ் ஒலிகள் இயந்திரங்களை நோக்கி வந்து கொண்டிருந்தன. தங்களை வீட்டிற்கு அழைத்துச் செல்ல தொழிற்சாலை வளாகத்தில் தங்களுக்காக காத்துக்கொண்டிருக்கும் தொழிற்சாலை பேருந்தில் சக தொழிலாளர்களோடு மாறனும் கருணாவும் ஏறி அருகருகே அமர்ந்தார்கள். இப்பொழுது தான் முதன் முறையாக அவர்கள் அப்படி அமர்கிறார்கள். இருவரின் முகத்திலும் உழைப்பின் களைப்போடு இரவில் நிகழ்ந்த மரண சோகமும் படர்ந்திருக்கிறது. வழக்கம் போலவே சக தொழிலாளர்கள் அலைபேசியின் திரையில் முகத்தை புதைத்தார்கள். இன்னும் சிலரோ காலையின் புலர்விலும் உறக்கத்தில் புதைந்தார்கள்.

“மாறா. இரவு செத்துப் போன தொழிலாளி எந்த ஊருன்னு தெரியுமா?”

“இப்போதைக்கு ஒன்னும் தெரியல. தெற்கு மாவட்டத்துல இருந்து இங்கேயே தங்கி வேலை செய்யுற தொழிலாளின்னும் அவனுக்கு இன்னும் கல்யாணம் கூட ஆகலன்னும் பேசிக்கிட்டாங்க. இரவு ஆபிஸ் ரூமுல நடந்த பேச்சு வார்த்தையில அஞ்சு லட்சம் கம்பெனி கொடுப்பதா சொன்னாங்களாம். இப்போதைக்கு அவ்வளவு தான் தெரியும். போகப் போகத்தான் முழுசா தெரியும்.”

“நாளைக்கு நாம செத்தாலும் இதே நிலைமை தான் போல”

“அதுல என்ன சந்தேகம். நாம செத்தாலும் அதே நிலைமைதான். நம்ம உசுரவுட அவன் உருவாக்குற காருக்கு விலை பெருசு. நாம கொத்துக்கொத்தா செத்தாக் கூட அவன் உற்பத்தி ஒத்த மணி நேரம் கூட நிக்காது.”

“ஏன் ?”

“ஏன்னா கேக்குற? நம்ம கம்பெனியில ஒரு நிமிஷத்துக்கு ஒரு காரு தயாராகுது. ஒரு காரோட விலை ஐந்து லட்சம். பத்து நிமிஷத்துக்கு உற்பத்தி நின்னாக்கூட ஐம்பது லட்சம் அதாவது அரை கோடி அவனுக்கு நஷ்டம். அவனுக்கு கோடி முக்கியமா ஒரு உசுரு முக்கியமா? இறந்து போன தொழிலாளி குடும்பத்துக்கு ரெண்டு லட்சமோ மூணு லட்சமோ கொடுத்தா போதும்.”

ஜன்னல் ஓரத்தில் பேருந்து வேகத்திற்கு எதிரே செல்லும் வானும் மண்ணும் வியர்வையும் ஈன்றெடுத்த கதிர் விடாத இளம் பசும் நெல் வயல்களைச் சற்று நேரம் அமைதியாய் பார்த்துக் கொண்டு வந்த கருணா மாறனைப் பார்த்து தொடர்ந்தான் “தொழிற்சாலையின் அடைப்புகள் இல்ல. இயந்திரங்களின் இறைச்சலில்ல. கூரைக்கு வானம். வேருக்கு நீர். குளிர் காய சூரியன். தலை கோத தென்றல். வேரை நெரிக்கும் களையைப் பறிக்க வியர்வை. உலகுக்கு உணவாகப் போகும் பசுந்துளிர் நுனியின் துள்ளல். இதை விட கார் உற்பத்தி பெருசா மாறா?”

சற்று யோசித்து “வாயும் வயிறும் மனுசனில்ல, அவன் வாழவும் இயங்கவும் மத்ததும் தேவைப்படுது. சோறு மட்டுமே போதுமுன்னு மனுசங்க அம்மனமா வாழ முடியுமா? நமக்கு உணர்வுன்னு ஒன்னு இருக்குல்லே அதக்குத்தானே துணிய உடுத்துறோம். துணிக்கு தேவையான பஞ்ச வயல்லதான் தயாரிக்க முடியும். ஆனா அதை நூலாக்கி துணியாக்கி ஆடையாக்கிட ஒரு தொழிற்சாலை தேவை தானே?

“இதுக்கும் கார் தொழிற்சாலைக்கும் என்ன சம்மந்தம் மாறா?”

“சொல்றேன். மனுசங்க உள்ளூருல மட்டும் புழங்கும் போது அவனுக்கு எதுவுமே தேவைப்படாது. அவன் தவிர்க்க முடியாம வெளியூருக்கு பயணிக்கும் போது அவனுக்கு கால்கள்ல நடப்பத விட ஏதோ ஒன்று தேவைப்படுது. ஏற்கனவே வேறு காரணங்களுக்காக கண்டுபுடுச்சி வச்சிருந்த சக்கரத்த பயன்படுத்த முடுயுமான்னு யோசிச்சான். அவன் யோசனை வளர்ந்த பிறகு இரண்டு சக்கரத்துக்கு இடையில பலகைய வச்சி அத முதல்ல இவனே இழுத்திருப்பான். அதுவும் கஷ்டமா தெரியவும். அவனுக்கு ஏற்கனவே நிலத்த உழுற மாட்டையும் தெரியும் என்பதனால. அவன் அதுல மாடு பூட்டிட்டான். அதிக சுமை சுமக்க இரண்டு மாடுகள அவன் பூட்டியிருக்கனும். மனுசங்க அதிக தூரம் போக தேவைப் பட்ட பிறகு, எஞ்ஜின் கண்டுபுடுச்சிதுக்கப் பின்

மாட்டுவண்டி கட்டைகள் எல்லாம் தகரம் ஆச்சி. மாடு எஞ்சினாச்சி. அது தான் கார் ஆச்சு. மனுசங்களுக்கு உணவு எவ்வளவு தேவையோ அதே அளவுக்கு அவங்க உணர்வுக்கும். இயக்கத்திற்கும் பொருத்தமான பொருள்களும் தேவை. நான் சொன்னது முன்ன பின்ன இருக்கலாம். ஆனா நான் சொன்னதுதான் சாரமா இருக்கும்."

"நீ சொல்றது சரியாத் தான் தெரியுது மாறா. ஆனா இத எத வச்சு சொல்ற?"

"நான் காலேஜில பொருளாதாரம் படிச்சேன் அதுல பொருளாதார வளர்ச்சிய எப்படி பாக்குறதுன்னு வரும். அதோட காலேஜ் லைப்ரரியில வரலாறு, விஞ்ஞான வளர்ச்சி போன்ற புத்தகங்களும் படிப்பேன். அதனால்தான் இந்த விஷயத்த இப்படி பாக்க முடியுது."

"அப்படின்னா கார் ஏன் பணக்காரங்ககிட்ட மட்டும் இருக்கு?"

"தவணையில கார் எடுக்குறவங்களும் இப்ப உலகம் முழுக்கவே அதிகமாயிட்டு இருக்காங்க. உன்னோட செல்போனிலேயே தவணை முறையில நீ கூட ஒரு கார் புக் பண்ணலாம். விலையுயர்ந்த காருங்கள ரொக்கமா எடுக்குறவங்களும் இருக்காங்க. நமக்கு அது இல்ல கேள்வி. காருங்க ஏன் கஷ்டப்பட்றவங்க வாங்க முடியாம இருக்கு? அதப் பற்றி பொறுமையா பேசுவோம் கருணா."

"நாளைக்கு ஞாயிற்றுக் கிழம. அதனால திங்கக் கிழம சந்திப்போம் மாறா."

இவர்களின் உரையாடல் முடிவதற்குள் பேருந்து நிறுத்தம் வந்தது. இப்போது மருதத்தின் பேருந்து நிறுத்தத்தின் அருகில் உயரத்தில் ஒளிரும் மின் விளக்கொளி அணைந்திருந்தது. சூரியன் மெல்ல மெல்ல மேலெழுந்து வந்தது. இருவரும் மீண்டும் ஊரையும் சேரியையும் நோக்கி நடக்கும் முன் கையசைத்துக் கொண்டார்கள். இவர்கள் கையசைத்து செல்வது இதுவே முதன் முறை.

***

2

இரவின் பனியில் குளித்த மலர்களைத் தலை துவட்டிவிடும் சூரியன் புவியின் மீது படர இன்னும் கொஞ்சம் நேரமிருக்கிறது. கரையும் இரவின் கடைசித் துளியை வாழ்த்தியனுப்ப, துயிலுரித்து சிறகை சிலிர்க்கிறது காக்கை. உலக சுகங்களில் ஒன்றாக விடியற்காலை உறக்கத்தை இன்றும் தக்க வைத்துக் கொண்டு இருக்கிறது வாயுக்களின் கூட்டமைப்பான காற்றில் அதிகரித்திருக்கும் ஆக்சிஜன். மாடுகளின் கழுத்தில் தொங்கும் மணிக் கோப்பை, பால்காரர் வந்துவிட்டார் என்பதை இசைக்கிறது. புலராத பொழுதிலும் பால்காரரைக் கண்ட கன்றின் ஆனந்தத்தை உற்றுப் பார்க்கின்றன வேப்பமர பறவைகள்.

இரவில் உறங்கிய சேரியின் வீதியை நிலமற்ற விவசாயிகளின் காய்த்துப் போன சூடேறிய பாதங்கள் எழுப்பிவிடுகிறது. அதன் ஓசை விடுதலைக்கான ஓர் இசையை இசைப்பதாய் இருக்கிறது.

சேரியில் விழிக்கும் விழிகளும் நடக்கும் கால்களும் நேரே ஊர்த் தெருவின் டீக்கடை முனைக்குத் தான் போக வேண்டும். இது தான் மருதம் எனும் கிராமத்தின் சனாதனம்.

மருதம் எனும் அழகிய கிராமம் கூவம் ஆற்றின் தலை மடியில் படர்ந்திருக்கிறது. இந்த கிராமத்தின் வடக்கே நெடுந்தூரத்தில் நிழலாய் நெளியும் கிழக்கு மலைத் தொடர்ச்சியில் மூக்கு மலையின் உச்சியை, இந்த கிராமச் சேரியை ஒட்டிப் பாய்கிற கூவம் ஆற்றங்கரையிலிருந்து பார்த்தாலே நன்கு தெரியும். இங்குள்ள சிறுவர்களுக்கு பள்ளி முடித்து வந்ததும், துகள்களாய் மின்னும் சமவெளியின் முலையான ஆற்றுப் படுகையில் துள்ளி குதிப்பதும் முலைப் பால் அருந்தும் மழலையைப் போல ஆற்று மணலை முழம் தோண்டி சுரக்கும் தெள்ளிய நீரைக் குடித்து, அதை சகரர் மீது தெளித்து விளையாடுவதும் அதன் கரையில் நின்றபடியே தூரத்தில் நெளியும் மூக்கு மலையை கண்டு வியப்பதும் நூறு மைல் தொலைவிலுள்ள மூக்குமலையை தொட்டுவிட, சிறு நூல் கண்டை கொண்ட காற்றாடிகளை விடுவதும் மாலை நேர வாடிக்கை தான். இந்த கிராமத்தின் தெற்கே நிலவொளி நீராய் உருகி குளமாய் தேங்கியிருக்கும். அதில் மாலை நேரச் சூரியன் மேற்கு வானில் மிச்சம் வைத்துப் போன வெளிறிய சிவப்பை மேனியில் பூசிக் கொண்டு

காலையில் இதழடுக்குகளை கட்டவிழ்ப்பதும் மாலையில் கட்டிக் கொண்டும் குளநிலவில் பூத்துப் பேரெழிலாய் ஒளிரும் தாமரை.

மேற்கே பச்சை நிற சமவெளிகள். தெற்கே 13 ஆம் நூற்றாண்டு விஜய நகர பேரரசின் படையெடுப்பு பதிந்துவிட்டுப் போன நரசிம்ம ஸ்வாமி கோயில். இங்கு செங்குந்த முதலியார்கள், ஆச்சாரிகள், செட்டியார்கள், வன்னியர்கள் என தனித்தனித் தெருக்களில் பிரிந்திருந்தாலும் ஒரே வாழிடத்தில் வசிப்பவர்கள். இந்த தேசத்தில் அந்த பகுதிக்கு "ஊர்" என்று பெயர். அதற்கு அரை மைல் தூரத்தில் இடைவெளிவிட்டு பறையர், அருந்ததியர் தெருக்களில் பிரிந்திருந்தாலும் ஒரே வாழிடத்தில் வசிப்பவர்கள் இந்த தேசத்தில் இந்த பகுதிக்கு 'சேரி' என்று பெயர். அரச பதிவேடுகளில், பேருந்து நிலையத்தின் பெயர்ப் பலகையில், இந்த கிராமத்தின் பெயர் மருதம் என்று இருந்தாலும் இந்த தேசத்தின் சாதிய பதிவேட்டில் இவை ஊரும் சேரியும் தான்.

மருதம் கிராமத்தை சுற்றியிருக்கிற செழிப்பான வயல்கள் எல்லாம் ஊர்த் தெருக்களில் உள்ள சாதிகளுக்கு சொந்தமானதாகத் தான் இருக்கும். அதிக நிலங்கள் செங்குந்த முதலியார்களுடையதாகவே இருந்தது. இந்த வயல்களுக்கான நீர்த்தேவையை பம்பு செட்டுகளே நிவர்த்தி செய்யும். பம்பு செட் மோட்டாரையும் வயல்களையும் பாதுகாக்க ,சேரியிலிருந்து ஒரு படியாள் வயல் வெளிகளிலேயே வாழ்வைக் கழிப்பார். விதைகளில் எழுந்த பயிர்கள் செழிக்க, வயலில் உழலும் மனித விதையாய் வாழ்வார்.

மருதம் கிராமத்தை சுற்றி 20 பம்பு செட்டுகள் முளைத்திருக்கும். விலையுயர்ந்ததாக இருக்கும் மோட்டாரை பாதுகாக்க சிமெண்டால் கட்டப்பட்டு, ஓடால் வேயப்பட்டோ, காங்கிரிட்டால் மூடப்பட்டோ எழும்பியிருக்கும் ஒற்றை அரை கொண்ட குட்டிக் கட்டிடம், சேரியின் படியாள் படுத்துறங்கும் கூடாரம். இந்த மோட்டார் கட்டிடத்தை ஒட்டியே நீர் தொட்டி சிறியதாய் இரண்டு அல்லது மூன்றடி அகலத்தில் மூன்று அல்லது நான்கு அடி உயரத்தில் வட்டமாகவோ அல்லது சதுர வடிவிலோ கட்டப்பட்டிருக்கும் அந்த தண்ணீர் தொட்டியில் தாழ்த்தப்பட்ட மக்கள் குளிக்கவோ, துணி துவைக்கவோ முடியாதபடி மேற்பரப்பில் பிசுபிசுக்கும் ஒட்டும் தன்மையுள்ள கருப்பு நிற ஆயில் பூசப்பட்டிருக்கும். சக மனிதர்களை ஒதுக்கி வைக்கும் மிக நுண்ணிய, கொடிய தீண்டாமை வடிவங்களெல்லாம் இந்திய கிராமங்களில் கோடிக்கணக்கில் உண்டு. இந்த பிசுபிசுத்த ஆயில் தீண்டாமையினால் சேரி மக்கள் ரோமன் கத்தோலிக்க கிருஸ்தவ கோயிலுக்குச் சொந்தமான தண்ணீர்த் தொட்டிக்குத் தான் செல்வார்கள்.

இந்த கிருஸ்துவ கோயிலுக்கு சொந்தமாக 50 ஏக்கர் நிலம் மருதம் கிராமத்தின் வட கிழக்குப் பகுதியில் நரஸிம்ம ஸ்வாமி கோயிலுக்கு மிக அருகிலேயே இருக்கிறது. இந்தப் பகுதி அனைத்தையும் மக்கள் தோட்டம் என்றே அழைப்பர். இந்த 50 ஏக்கரில் 20 ஏக்கர் விவசாய பூமி. இதை செழிப்போடு வைத்திருப்பது இந்த நீர்த் தொட்டி தான். இந்த விவசாய நிலத்திற்கு சாமுவேல் தான் படியாள். மேல் சாதியிடம் படியாளாய் இருப்பதை விட கிருஸ்துவ நிலங்களில் படியாளாய் இருப்பது இவருக்குப் பிடித்திருந்தது. 50 வயது மதிக்கத் தக்க சாமுவேல் அனுபவித்த சாதியக் கொடுமைகள் ஏராளம். ஆனால் இங்கோ அவர் அத்தகைய சாதியக் கொடுமையை அனுபவிக்கவில்லை. இங்கு ஒரு சமநடத்தை இருப்பது அவனுக்கு பிடித்திருந்தது. இங்கு அவர் மேல் சாதியின் புழக்கடையில் சாணி அள்ளுவது போன்று அள்ளத் தேவையில்லை. சட்டை போடாமல் இருக்கத் தேவையில்லை, காலணி அணியாமல் நடக்கத் தேவையில்லை, இந்தத் தொட்டியின் மீது கருப்பு ஆயில் ஊற்றத் தேவையில்லை. அதனால் அவர் இங்கு வேலை பார்ப்பதை மகிழ்வாகவே எண்ணினார். மக்கள் இந்த நீர்த் தொட்டியோடு உறவாடுவதைக் கண்டு மனமார மகிழ்வார். இந்தத் தொட்டி எப்போதும் தண்ணீரால் மட்டுமல்ல சேரியின் மனிதர்களாலும் நிரம்பியிருப்பதை பார்த்து ஆனந்தம் கொள்வார்.

இன்றைய விடியற்காலைப் பொழுதில் அவர் நடந்ததை நினைத்துக் கொண்டிருந்தார். அவர் இதுவரையில் பயிரில் ஒரு பயிராய், தொட்டி நீரில் ஒரு துளியாய், வரப்பில் அடர்ந்திருக்கும் புற்களில் ஒரு புல்லாய் இருந்த அந்த தோட்டத்துக்கு இனி செல்ல முடியாமல் போன காரணத்தையும் அந்த பம்பு செட்டின் அழகியலையும் அசை போட்டபடி இருந்தார்.

வேலைக்கும் வெளியூருக்கும் போகிறவர்கள். பள்ளிக்கு செல்லும் சிறுவர்கள், உள்ளூர் பொழப்புக்கு செல்லும் விவசாயிகள் ஆகியோர் இந்த நீர்த் தொட்டியின் குளியல் சுகத்துக்காகவே கண்விழிப்பர். காலைக்கும் மதியத்திற்கும் இடையில் உள்ள நேரத்தில் ஒன்று இரண்டு லுங்கிகளை பரப்பி அதில் அழுக்குத் துணிகளைக் கொட்டி, அதை இறுக்கக் கட்டி சேரிப் பெண்கள் அந்தத் தொட்டிக்கு குழுக்களாகவே பயணப்படுவர். துணி துவைத்தபடியே ஊர்க் கதைகளை பேசிக்கொண்டு நீர்த் தொட்டியை கலந்தாய்வு திண்ணையாய் மாற்றுவர். உச்சி வெயிலுக்கும் மேற்கில் சாயும் இத வெயிலுக்கும் இடைப்பட்ட ஆடு,மாடுகள் வீடு திரும்பும் நேரத்தில், அவற்றுக்கும் அவற்றின் மேய்ப்பர்களுக்கும் இந்த நீர்த் தொட்டியே தாகம் தீர்க்கும். நாளெல்லாம் வயலில் உழைத்து,உடலெல்லால் சேறும் சுணையும் அப்பி, சூரியன் சாய்ந்த பின் லேசான இரவில் வரும் நிலமற்ற விவசாயிகளை தன்

குளிர்ச்சியால் சேறு, சுணையோடு அலுப்பகற்றி வீட்டுக்கு அனுப்பும் இந்த நீர்த் தொட்டி.

இந்தத் தொட்டியின் தண்ணீரை சுமந்து கொண்டு வயல்களில் பாய்ச்சும் இரண்டடி அகலம் கொண்ட கால்வாய்கள் நீளமானவை. மிக பழமையானவை. சேரி மக்களின் பாதம் பட்டே அது சாலையாய் பரிணமித்திருக்கும். அந்த வரப்புகளின் புற்களை அறுக்காத கதிரருவாள்களும் இதில் வழுக்காத கால்களும் சேரியில் கிடையாது. இந்த வரப்பின் புற்களை அறுத்து அதை ஒரு சாக்கில் அடைத்து, நாசி உரசி தலையில் தூக்கி வைக்கையில் ஈரப்புல்லின் பச்சைய வாசம் நாசி வழியே இதயத்தில் பரவும். அதில் புது வாழ்வு பிறக்கும். அது கோடி கொட்டினாலும் கிட்டிடாத சுவாச சுகம்.

இந்த கிருஸ்துவ கோயிலுக்கு புதிய பாதிரியார் வந்து இரண்டு நாட்களே ஆகிறது. அவர் பொறுப்பேற்றதை அறிவிக்கும் விதமாக ஞாயிறு காலை 6 மணிக்கு சிறப்பு வழிபாடு நடைபெற்றது. 5 1/2 அடி உயரத்தில் 50 வயது மதிக்க ஒருவர் முழுக்கை கொண்ட, கால்வரை தொங்கும் வெண்ணிற அங்கியில், சிலுவையில் ஆணியடிக்கப்பட்டு ரத்தம் சொட்டச் சொட்ட தலை சாய்ந்து நிற்கும் இயேசுவின் சிலைக்குக் கீழே புதிய பாதிரி பிரசங்கத்தை ஆரம்பித்தார் “உலக சமாதனத்திற்காகவே இந்த கூட்டம். என ராகம் இசைக்கும் தொனியில் தன் பேச்சை ஆரம்பித்தார். உலக யுத்தங்களைப் பற்றியெல்லாம் குறிப்பிட்டு. அது அனைத்தும் சாத்தான்களின் வேலையென்றும் அதை போக்கவே நாம் இயேசுவின் வழியில் பயணிப்போம் என்பதாக மெல்லிய ராகம் கலந்த கிருஸ்துவ பிரச்சார தொனியிலேயே இவரும் சிறப்பு வழிபாட்டை நடத்தி முடித்தார். அந்த சிறப்பு வழிபாட்டை முடித்து வரும் வழியில் சேரி மக்கள் அந்த நீர்த் தொட்டியில் துணி துவைப்பதும் குளிப்பதுவுமாய் இருக்கிற காட்சியை கண்டார். அந்தக் காட்சி அவர் அங்கியில் மறைந்திருக்கிற சாதிய சாத்தானை வெளியே கொண்டு வந்து விட்டது. நாம் உலக சமாதானத்தை போதிக்கும் கிருஸ்தவ பாதிரி என்பதை மறந்து, சேரியரை தன் வீட்டினுள்ளும் தெருவினுள்ளும் உறவினுள்ளும் அனுமதிக்காத நாயுடுவாக மாறினார். சேரியர் குழுவாக நீர்த் தொட்டியில் உறவாடும் அந்த காட்சி பாதரியின் சாதிய உயிரை உறுத்திக் கொண்டே இருந்தது.

புதுப்பாதிரி சாமுவேலை தன் அறைக்கு அழைத்திருந்தார். அழகிய வேலைப்பாடுகளால் ஆன திரைச் சீலைகள் நான்கு புறமும் தொங்கிக் கொண்டிருந்தன. தூசு படியாத வெள்ளை நிற மெத்தை கண்கள் கூசுமளவிற்கு மின்னியது. அதன் அருகிலேயே மரத்தாலான கால்களற்ற சாய்வு நாற்காலியும் அதன் கீழே சிறு மேஜையும் இதற்கு இரண்டடி இடைவெளியில் பிளாஸ்டிக் நாற்காலியும் இருந்தன. அந்த மேஜை

மீது சில ஆங்கில புத்தகங்கள் இருந்தன. வெளிநாட்டு செண்ட் அந்த அறை முழுதும் கமகமத்தது. அறைக்கு வெளியே சாமுவேல் தன் லெதர் செருப்பை கழட்டிவிட்டு "பாதர் உள்ள வரலாமா" என வினவ...

" உள்ளே வா சாமுவேல்" என பாதர் அழைத்தார்.

சாமுவேலின் பாதத்தில் அப்பியிருக்கும் அழுக்கு வெள்ளை நிற டைல்ஸ் தரையில் ஒட்டியது. பாதிரி தோலால் ஆன செருப்பை அறையின் உள்ளேயே அணிந்திருந்தார்.

"வா உட்காரு சாமுவேல்" என ப்ளாஸ்டிக் நாற்காலியை காண்பித்தார்.

சாமுவேலும் பிளாஸ்டிக் நாற்காலியின் நுனியில் அமர்ந்தார்.

"சொல்லுங்க பாதர்" என சாமுவேல் அரை மாத்திரையில் ஒலிக்க, பாதர் பேசலானார்.

"அது வொண்ணுமில்ல சாமுவேல் உங்க ஆளுக பண்ணுவது உனக்கே நியாயமா இருக்கா?" என பாதிரி கேட்க... சாமுவேலுக்கு தூக்கிவாரிப் போட்டது.

'உங்க ஆளுங்க' என்று யாரை சொல்ல வருகிறார் என்பது சாமுவேலுக்கு புரியாமல் இல்லை. ஆனாலும் இன்னும் தெளிவுபடுத்திக் கொள்ள, "நீங்க யாரை சொல்றீங்க பாதர்" என கேட்டார்.

"அதுதான் சாமுவேல் நம்ப கோயிலுக்கு சொந்தமான பம்பு செட்டை நாசமாக்குகிற உங்க ஆளுங்களத்தான் சொல்றேன்" என உறுதிப்படுத்தினார்.

சாமுவேல் தனது கோபம் உச்சமேறுவதை தன் அமைதியால் கட்டுபடுத்திக் கொண்டே "எங்க ஆளுங்க நாசமாக்குறாங்களா? வயலுக்கு தண்ணி பாய்ச்சும் போது தானே அவங்க குளிக்கவும் துவைக்கவும் செய்யுறாங்க. அவங்க எப்பவும் யாருக்கும் தொந்தரவா இருந்ததில்லையே பாதர். இன்னும் சொல்லப்போனா எங்க ஆளுங்கதான் இந்த தோட்டத்துக்கே பாதுகாப்பா இருக்காங்க... ஆண்டவரை ஏற்றுக்கொண்டு இந்த சர்ச்சுக்கு வரவங்களும் எங்காளுங்கதான்" என்று முழு மாத்திரை ஒலியில் அவர் பதிலுரைத்த போது அவரின் கண்களின் விழித்திரையில் நயவஞ் சகத்தை எதிர்த்த கோபம் கொப்பளித்துக் கொண்டிருந்தது.

சாமுவேலின் கோப உணர்ச்சியை சகித்துக் கொள்ள முடியாத பாதிரியாரோ "இங்க பாரு சாமுவேல் இதுக்கு முன்னாடி நீங்க எப்படி வேண்டுமானாலும் இருந்திருக்கலாம். ஆனால் நான் பொறுப்பேற்ற பிறகு அப்படியெல்லாம் நடக்கக் கூடாது. இனி மேல் சேரி ஆளுங்க கோயில் தோட்டத்துக்குள்ள நுழையக்கூடாது. அந்த பம்பு செட்டுல குளிக்கக் கூடாது. அதற்கு விருப்பம் இருந்தா நீங்க இங்க வேலை

செய்யலாம் இல்லன்னா நீங்க மோட்டார் ரூம் சாவியை இங்க வச்சிட்டு கிளம்பலாம்" என்ற வார்த்தைகள் சாமுவேலின் சுயமரியாதை உணர்ச்சியை கிழித்துப் பார்த்தன.

சாதிய நோய் தலைக்கேறிய வெறியர்கள் எப்போதும் இது போன்ற அற்பத் தனத்தையே கையாள்வார்கள் என்ற அனுபவம் சாதிய இந்துக்களிடம் நிறைய பார்த்திருக்கும் சாமுவேலுக்கு சாதிய கிருஸ்துவம் ஒன்றும் புதியதாய் படவில்லை. "பன்றிகளின் முன் முத்துக்களை கொட்டாதீர்கள்" என்று இயேசு கூறிய வார்த்தைகளை நினைத்துக்கொண்டு அங்கிகளுக்குள் ஒளிந்து கொண்டிருக்கும் இந்த அற்பனிடம் இனி பேசுவதற்கு ஒன்றுமில்லை. என்று முடிவெடுத்து மோட்டார் அறை சாவியை ஆங்கில புத்தகம் இருக்கும் சிறு மேஜையின் மீது பொத்தென வைத்து விட்டு கோபமாய் வெளியேறினார்.

இன்னும் புலராத பொழுதில் இந்தக் காட்சிகளை சாமுவேல் நினைத்தபோது அவனின் நெஞ்சம் கனத்தது. சேரிகளின் விடியல் எப்போது தான் வருமோ என ஏக்கப் பெரு மூச்சு விட்டுக்கொண்டார். அடர்த்தியும் வேகமும் கொண்ட அந்த பெருமூச்சின் அடர்த்தி தினந்தோறும் ஒவ்வொரு சேரியிலிருந்தும் வெளிவந்து கொண்டு தான் இருக்கிறது.

★ ★ ★

3

இரவு இன்னும் கரையவில்லை. விடியலில் சிக்காத கொஞ்சம் இரவு இன்னும் மிச்சமிருக்கிறது. அது விடியலை எதிர்த்து சண்டையிடுகிறது. பகல் பரவுகிறது. தோட்டத்தின் தேய்ந்த வரப்புகளின் பாட்டை லேசாய் கண்ணுக்குத் தெரிகிறது. இரவு முழுக்க சலசலப்பொலியை மட்டுமே எழுப்பிய வாய்க்கால் தண்ணீர் இப்போது விடியலில் முகம் கழுவி இருளைக் கலைந்து தன் முகத்தை பிரகாசிக்கிறது. சூசையின் பாத ஒலி கேட்டு தவளைகள் வாய்க்காலில் குதிக்கிறது. குதிக்கும் தவளைகள் ஒவ்வொன்றும் மல்லாந்து மிதக்கிறது. இதை கவனிக்காமலேயே சூசை தண்ணீர் தொட்டியை நோக்கி சென்று கொண்டிருக்கிறான். அரசுப் பள்ளியில் பன்னிரண்டாம் வகுப்பு படிக்கும் சூசை அருந்ததிய சமூகத்தை சார்ந்தவன். படிப்பில் படு கெட்டி. ஒழுக்கத்திலும் தான். காலையில் எழுந்தவுடன் குளிப்பது இவன் வாடிக்கை. பொன்னிற மேனி. உள்ளத் தூய்மையை சிந்தும் வெண்சிரிப்பு எப்போதும் இவனுடன் இருப்பவை. சூசையென்றால் இவனின் குடும்பத்திற்கும் கிராமத்திற்கும் ரொம்பவே பிடிக்கும். 12 ஆம் வகுப்பு படித்து முடித்து தான் ஒரு விஞ்ஞானி ஆகப்போகிறேன் என்று அடிக்கடி அவன் கூறுவான். பழுதாகிப் போன ரேடியோவில் இருக்கும் காந்தத்தை தனியே எடுத்து புதுப்புது விதமாய் ஏதேதோ செய்வான். அவளுடைய அம்மா ரபேக்காளுக்கு இதுவெல்லாம் ஒன்றும் புரியாது ஆனால் தன்னுடைய மகன் நிச்சயம் ஒரு நாள் பெரிய ஆளாக வருவான் என்பதில் மட்டும் உறுதியாக இருந்தாள். அவள் அவனை அளவுக்கு அதிகமாகவே நேசித்தாள். இன்றும் அவன் தோட்டத்திற்கு குளிக்க போகும் போது கூட சூசையை ரசித்து பார்த்தபடியே இருந்தாள். தான் குளிக்கக் கிளம்பும் போது தன்னை ரசித்துக் கொண்டிருந்த தாயின் விழிகளை சூசையும் கவனிக்கத்தான் செய்தான்.

பனிக்காலத்தின் காலையில் குளிருக்கு வெதுவெதுப்பாகவே தொட்டியில் பாயும் தண்ணீர் இருக்கும். அந்தத் தண்ணீரில் சிறு ஆவி பறப்பது நன்கு தெரியும். பனிக் குளிரில் ஆவி பறக்கும் நீர்த் தொட்டியில் குளிப்பதென்றால் சூசைக்கு அதீத விருப்பம். தன் தாயின் பாச உணர்ச்சியை நினைத்தபடியே ஆடைகளைக் களைந்து தண்ணீர்

நிரம்பியோடும் தொட்டியில் சூசை குதித்தான்! பறவைகள் ரெக்கையை சிலுப்புவது போல சூசையின் கைகள் இரண்டு முறை சிலுப்பியது! அவ்வளவு தான் சூசையின் உடல் அந்த தவளையை போல மல்லாந்து மிதக்கிறது. அவனுடைய அழகிய கண்கள் திறந்தே இருக்கின்றன. அதில் கடைசியாய் நினைவுகூர்ந்த தன் தாயின் ரசிப்பை பற்றிய நினைவுகள் இன்னும் மிச்சமிருக்கிறது. அவனின் பொன்னிற மேனி நெருப்பில் வெந்த கரிக்கட்டையைப் போல காட்சி தருகிறது. சூசை மிதக்கிறான். இந்த கிராமம் நேசித்த சூசை மிதக்கிறான். நாளைய விஞ்சானி மிதக்கிறான். புலர்ந்த காலையை கொஞ்சி விளையாடும் பறவைகள் அலறித் துடிக்கிறது. பறவைகளே அபாய ஒலி எழுப்பி கிராமத்தாரை வரவழைத்தது. கிராமத்தார் ஓடி வருகின்றனர். சூசை மிதக்கிறான் என்ற செய்தி சேரியர்களின் குடிசைகளில் காற்றில் பறக்கிறது. ஆண்களும் பெண்களும் குழந்தைகளும் வயலில் வரப்பில் விழுந்து எழுந்து அலறியடித்தபடி ஓடிவருகிறார்கள். தொட்டியின் அருகே யாரும் செல்லாதபடி சேரியின் மூத்த ஆண்கள் குழந்தைகளையும் பெண்களையும் தடுத்து நிறுத்துகிறார்கள்.

ஆம், தண்ணீரில் மின்சாரம் பாய்ச்சப்பட்டிருக்கிறது. மோட்டார் அறையிலிருக்கும் மின்சாரப் பெட்டியிலிருந்து சிறு ஒயர் மூலமாக எடுக்கப்பட்டிருக்கும் மின்சாரம் மக்கள் குளிக்கும் தொட்டியில் விடப்பட்டிருக்கிறது. மக்கள் அதைக் கண்டுபிடித்து விட்டார்கள். பூட்டியிருக்கும் அறையை உடைத்து அந்த மின்சாரத்தைத் துண்டித்து சூசையை நீரிலிருந்து வெளியே தூக்கினார்கள். பள்ளிக்குச் செல்ல வேண்டிய பிள்ளை பிணமாய் கிடக்கிறானே என கிராமப் பெண்கள் சூசையின் உடல் மீது புரள்கிறார்கள். ரபேக்காள் வாயடைத்து கிடக்கிறாள். அவளால் அழ,பேச முடியவில்லை. தன் பிள்ளையின் பார்வையில் தன்னுடைய நினைவு ஒட்டியிருப்பதை,கடைசியாக அவன் ‘அம்மா’ என்று அழைத்து அதை உச்சரிக்க முடியாமல் மின்சார எமன் அவன் குரல்வளையை நெரித்ததை எல்லாம் சூசையின் திறந்திருக்கும் கண்கள் ரபேக்காளிடம் பேசின.

எப்படி எப்படி நிகழ்ந்தது.

மருதம் சேரியே கண்ணீரில் மூழ்கியது.

★★★

4

தாய் வரப்புகளின் புற்கள் மீது குளிர் கால இரவு தெளித்துவிட்டுப் போன பனித்துளிகளை இளங்காலைச் சூரியக் கதிர்கள் சுவீகரித்து மேகக் கூட்டத்திற்கு அழைத்துச் செல்வதற்குள், மருதம் கிராமத்து காய்த்து சூடேறியிருக்கும் உழைப்போரின் கால்களில் அழுக்கோடு அப்பியிருக்கும் வெப்பம் வரப்புகளின் பனித்துளிகளை உரசி உள்ளிழுத்துக் கொண்டது. தாய் வரப்புகளின் நெடுகிலும் சூசையின் உயிரைக் குடித்த அந்தத் தொட்டி வரையிலும் மருதம் கிராமத்து பெண்கள் அழுது புலம்பிக் கொண்டிருந்தார்கள். அப்போது தாய்வரப்புகளின் புற்கள் முதன் முறையாக பனித்துளிகளுக்குப் பதிலாக கண்ணீர்த் துளிகளை சுமந்தது அந்த புற்களுக்கே புது வித அனுபவம் தான். தொட்டிக்கு அருகே நின்றிருந்த ஆண்கள் போலிஸ் ஸ்டேஷனுக்கு ஆளனுப்பி விட்டு போலீஸ்காரர்களுக்காக காத்துக் கொண்டிருந்தார்கள். விதையிலிருந்து பயிர் வரை தன்னோடு உயிருறவாடிய மானுட உயிர்களின் மனசும் அவர்கள் விடும் மூச்சும் சோகத்தில் தோய்ந்திருப்பதை இன்னும் கதிர் பிடிக்காமல் வளர்ந்து நிற்கிற ஒரு மாத நெற்பயிர்களால் தெளிவாய் உணர முடிந்தது.

ஐந்து போலீஸ்காரர்கள் தாய்வரப்பின் மீது நடந்துவருவதின் மீது மக்களின் பார்வை குவிந்தது. போலீஸ்காரர்களுக்கு வழிவிட வரப்பின் மீது அமர்ந்திருக்கும் பெண்கள், வரப்புக்கு கீழே ஓரத்தில், பாதம் புதையும் அளவிற்கான சேற்றில் இறங்கி நின்றனர். தோலால் செய்யப்பட்ட பூட்ஸ்கால்களின் ஸ்பரிசத்தை இன்றைக்குத் தான் முதல் முறையாக தாய்வரப்பு அனுபவிக்கிறது. காக்கிச் சட்டையின் தோள் பட்டைகளில் சில்வரால் செய்யப்பட்ட சிறிய இரண்டு நட்சத்திரங்கள் பொறித்த காவல் உதவி ஆய்வாளர் ஐந்து பேரில் முதலாவதாக நடந்து வந்து கொண்டிருந்தார்.

நாற்பத்தைந்து வயது மதிக்கத்தக்க அவர் மாநிறத்தில் இருந்தார். உடற்பயிற்சியினால் விளைந்த அவரின் கட்டுக்கோப்பான உடல் காக்கி சீருடையினுள் புடைத்துக் கொண்டு நின்றது. வார்த்தைகளில் மிரட்டுதல், கண்களில் மிரட்டுதல்,மறைமுகமான செயல்களில்

மிரட்டுதல், தாக்குதலில் மிரட்டுதல் என மிரட்டுதலில் பல வகை இருப்பினும் இவர் உடலால் மிரட்டுதல் என்பதிலேயே அதிக அக்கரை வைத்திருந்தார். அவரின் சட்டையின் பாக்கட் பகுதிக்கு மேலே ப. கிருஷ்ணன் என சிறு பேட்ஜில் எழுதப்பட்டிருந்தது. அவரின் பின்னே தொங்கும் தொப்பையோடு கரிய நிறத்தில் கண்ணாடி போட்டுக்கொண்டு அவரின் உடலோடு ஒத்துழைக்காத காக்கிச் சீருடையை சரி செய்து கொண்டு, வாத்தின் நடையைப் போன்று பருத்திருக்கும் பின் புறத்தை ஆட்டியபடியே நடந்து வந்தார். அவரின் அரைக் கைச் சீறுடையில் வலது கையில் ஆங்கில எழுத்து வி வடிவத்தில் சிறு கருப்புக் கோடுகளால் பிரிக்கும் மூன்று வெண்ணிற கட்டங்களைக் கொண்ட முறுமுறு துணியாலான பட்டையை அணிந்திருந்தார். அவரைப் பின்தொடர்ந்து சில்வராலான சிறிய நட்சத்திரங்களோ அல்லது துணியால் நெய்யப்பட்ட பட்டைகளோ இல்லாமல் முழுக்க காக்கி நிற சீருடையை மட்டுமே அணிந்த உயரமான மூன்று போலிஸ்காரர்கள் கைகளில் லத்திக் கம்புகளோடு சூசை இறந்து கிடந்த அந்த தொட்டியை நெருங்கினர். சூசையின் கருகிய உடல் தொட்டிக்கு அருகில் கிடத்தப்பட்டு அதன் மீது வெள்ளை வேட்டி இரண்டு முழுவதுமாக மூடப்பட்டிருந்தது. ரபேக்கால் பித்துப் பிடித்தவளைப் போல சூசையின் தலை மேட்டில் அமர்ந்து கொண்டு "யாம்புள்ள... யாம்புள்ள... என்ன வுட்டுட்டு போயிடிச்சே..." என குரல்களில் சக்தியற்று உடலில் ஜீவனற்று சொன்னதையே திரும்பத் திரும்பச் சொல்லிக் கொண்டிருந்தாள்.

சூசையை சுற்றிலும் நான்கைந்து பெண்கள் ஒப்பாரி வைத்துக்கொண்டு சூசையின் நினைவுகளை சொல்லிச் சொல்லி அழுதுக் கொண்டிருந்தனர். அதில் சாரதா கிழவியும் ஒண்ணு. "அன்னாடம் நீதான ராசா எனக்கு வெத்தலப் பாக்கு வாங்கியாந்து கொடுப்ப... என் நாக்கு செவக்க வெத்தலப் பாக்கு வாங்கியாந்து கொடுக்கிற ஏ சிவப்பு ராசா இப்ப கரிக்கட்டையா கெடக்குதே... ஏ சாமி... யா வுசுர புடிங்கிக்கினு இந்த குருத்து உசுர குடுத்துருய்யா." குத்துக் கால் இட்டபடி முருகம்மாவின் மீது கை போட்டபடி அழுது கொண்டிருந்தாள்.

முருகம்மாவோ இடது காலை நீட்டிக்கொண்டு வலதுக் காலை மடக்கியபடி "புல்லுக் கட்டோ வெறகுக் கட்டையோ... அரிசி மூட்டையோ துணி மூட்டையோ... எந்த பாரம் எந்தலையில இருந்தாலும் ஊ மன பாரம் தாங்காம, ஊந் தலையில் அந்த பாரத்த சுமப்பையே ஏங்கன்னு... ஊம் பாரத்த எங்கள யேய்யா சொமக்க வச்ச..." முருகம்மாவின் கண்ணீர் அவளின் கன்னங்களில் வழிந்தோடியது.

இன்னும் பலப் பெண்கள் குழு குழுவாய் அமர்ந்துகொண்டு சூசையின் நினைவுகளை தங்களின் அழுகையால் அவன் கிடத்தப்பட்டிருப்பதற்கு அருகில் குவித்துக் கொண்டிருந்தனர்.

துணை ஆய்வாளரும் தலைமைக் காவலரும் சூசைக்கு அருகில் வந்து நின்றனர். சூசையின் மீது போர்த்தப்பட்டிருக்கும் வெள்ளை வேட்டியை நீக்கி கருகிப் போயிருக்கும் சூசையின் உடலைக் கண்டனர். பின் கொஞ்சம் தூரம் தள்ளி நின்றனர். சூசையோட அப்பா மரிய தாசையும் சூசையோட அண்ணன் பிரான்ஸிஸையும் துணை ஆய்வாளர் அழைத்து "இந்தப் பாருங்கையா மொறப்படி ஸ்டேஷனுக்கு வந்து எப்படி நடந்ததுன்னு ஒரு கம்ப்லைண்ட எழுதிக்கொடுத்தாதான் என்னால நடவடிக்கை எடுக்க முடியும்" எனக் கூறினார்.

அருகில் நின்று கொண்டிருந்த சாமுவேல் "சார் புதுசா வந்திருக்கிற பாதர் தான் சேரி ஆளுங்க குளிக்கக் கூடாதுன்னு ஆள வச்சு கரண்ட் வைச்சிருக்கனும். இங்க பாருங்க நாங்கதான் வந்து மெயின் ஆஃப் பண்ணிட்டு ஒயரையே வெளியே எடுத்தோம்." என சாமுவேல் ஒயரை எடுத்துக் காண்பித்தார்.

"யோவ் நீயாரு" என்று ஆய்வாளர் கேட்டார்.

"இங்க பம்பு செட்டுக்கு இதுக்கு முன்னாடி நான் தாங்க ஆள்காரரா இருந்தங்க. சேரி ஆளுங்க தொட்டிக்கு வரக்கூடாதுன்னு புது பாதர் சொன்னதும் பம்ப் செட் சாவிய அவருக்கிட்ட குடுத்துட்டு வந்துட்டங்க." என சாமுவேல் சொன்னார்.

"முதல்ல உன்ன விசாரிக்கனும் ஊ வேலைய புடிங்கிட்டாங்கன்னு தானே நீ கரண்ட் வச்ச" என துணை ஆய்வாளர் கேட்டதும் சாமுவேலுக்கு தூக்கி வாரிப் போட்டது.

எப்போதுமே அதிகாரங்களின் கேள்விகளே ஏழ்மையின் தூய ஆன்மாக்களை குற்றவாளி கூண்டில் நிறுத்தும் வரலாற்று உதாரணங்கள் பல இருந்தாலும் மருதம் கிராமம் அத்தகைய கேள்விகளை எதிர்கொள்வது இதுவே முதன்முறை. நிரபராதிகளை குற்றவாளிகளாக்க சிலந்தி வலையைப் போல பின்னப்பட்டிருக்கும் சட்ட இழைகளுக்குள் சிக்காதபடிக்கு மருதம் கிராமத்து ஆண்கள் பயத்தினால் ஒதுங்கிக் கொண்டனர்.

கிராமத்தினரின் இத்தகைய பயத்தை முன் கூட்டியே எதிர்பார்த்த துணை ஆய்வாளர் அனைவரின் வாயையும் அடைத்துப் போட தன்னுடைய சாதூர்யமான கேள்வியை நினைத்து மனதிற்குள்ளேயே பெருமிதம் கொண்டு "இந்தப் பாருங்கையா இப்ப பொணத்த ஆம்புலன்ஸ் மூலமா டவுன் ஆஸ்பிடலுக்கு அனுப்பி வைக்கிறோம். அங்க போஸ்ட் மார்ட்டம் பண்ணப் பிறகு தான் இதுக்கு யாரு காரணம்னு ஆக்ஷன் எடுக்க முடியும். அதுக்கு முன்னாடி ஸ்டேஷனுக்கு வந்து ஒரு கம்ளைண்ட் எழுதிக் கொடுங்க" என்றார்.

கிராமத்திற்கும் நீர்த் தொட்டிக்கும் உறவாய் அமைந்த தாய்வரப்பின் முடிவில் சற்றுத் தள்ளி வெள்ளை நிற ஆம்புலன்ஸ் வந்து நின்றது. "பொணத்த தூக்குங்கப்பா" என துணை ஆய்வாளர் உத்தரவிட்டார்.

அதுவரை ஜீவனற்று ஒலித்திருந்த ரெபெக்காளின் குரல் "ஏம்புள்ளய கொடுக்க மாட்டேட... ஏம்புள்ளைய எங்கிட்டையே உட்டுடுங்க..." என சூசையின் மார்பில் தலை வைத்து பீரிட்டு அழுதாள். அதன் பிறகு அவளுக்கு வார்த்தை வரவில்லை "ஆஆஆஆஆ... ஆ... ஆ... ஆ... ஆ... ஆ... ஆ... ஆ... ஆ... ஏ"ம் புள்ள... ஆ.. ஆ... ஆ... ஆ... ஆ... ஆ... ஆ... ஆ... ஆ... ஏம்புள்ள..." முதலில் மேல் தொண்டையிலும் பிறகு அடித்தொண்டையிலும் கத்திக்கொண்டே சூசையின் கருகிய முகத்தில் முகத்தைப் புதைத்தாள். முத்தங்களிட்டால் அவனின் உடலை கடைசியாய் தடவிப் பார்த்தாள்.

இதைப் பார்த்த பெண்களின் அழுகுரல்களின் அடர்த்தியும் சத்தமும் வயல் கொக்குகள் மிரண்டு சிறகுகளை சிலிப்பி பறக்குமளவிற்கு ஒலித்தது. பல ஆண்கள் சோகத்தை வெளியில் காட்டாமலும் உள்ளுக்குள்ளாகவே வைத்துக்கொள்ள முடியாமலும் வாய் திறந்து அழமுடியாமலும் தனியாக நின்று விம்மிக் கொண்டார்கள். பெண்கள் மாரிலும் வயிற்றிலும் அடித்துக் கொண்டார்கள். அவர்கள் அனைவரும் தலைவிரி கோலமாய் காட்சி அளித்தார்கள்.

"யோவ் சீக்கிரம் தூக்குங்கைய்யா" என மீண்டும் உத்தரவு வர நான்கு ஆண்கள் சூசையின் அருகில் வந்து நின்றனர்.

"ஏம் புள்ள... ஆ... ஆ... ஆ... ஆஞ்... ஆ... ஆ... ஆ... ஆ... ஏம்புள்ள..." என்பதைத் தவிர ரபேக்காளுக்கு வார்த்தை ஏதும் வராமல் சூசையின் உடல் மீதே புரண்டு கொண்டிருந்தாள்.

ரபேக்காளை காவலர்கள் வலுவாய் பிடித்துக்கொண்ட பின்னரே நான்கு ஆண்கள் ஆம்புலன்ஸ் ஸ்டெக்சரில் வைத்து தூக்கினர். சூசை பிணமாகப் போகும் காட்சி கிராமத்தினரின் அழுகுரல்களை மேலும் கூட்டியது. ஒப்பாரியும் ஓலங்களும் சேரிகளுக்கு மட்டுமே சொந்தமாக இருக்கிறது என்பதை மீண்டும் அந்தக் காட்சி உறுதிப்படுத்தியது. தாய்வரப்பின் மீது ஸ்டெக்சரில் பிணம் போகிறது, கிராமத்தினரின் அழுகுரல்கள் பின்தொடர்கிறது. பல ஆண்களும் பெண்களும் அழுதபடியே வழுக்கி கீழே விழுகின்றனர். ரபேக்காள் ஸ்டெக்சரை பின்தொடர்ந்து மார்பில் அடித்துக் கொண்டே ஓடுகிறாள். அவளைப் பின்தொடர்ந்து சூசையின் அண்ணன் பிரான்ஸிஸூம் தந்தை மரியதாசுயும் ஓடுகின்றனர். சூசையின் வகுப்பு நண்பர்கள், கிராம நண்பர்கள், அவனோடு விளையாடிய சிறுவர்கள் உறவாடிய பெரியவர்கள் அனைவரும் ஓடி வருகின்றனர்.

சூசையின் உடல் ஆம்புலன்சுக்குள் வைக்கப்பட்டது. ஆம்புலன்ஸ் மருதம் கிராமத்தை விட்டு செல்கிறது. சூசையின் நினைவுகளோ கிராமத்தினரின் வார்த்தைகளிலும் இதயங்களிலும் உழல்கிறது. அதோ சூசை கடைசியாய் குளித்த தொட்டியில் வடியாமல் இருக்கும் நீரில் அவன் நினைவுகள் இன்னும் ஈரமாயிருக்கின்றன. தினந்தோறும் பொழுது புலரும் நேரத்தில் காக்கை சிறகு சிளிப்பி கரைவது முதலில் சூசையைக் கண்டு தான்! அதோ அந்தக் காக்கையின் கண்களில் சூசையின் நினைவுகள் ஒட்டியிருக்கின்றன. தாய்வரப்புகளின் மேலிருக்கும் மணல் பாட்டை சூசையின் இளம்பாத ஸ்பரிசத்துக்காக இனி ஏங்கித் தவிக்கும். அதோ அந்தத் தாய்வரப்பின் பாட்டையில் சூசையின் பாதத் தடம் எந்நாளும் அழியாமல் இருக்கும். நூலகத்தில் அவன் விரித்துப் படித்து பாதியிலேயே மடித்து வைத்துவிட்டு வந்த புத்தகம் அவன் வருகைக்காக காத்துக் கிடக்கும். அந்தப் புத்தகங்களில் அவன் குறித்து வைத்தக் கருத்துக்களில் அவனின் நினைவு கோடாய் நெளியும். ஒரு கிலோ மீட்டர் தூரத்தில், ஊர்த் தெருவில் உள்ள ரேஷன் கடையில் அரிசி வாங்கி வைத்துவிட்டு சூசை போன்ற ஒருவனுக்காக முருகம்மா போன்ற கிழவிகள் இனி காத்துக் கிடப்பார்கள். அவர்களின் நினைவிலும் அவர்கள் சுமக்கும் சுமையிலும் சூசையின் நினைவுகள் பூசப்பட்டிருக்கும். மழலைகள் புன்னகை சிந்த அவன் செய்த கோமாளி செயல்களுக்காக அவன் வீட்டருகில் இருக்கும் மழலைகளின் கண்கள் சூசையைத் தேடி அலையும். அவன் சாப்பிடும் போது அவனுடனிருந்து உணவு உண்ணும் வெண்ணிறப் பூனை சூசையின் பாத ஒலிக்காக ஏங்கித் தவிக்கும்.

தன்னுடைய நினைவுகளையெல்லாம் மருதம் சேரியின் ஒவ்வொரு அணுவிலும் பூசிவிட்டு சூசை ஆம்புலன்ஸில் சென்று விட்டான். இழப்பின் வலியை சுமந்து நிற்கும் சேரிக் கூட்டம் செய்வதறியாது தேங்கி நிற்கிறது. விழுதுகளற்ற ஆல மரம் போல சொத்து,கல்வி,அரசதிகாரம் ஏதுமற்று மருதம் சேரி தேங்கி நிற்கிறது. வேணுவும் சதிஷூம் இரண்டு பேர் மட்டுமே மருதம் கிராமத்தில் பட்டப்படிப்பு படித்திருந்தார்கள். அவர்களும் படிப்பிற்கான வேலை கிடைக்காமல் சுய செலவுக்காக ஊர்த் தெரு சாதி இந்துக்களின் கழனிகளில் வேலை பார்ப்பதும் சேரியில் தேக்கி வைக்கும் சாண எருவை சாதி இந்துக்களின் கழனியில் பரப்புவதும் போன்ற வேலைகளைச் செய்து வந்தார்கள்.

இத்தொழிலை அவர்கள் இழிவாக நினைத்த போதும் சேரியரை சுற்றி பின்னப்பட்டிருக்கும் சாதியச் சிறையில் வாழ்வியலுக்காக இழிவுகளை சுமக்க வேண்டும் எனும் சனாதனச் சங்கிலியில் அவர்கள் கட்டப்பட்டிருந்தார்கள். இந்த சனாதன சங்கிலி அனுமதிக்கும் வரையில் தான் இவர்களால் செயல்பட முடியும். இந்த சங்கிலியை அறுத்தெறிய

மாபெரும் சேரியாற்றல் தேவை என்பதை இவர்கள் கல்லூரிக் காலங்களிலேயே சக மாணவர்கள் மூலம் அறிந்திருந்தார்கள். வேணுவுக்கு ட்ராக்டர் ஓட்டத் தெரியும். சூசை இறப்பதற்கு முந்தைய தினம் தான் இவர்கள் ட்ராக்டரில் எருவை ஏற்றி கழனிகளில் கொட்டினார்கள். இன்றும் கொட்ட வேண்டும் என்பதனால் ட்ராக்டர் சாவி வேணுவிடமே இருந்தது. ட்ராக்டரும் சேரியிலேயே நின்றிருந்தது.

“ஒன்னு ரெண்டு பேர் போனா போலீஸ்காரனுங்க நம்மல ஏமாத்திடுவானுங்க. அதனால நாம எல்லோரும் போகலாம்.” என்று சாமுவேல் சொல்ல “ஆமாமா... அதுதா சரிய்யா...” என பதில் குரல்கள் எழுந்தன.

வேணு ட்ராக்டரை கொண்டு வந்து சோகத்தில் தேங்கி நிற்கும் சேரியரிடம் நிறுத்தினான். “ஆம்பல பொம்பல எல்லோரும் ஏறுங்கைய்யா” என ஒரு முதியவர் உத்தரவிட ட்ராக்டரின் முன்புறத்தில் வேணு அமர்ந்திருக்கும் இருக்கைக்கு அருகில் காலியாக இருக்கும் இரண்டு புறமும் சதிஷும் இன்னொருவரும் அமர்ந்து கொண்டனர். ட்ராக்டரின் முன்புறத்தில் பெரியதாக இருக்கும் பின் சக்கரங்களுக்கு மேலே ஒவ்வொரு புறமும் இரண்டு ஆட்கள் என நான்கு ஆண்கள் அமர்ந்து கொண்டார்கள். அதில் சாமுவேலும் சூசையின் தந்தை மரியதாசும் அண்ணன் பிரான்ஸிசும் இருந்தனர். ட்ராக்டரோடு இரும்பு கொக்கியால் இணைக்கப்பட்ட பளுவேற்றும் பெட்டியில் பெண்களும் சில ஆண்களும் பள்ளிக்குப் போகும் சில சிறுசுகளும் அமர்ந்து கொண்டார்கள் முருகம்மாள் சாரதா கிழவி கூட ட்ராக்டரில் ஏறிக் கொண்டார்கள்.

காவல் நிலையம் மருதம் கிராமத்திலிருந்து ஐந்து கிலோ மீட்டர் தொலைவில் இருக்கிறது. குண்டுங் குழியுமான சாலையில் பள்ளத்தில் குதித்து எழுந்து தள்ளாடியபடி நகர்ந்தது. ட்ராக்டருக்குப் பின் பத்துக்கும் மேற்பட்ட சைக்கிளில் இளைஞர்கள் புறப்பட்டனர். ஒரு சைக்கிளில் இருவரோ அல்லது மூவரோ அமர்ந்திருந்தனர். மூவர் அமர்ந்து வரும் சைக்கிளில் பின் பக்கம் அமர்ந்திருப்பவர் தன்னுடைய இருக்கையில் இரண்டு பக்கமும் கால் போட்டுக் கொண்டு சைக்கிளின் பெடலை மிதித்தார்கள். மூன்று நபர்கள் இருக்கும் சைக்கிலின் பெடலை நான்கு கால்கள் மிதித்தன. மருத கிராமத்துச் சேரி வெறிச்சோடியது. ட்ராக்டரில் பயணப்படும் மானுடங்களின் முகத்தில் சூசையின் நினைவுகள் சோகமாய்ப் படர்ந்திருந்தன. சாரதா கிழவி மட்டும் ட்ராக்டர் குலுங்கலிலும் ஒப்பாரியை நிறுத்தாமல் வந்தது. பசி எனும் உணர்ச்சி இப்போது அனைவருக்கும் மரத்துப் போயிருந்தது. ரபெக்காளின் கண் இமைகள் எப்பொழுதாவது தான் மூடித் திறந்தது. அவளின் நிலைகுத்திய பார்வை மகனின் நினைவுகளோடு உறவாடிக்கொண்டிருந்தது.

குண்டும்குழியுமான சாலையில் விழுந்து எழுந்து ஆடி அசைந்து ஒருவழியாக காவல் நிலையம் இருக்கும் சிலையூருக்கு ட்ராக்டர் வந்து சேர்ந்தது. சைக்கிளில் வந்த இளைஞர்களும் சற்று நேரத்திலேயே வந்து சேர்ந்தார்கள். காவல் நிலையத்தின் முன் புறம் இருக்கும் வேப்பமரத்தினடியில் மருத கிராமத்தினர் வந்து அமர்ந்தனர். காவல் நிலையத்திற்கு பின்புறம் மக்கள் நீரறுந்தும் குளம் இருந்தது. தாகமெடுக்கும் மக்கள் அந்த அதில் தாகம் தீர்த்துக் கொண்டார்கள். இப்போது சாரதா கிழவி ஒப்பாரியை நிறுத்திவிட்டிருந்தாள். ஆனால் ரெபெக்காளின் நிலைகுத்தியப் பார்வை அப்படியேதான் இருந்தது.

மரத்தடியில் பழுத்த வேப்பம் பழங்களும் சருகான இலைகளும் உதிர்ந்திருந்தன. காவல் நிலையத்தின் வலதுபுறம் குற்ற வழக்குகளில் பிடிக்கப்பட்ட இருபதுக்கும் மேற்பட்ட சைக்கிள்கள் சாய்த்து வைக்கப்பட்டிருந்தன. அந்த சைக்கிள்கள் பெரும்பாலும் சேரியர்களுடையதாகவே இருந்தன. அந்த டைனமோ வச்ச சைக்கிள் அந்த கிராமத்து அண்ணந்து " டைனமோவே இல்லாம காய்ஞ்ச எலுமிச்சம் ஸ்டேரிங்குல தொங்குதே அது அந்த தம்பிது" என பெரும்பாலான சைக்கிள்களை மருத கிராமத்து ஆண்களாலும் அடையாளம் காண்பிக்க முடிந்தது. அதில் சில துருப்பிடித்து சிதைந்து போயிருந்தன.

காவல் நிலையத்தினுள் சென்ற அனுபவம் மருத கிராமத்து சேரி மக்களுக்கு யாருக்குமே இருந்ததில்லை. பட்டதாரிகளான வேணுவும் சதிஷும் தான் காவல் நிலையத்தின் உள்ளே தயங்கி தயங்கி சென்றனர். நுழைவாயிலை ஒட்டி ஒரு நீளமான ஒரு வராந்தா இருந்தது. வராந்தாவுக்கு எதிற்புறம் ஒரு சிறிய அறை. அந்த அறையின் நுழைவாயிலில் 2 அடி அகலம் ஒரு அடி உயரத்தில் கட்டையால் ஆன பெயர் பலகையில் உதவி ஆய்வாளர் என வெள்ளை வண்ணத்தில் எழுதப்பட்டிருந்தது. அதைக் கடந்து உள்ளே ஒரு பெரிய அறை இருந்தது. அந்த அறையின் இடதுபுறம் மேஜையும் நாற்காலியும் இருந்தன. அந்த நாற்காலியில் வி வடிவிலான வெள்ளை நிற பட்டையை அணிந்திருக்கும் தலைமைக் காவலர் அமர்ந்து எழுத்து வேலையில் ஈடுபட்டிருக்கிறார். இந்த பெரிய அறையின் வலதுபுறம் ஒரு இருட்டு அறை இருந்தது. அதில் தெளிவாக தெரியாத இரண்டு நபர்கள் லுங்கி கட்டிக் கொண்டு சட்டை போடாமல் அமர்ந்திருந்தார்கள். பெரிய அறையின் இடது புறமும் ஒரு அறை இருந்தது அந்த அறைக்குள் சில காவலர்கள் வருவதும் போவதுமாக இருந்தார்கள். சதிஷும் வேணுவும் நேரே எழுத்து வேலையில் இருக்கும் காவலரிடம் சென்று "சார் நாங்க மருதம் கிராமத்திலிருந்து வர்ரோம். எங்காளு ஒருத்தரு கரண்ட் அடிச்சி இறந்துட்டாரு. எஸ். ஐ. சார் ஸ்டேஷனுக்கு வந்து கம்ளைண்ட் எழுதிக் கொடுக்கச் சொன்னாரு அதுதா வந்திருக்கோம்" என வேணு கூறினான்.

“வெளியில இருய்யா எஸ். ஐ. ரௌண்ட்ஸ் போயிருக்கிறாரு வந்ததும் கூப்புட்றேன்” என காவலர் சொல்லி முடித்தான். அப்போது மேஜையின் மீது இருந்த வாக்கிடாக்கியில் இரைச்சலான சத்தத்துக்கிடையில் யாரோ பேசினார்கள். “ஹலோ கண்ட்ரோல் ரூம்” எனும் வார்த்தையும் இடை-யிடையே எழும் க்னினினிக்... க்னினினிக்... எனும் சிறு இசை மட்டுமே இவர்களுக்கு கேட்டது. ஆனால் அதை எதையுமே கவனிக்காமல் அந்த எழுத்தர் ஏதோ எழுதிக்கொண்டே இருந்தார்.

சதிஷும் வேணுவும் காவல் நிலையத்திலிருந்து வெளியில் வந்ததும் மக்களின் பார்வை இவர்களை நோக்கியே இருந்தது. இவர்கள் மரத்தடியில் வந்து நின்றதும் மக்கள் இவர்களை சூழ்ந்து கொண்டார்கள். “என்னாச்சு... என்ன சொன்னாங்க” எனும் கேள்வியை ஒரே நேரத்தில் மூன்று நான்குபேர் ஆண்களும் பெண்களுமாக கேட்டார்கள்.

”எஸ் ஐ. வரணும் அது வரைக்கும் வெளியில இருங்கன்னு சொல்லிட்டாங்க” என சொல்லிவிட்டு சதிஷும் வேணுவும் மரத்தடியிலேயே அமர்ந்தனர்.

ரௌண்சுக்கு போனதாக எழுத்துக் காவலர் சொன்ன துணை ஆய்வாளரும் இரு சக்கர வண்டியில் வந்தனர். அதில் துணை ஆய்வாளர் புல்லட்டை ஓட்டிக் கொண்டு வந்தார். அவரின் பின்னே தொப்பை தொங்கும் தலைமைக் காவலர் அமர்ந்திருந்தார். மற்ற காவலர் மூவரும் சாதாரண இரு சக்கர மோட்டார் வண்டியில் வந்தனர். அவர்கள் நுழைவாயிலின் அருகே வண்டியை நிறுத்தி விட்டு காவல் நிலையத்திற்குள் நுழைந்தனர்.

பத்து நிமிட இடைவெளியில் பஜாஜ் சடாக் ஸ்கூட்டரில் அந்த பாதிரி வெள்ளை நிற அங்கியில் அல்லாமல், வெள்ளை நிற சட்டையில் இளஞ்சிவப்பு நிறத்தில் செங்குத்தாக அருகருகே சிறு கோடுகள் இடப்பட்டிருக்கும் சட்டையும் இள நீல நிறத்தில் பேண்ட்ஸும் அணிந்து கொண்டு முகத்தில் சிறு முடியும் வெளிக்காட்டாதவாறு சவரம் செய்து கொண்டு, அந்த மாநிறத்தில் வெள்ளை நிற பவுடரை தெரியுமளவுக்கு அப்பிக்கொண்டு, ஏதோ திருவிழாவுக்கு போகும் இளைஞன் போல வந்திறங்கினார். அவர் காவல் நிலையத்தில் எவ்வித தயக்கமும் இல்லாமல் நன்கு தெரிந்த குளத்தில், எங்கே தாமரைத் தண்டிருக்கும், எங்கே சேறிருக்கும் எங்கே மேடிருக்கும் என நீச்சலடிப்பவனைப் போல அவர் காவல் நிலையத்தில் நுழைந்தார்.

பாதிரியைப் பார்த்த சாமுவேலின் கண்கள் கோபத்தால் சிவந்தது. அவருடைய நெற்றிப் பொட்டு சுருங்கியது. உதடு பேசவில்லை ஆனால் அவரின் மனசு பேசியது “எல்லாமே சூழ்ச்சியோடத்தா நடக்குது! போலீஸ்காரனுங்களும் இந்த பாதிரியும் ஒன்னுக்குள்ள

ஒன்னா மாறிட்டானுங்க இந்த தே... பசங்க இன்னும் என்னவெல்லாம் செய்யப் போறானுங்களோ" அச்சமும் கோபமும் குழைந்த உணர்வு உடல் முழுதும் பரவியது.

"யாம்பா யாருப்பா மருதம் ஆளுங்க" என கண்ணாடியணிந்த எழுத்துக் காவலர் அழைக்க, வேப்ப மரத்தின் அடியில் சருகுகளோடு சருகுகளாக உதிர்ந்த பழம் போல உசுர் உதிர்ந்த உடல்களாக அமர்ந்திருக்கும் மக்களின் கண்கள் காட்டுப் புலியின் பாத ஒலியை கூர்ந்து கவனிக்கும் மான்களின் காதுகள் போலவும் பார்வையைப் போலவும் ஒரு கணம் நிசப்தமாக தங்களுடைய காதுகளையும் வார்த்தை வந்த இடத்தை நோக்கி கண்களையும் செலுத்தினர்.

சதிஷும் வேணுவும் "சார் நாங்கதா இங்கத்தா இருக்கோம்" என பதிலுரைத்தனர்.

"யோவ் செத்துப் போனவனோட குடும்பமும் கூடவே ரெண்டு பேரும் வாங்க, அய்யா கூப்புட்றாரு" என சொல்ல மரியதாசும் பிராண்சிஸும், சதிஷும் வேணுவும் சாமுவேலும் உள்ளே சென்றனர்.

"ஏ சாமுவேல் வேணாண்டா... ஊ மேல போலீஸ்காரனுங்க கார்பாடா இருக்கானுங்க" என சாரதா கிழவியும் இன்னும் சில பேர் சொன்னதையும் கேட்காமல் சாமுவேலும் உள்ளே சென்றார். அனைவரும் உதவி ஆய்வாளர் என எழுதியிருக்கும் அறையினுள்ளே சென்றனர்.

அறையில் உதவி ஆய்வாளருக்கு எதிரே போடப்பட்டிருக்கும் மர நாற்காலியில் பாதர் அமந்திருந்தார். சதீஷையும் ராமுவையும் தவிர மற்ற மூவரும் பல நூறு ஆண்டுகாலத்தின் அடக்குமுறை வடிவமான கை கட்டலை கடைபிடித்தனர்.

"இங்கப்பாருங்கய்யா தண்ணியில கரண்ட் இருந்ததற்கான எந்த அத்தாட்சியும் இல்ல. அது தனியார் பம்ப் செட் இல்ல. நீங்க சொன்ன உடனே யார் மேலயாவது நடவடிக்கை எடுக்க. அது சர்ச்சுக்கு சொந்தமான பம்பு செட்டு. அங்க யாருக்கும் சூசை மேல முன் விரோதம் இருக்கப் போறது இல்ல. சர்ச் பாதரும் நேரிலியே வந்துட்டாரு. சர்ச்சுக்கு சொந்தமான பம்ப் செட்டுல பாடி இருந்ததால, ஃபாதரும் ஏதோ நஷ்ட ஈடு குடுக்குறேன்னு சொல்றாரு. நீங்க என்ன சொல்றீங்க ?" என உதவி ஆய்வாளர் சொல்லி முடித்தார்.

"சார் நாங்கத்தா கரண்ட் ஒயரை தண்ணித் தொட்டியில இருந்து வெளியே எடுத்தோம். அதக் கூட நாங்க கையிலேயே வச்சிருக்கோம்." என சாமுவேல் சொல்லி முடித்ததும் கோபம் உச்சேறிய உதவி ஆய்வாளர் "யோவ் யாருய்யா அங்க, இவனை லாக்கப்ல தள்ளி நாளு சாத்து

சாத்துயா" எனக்கு இன்னமோ இவன் தான் கரண்ட் வச்சிருப்பானோன்னு தோணுது. என உதவி ஆய்வாளர் கூற தலைமைக்காவலர் தன் கைய்பில் வைத்திருந்த லத்தியினால் சாமுவேலின் தொடை மீதும் கெண்டைக் கால் மீதும் சரமாரியாக அடித்தார். லத்தி அடி கேட்டு காவல் நிலையத்தின் வெளியே இருந்த மருத கிராமத்து மக்கள் ஆய்வாளரின் அறைக்கு வெளியே வந்து குழுமினர். சாமுவேலின் சட்டையைப் பிடித்து காவல் நிலையத்தில் இருக்கும் அந்த இருட்டு லாக்கப்பில் தள்ளினார் தலைமைக் காவலர்.

சலசலத்தோடும் வாய்க்கா நீரோடும் நெற்கதிற்களோடும் இதயத்தைக் கொஞ்சி விளையாடும் குருவிகளின் இன்னிசையோடும் வியர்வையை சிந்தி விளைச்சலை கொடுத்து தன்னுடைய வாழ்க்கையை அர்த்தப் படுத்திக்கொண்ட சாமுவேலுக்கு காவல் நிலையத்தின் இருட்டறை அச்சமூட்டுவதாய் இருந்தது. `கிராமத்து ஆளுங்க முன்னாடியும் அந்த கொலைகாரன் முன்னாடியும் நம்மல அடிச்சிட்டானுங்களே' எனும் அவமான உணர்ச்சி அவர் உசிரை பிச்சித்தின்றது. லாக்கப்பில் மட்டுமல்ல அவரின் உணர்வு முழுவதும் இருள் சூழ்ந்தது.

சூசையின் கொலைக்குப் பின்னே இருக்கும் சாதிய உணர்வு அறிந்த, சாமுவேலை இருட்டறையில் தள்ளிவிட்டு உதவி ஆய்வாளரின் அறையின் வெளிச்சத்தில் கொலைகாரனைக் காப்பாற்றுவதற்காக பேரம் நடக்கிறது. நீதியை மறைத்து அநீதியை செழிக்க வைக்கும் இரண்டாயிரம் ஆண்டுகளுக்கு மேலான சாதிய அரச எந்திரத்தின் உத்தி இது. சிலையூரின் காவல் நிலையத்திலும் அதே உத்தி வெற்றியடையும் தருவாயில் இருக்கிறது.

“இந்த பாருங்கய்யா இந்த டெத்து கோர்ட், கேசுன்னு போனா எப்படியும் பத்து பதினஞ்சு வருசம் இழுக்கும். அதுக்குள்ள மரிய தாசும் செத்துப் போய்டுவாரு. பிரான்சிசுக்கும் குடும்பம் கொழந்தைங்கன்னு இருக்கு. அவன் குடும்பத்தப் பாப்பானா இல்லன்னா கோர்ட்டு கேசுன்னு அலைவானா? பேசாம பாதர் சொல்றா மாதிரி கேளுங்கய்யா...” என உதவி ஆய்வாளர் சொல்லி முடிப்பதற்குள்ளாகவே பாதர் பேசலானார். “இந்த பாரு மரிய தாஸ் ஆண்டவருக்கு சொந்தமான நம்ம தோட்டத்துல இது போல ஒரு அசம்பாவிதம் ஆயிடுச்சு. இத யாரும் வேணுமுன்னு செய்யல. இத்தனை வருசமா தோட்டத்து பம்ப் செட்ட உங்காளுங்கதா பயன்படுத்துறாங்க சர்ச் நிர்வாகமும் இதுவரைக்கும் ஏ எதுக்குன்னுக் கூட கேட்கல. ஆண்டவர ஏத்துட்டு வெள்ளை அங்கி போடுற நாங்களா இதுப் போல செய்வோம். மேல பிஷப்கிட்ட பேசியிருக்கோம். ஆண்டவருக்கு சொந்தமான தோட்டத்துல நடந்ததால நாம அந்த குடும்பத்தின் துக்கத்தில் பங்கு கொள்ளனும்னு பிஷப்பே சொல்லிட்டாரு. உங்க குடும்பத்துக்கு

தேவையான உதவிய நானு பிஷப்புக்கிட்ட பேசி வாங்கித் தாரேன்." என ஃபாதர் நயவஞ்சகத் தூண்டிலை துக்கத்தில் துடிக்கும் மரியதாசின் உயிரின் மீது ஏவினார்.

சாவு வீட்டில் பேரம் பேசும் பாதரின் வார்த்தைகளை சகிக்க முடியாத வேணுவோ "சார் நாங்க பேரம் பேச வரல, தண்ணித் தொட்டியில கரண்ட் வச்சவங்க மீது நடவடிக்கை எடுக்கனும். அதுக்குத்தான் நாங்க இங்க வந்திருக்கோம்." என குரலுயர்த்தி சொன்னான்.

வேணு பேசியதை சகிக்க முடியாத உதவி ஆய்வாளர் "டேய் தம்பி நீ யாரு. செத்து போனவனுக்கு நீ என்ன உறவு" என கேட்டார்.

"செத்துப் போன சூச எங்க ஊர் தான் சார். என சதீஷிடமிருந்து பதில் வந்தது.

"டேய் தம்பிங்களா நாங்க செத்துப் போனவனோட குடும்பத்துக்கிட்ட பேசிக்கிறோம் நீங்க வெளிய நில்லுங்க" என உதவி ஆய்வாளர் கூறியதும், அவரின் ஒவ்வொரு வார்த்தைகளையும் உத்தரவுகளாக மேற்கொண்டு செயல்படுத்த தயாராக இருக்கும் தலைமைக் காவலர் "ஏம்பா தம்பிங்களா கொஞ்சம் வெளியில இருங்கப்பா" என சதிஷ், வேணுவின் தோள் மீது கை போட்டுக் கொண்டு வெளியே தள்ளிக் கொண்டு சென்றார் தலைமைக் காவலர்.

மரியதாசுக்கும் பிரான்சிசும் துக்கம் உயிரில் பரவியிருக்க, அவர்கள் எதிரே அதிகாரம் நாற்காலியில் அமர்ந்திருக்க, பதிலுரைக்க வார்த்தையற்று கிடந்தார்கள்.

"யாம்பா மரியதாஸ் என்ன யோசிக்கிற, அதுதான் பாதர் பிஷப்கிட்ட பேசி எல்லாத்தையும் பார்த்துக்குறேன்னு சொல்லிட்டாருல்ல. இன்னிக்கு சாயந்திரம் போஸ்ட் மார்டம் முடிஞ்சு பாடி வீடு வந்து சேர்ந்துடும். போஸ்ட் மார்டம் ரிப்போர்ட் இன்னும் ஒரு வாரத்துல வந்துடும். நீங்க சொல்ற மாதிரி உம் புள்ள கரண்ட் அடிச்சு செத்திருந்தா,நாங்க சும்மா விடமாட்டோம் கவலப் படாம வீட்டுக்குப் போயி ஆகுற வேலையப் பாருப்பா" என காவல் துணை ஆய்வாளர் கூறனார்.

காவல் நிலைய வாசலில் அமர்ந்திருக்கும் மருதம் கிராமத்துக் கூட்டம் சூசையோடு சேர்ந்து நீதியும் புதைந்து போனதான கனத்த சோகத்தில் வீடு திரும்பினார்கள். சூசையின் மரணத்தை தன் இதயத்தில் புதைத்துக் கொண்டு சோகத்தில் கனத்தது மருதம் கிராமம்.

★★★

5

சேரிகளுக்கு மட்டுமே சொந்தமாயிருந்த உடைமை-யின்மையும் ஒப்பாரிகளும் ஊர் தெருக்களுக்கும் சாதிய வடிவில் அல்லாது வேறொரு வடிவில் சொந்தமாகப் போகிறது என்பதை இன்னமும் மருதத்தின் ஊர் தெருக்கள் உணரவில்லை. மருதத்தை சுற்றியுள்ள நிலமும் நிலத்தை விளைவிக்கும் சேரியரின் உழைப்பும் என்றென்றைக்கும் தனக்கே உரியவை என வரப்போகும் உலகக் கொடுமை அறியாது ஊர்தெரு இறுமாப்பில் கிடந்தது.

பருவத்தின் மாறுதலில் வரும் கோடை காலத்து மழையில் நிரம்பும் ஏரிகள் உலக ராட்சச கம்பெனிகள் தன் உயிரை குடிக்கப்போகின்றன என்பது தெரியாமல் சிற்றலை சுகத்தில் மிதந்தன. அதில் மீன்களும் அதன் குஞ்சுகளும் துள்ளி குதித்தன. சமவெளியும் ஏரியின் நீரும் சங்கமிக்கும் சேற்று நிலத்தில் நண்டுகள் அழகாய் நடையிட்டன. தன் மெல்லுடலைக் காக்கும் ஓட்டின் மீது சேற்றை பூசிக் கொண்டு ஊர்ந்து மகிழ்ந்தன நத்தைகள்.

கர்னாடகத்தின் நந்திமலையில் உருவாகி, உருண்டு 250 கிலோ மீட்டர் பயணித்து வங்காள விரிகுடாவில் பாலாறு, தன்னை சுற்றியுள்ள வளங்களுக்காகவும் ஏரிகளில் நீரை நிரப்பும். பாலாறு நீரை உள்வாங்கி காவரிப்பாக்கம் ஏரி ததும்பும். ததும்பி வழியும் நீர் கல்லாறாகவும் மருதம் கிராமத்தின் கூவம் ஏரி நீரை உள்வாங்குவதால் கூவம் ஆறாகவும் பயணித்து இன்னொரு திசையில் வங்கக் கடலில் கலக்கும். உலகப் பணக்காரர்களின் கூட்டுச் சதியால் உருவான அணைகளால் நாம் தடுக்கப்படுவோம் என்பதை அறியாது இப்போதும் மருதம் கிராமத்தின் அருகில், சலசலப்பொலியோடு குளுமையை, பசுமையை வாரி இறைத்து பயணித்துக் கொண்டுதான் இருக்கிறது கூவம் ஆறு. இளவேனிற் காலத்தின் நறுமண மலர்களின் தேனை உறிஞ்சி அவற்றின் மகரந்தங்களை மண்ணில் புதைக்க நாடுகடந்து வரும் ராட்சச வண்டுகளைப் பற்றி அறியாமல் இப்போதும் அவை அவற்றின் விதவித வாசத்தால் மருதம் மக்களின் நாசியில் நுழைந்து கொண்டுதான் இருக்கின்றன.

மருதம் கிராமத்தில் உள்ள தேநீர் கடைக்காரர், தேநீர் குடிப்பவர்கள் தேநீரோடு செய்திகளையும் சுவைக்க பொழுது விடிவதற்குள் பக்கத்து

டவுனுக்குப் போய் செய்தித் தாளை வாங்கிவந்து வைத்துவிடுவார். தேநீர் கடையின் கல்லாப் பெட்டி மேஜையிலும் புரை, பிஸ்கட், பன், கேக், என நான்கிற்கும் நான்கு பெரிய பாட்டிலை வரிசையாய் வைத்திருப்பார். பாட்டில்களுக்கு அடியில் அன்றைய தலைப்புச் செய்திகளைக் கொண்ட போஸ்டர் தொங்கவிடப்பட்டிருக்கும். அன்றைக்கு தொங்கிய போஸ்டரில் ‘GATT’ ஒப்பந்தத்தில் இந்திய அரசு கையெழுத்து என கொட்டையான எழுத்துக்களில் செய்தி தென்பட்டது. அப்பொழுது ‘காட்’ என்றால் என்னவென்றோ அந்த ஒப்பந்தம் ஏற்படுத்தும் கொடிய மாற்றங்களையோ மருதம் கிராமத்தினர் அறிந்திருக்கவில்லை. வழக்கமாக செய்திகள் பற்றி தேநீர் அருந்துபவர்களிடம் அரசியல் பேசிக் கொண்டிருக்கும் சண்முகம் முதலியாருக்கும் இதைப் பற்றி தெரிந்ததாக இல்லை. 50 வயது மாநிறம் நரைத்த முடி கட்டையான குட்டையான உருவம் கொண்டு தேநீர் கடையில் எப்பொழுதும் கால்மேல் கால் போட்டு அமர்ந்திருக்கும் சண்முகத்திடம் அதே வயது மதிக்கத்தக்க சகரர் ஒருவர் “சண்முகம் `காட்’ட்டுன்னா என்ன ? என வினா எழுப்ப “அதப்பத்தி இப்போதைக்கு ஒன்னும் தெரியலப்பா” இது உலக நாடுகளோட போட்டுக்கன ஒப்பந்தமாம். இந்த ஒப்பந்தத்தால நம்ம நாடு எல்லாத்துலேயும் முன்ன வரும்னு பேப்பர்ல போட்டிருக்கானுங்க. இந்த நாடு என்னத்த முன்னேறுதுன்னு பொறுத்திருந்துப் பாப்போம்.” என கூறிவிட்டு தன் வெண்துண்டை உதறி தோளில் போட்டுக் கொண்டு தன்னுடைய மோட்டார் பைக்கில் அமர்ந்து கொண்டு ஸ்டார்ட் செய்வதற்கு முன்பாக “டேய் யாருடா அங்க” என குரல் கொடுத்ததும் இவரின் குரலுக்காகவே வெளியில் 10 அடி தூரத்தில் கண்ணாடிக் குவளையில் டீ குடித்துக் கொண்டு காத்துக் கோண்டிருக்கும் சேரி ஆண்கள் இவரை சூழ்ந்து கொண்டு நின்றார்கள். இது வழக்கமாக நடப்பதுதான். ஏனெனில் சண்முகம் 10 ஏக்கர் விவசாய நிலங்களுக்கு சொந்தக்காரர். இவர் வயல்வெளியில் எப்பொழுதுமே ஏதாவது ஒரு வேலை நான்கைந்து பேருக்காவது இருந்து கொண்டே இருக்கும்.

சண்முகத்தைப் போலவே நான்கைந்து நிலவுடைமையாளர்கள் தேநீர் கடைக்கு வருவார்கள். இவர்கள் வருவதற்குள்ளாகவே சேரி ஆண்கள் தேநீர் கடைக்கு வந்துவிடுவார்கள். இவர்களால் வேலை பகிர்ந்தளிக்கப்பட்ட பின் சேரி ஆண்கள் உரிய விளைநிலங்களுக்கு சென்று விடுவார்கள். காலையில் கஞ்சியும் மதியம் சோறும் வயல்வெளிக்கே வந்துவிடும். காலையில் கஞ்சி குடிக்க சேரி ஆண்களின் கைகளே தட்டுகளாகும். மதிய சோறுக்கு தையல் இலைகள் வரும். மாலைக் கூலிக்கு அதே தேநீர் கடையிடம் வந்துவிட வேண்டும். இது தான் சேரி ஆண்களின் அன்றாட பொழப்பு.

இன்றைக்கும் அன்றைய பொழுதின் வேலைக்காகத் தான் சண்முகம் கூப்பிட்டவுடன் சட்டையில்லாத சேரி ஆண்கள் அவரை சூழ்ந்து நிற்கிறார்கள். சூழ்ந்து நிற்பவர்களில் சாமுவேலைக் கண்ட சண்முகத்தின் புருவங்கள் உயர்ந்தன. ஒரு ஏளன உணர்வு சண்முகத்தின் கண்களில் படர்ந்தது. "ஏண்டா சாமுவேலு சம்சாரிங்க நிலத்துல வேலை செய்யாம சாமியாருங்க நிலத்துல வேலை செய்யப்போனையே என்னாச்சு." என சண்முகத்தின் கேள்வி சாமுவேலைக் குத்தியது. "எங்க போனாலும் சம்சாரிங்க நிலம் தான் கஞ்சி வாக்கும்கிறத இப்பவாவது புரிஞ்சுக்கோ" என சாமுவேலின் பக்கத்தில் நின்றிருந்த ஏழுமலையிடம் சண்முகம் கூறினார்.

"சம்சாரிங்க மனம் போல வருமா சாமியாருங்களுக்கு. மதம் மாறலாம் ஆனா நிலம் மாற முடியுமா ?" என ஏழுமலை சண்முகத்தின் ஏளனப் பேச்சுக்குத் தாளம் போட்டார்.

"சரிங்கடா அந்த இரண்டு ஏக்கர் மோட்டு நிலம் சேடை பாய்ச்சிருக்கு, அதுக்கு பக்கத்துல இருக்கிற துண்டு நிலத்துல தான் நாத்தாங்கால் விட்டிருக்கேன். நாத்தப் பறிச்சி சேடையில வலாவிடுங்க நான் காலை கஞ்சிக்கப்புறம் வாரேன். எனக் கூறி மோட்டார் பைக்கை ஸ்டார்ட் செய்து கிளம்பினார். தேநீர்க் கடையில் கூடிய கூட்டம் அன்றைய பொழுதின் பொழப்பறிஞ்சு வயல்களை நோக்கி நகர்ந்தது.

சாமுவேலின் பாதம் மீண்டும் சாதி இந்துக்களின் வரப்புகளில் பட்டது. இதுவரையில் மாதாக் கோயில் நிலங்களுக்கு படியாளாய் இருந்தவன் மீண்டும் சாதி இந்துக்களின் நிலங்களுக்கு தினக்கூலியாய் மாறினான். எந்த சாதிய வடிவங்களை வெறுத்தானோ அதே வடிவத்திற்குள் இப்பொழுது உழைக்க நுழைகிறான். மீண்டும் சாதி இந்துக்களின் நிலங்களுக்கு அவன் நுழைவது உண்டு கழித்ததை மீண்டும் உண்பது போல இருந்தது.

நாற்றாங்கால் நடவு செய்வதற்கு ஏதுவாக பச்சை பசேல் என்று இருந்தது. நாற்றை லேசாய் பறித்தாலே கையில் வருவதற்கு ஏதுவாக,நாற்றாங்காலில் தண்ணீர் பாய்ச்சி அதன் மண் பொதபொதவென இருந்தது. நாற்றாங்காலில் பாய்ச்சிய தண்ணீர் அவ்வளவு குளுமையாக இருக்கும். சேரி ஆண்கள் ஐந்து பேர் கோவணம் கட்டிக்கொண்டு, குத்துக்காலிட்டு நாற்றாங்கால் நிலத்தின் குளிர்ந்த தண்ணீரில் அமர்ந்தார்கள். நாற்றுப் பறித்து முடிப்பதற்குள் விரைகள் மரத்துப் போயிருக்கும். இரண்டு நாட்களுக்கு அந்த மரத்துப் போதல் இருக்கும். சாராயம் தான் அவர்களுக்கான மருந்து. நாற்றுப் பறிப்பவர்கள் வேலை செய்து கொண்டே வேடிக்கையான உரையாடல்களில் இறங்கினார்கள். சாமுவேல் சிந்தனையோ அந்த கிருஸ்தவ பாதிரியாரின் நினைப்புகளுக்கு சென்றது. போலீஸ், பாதரி, அரசு அதிகாரிங்க ஒவ்வொருத்தரா சாமுவேல் கண்

முன்னாடி வந்தார்கள். "அவங்க எந்த வேலையில இருந்தாலும் எந்த மதத்து சாமியாரா இருந்தாலும் அவங்க கையிலுள்ள நிலம் தான் அதிகாரத்தைக் கொடுக்குது. அதைத்தான் சண்முகத்தின் வார்த்தையும் நம்மிடம் திமிரா பேசுது." என சிந்தனையில் ஆழ்ந்து போனான். ஆனாலும் அவனுடைய கைகள் மற்றவர்களைப் போலவே வேகமாய் நாற்றுப் பறித்துக் கொண்டிருந்தன.

சண்முகத்திற்கு தேநீர்க் கடையில் ஒத்தோதிய ஏழுமலை தான் இப்போது சாமுவேல் பக்கத்தில் உட்கார்ந்து நாத்துப் பறித்துக் கொண்டிருக்கிறார். சாமுவேலின் வேலையை மீறி செல்லும் உணர்வை அவரால் புரிந்து கொள்ள முடிந்தது. "ஏண்டா சாமுவேலு நீ இன்னும் சூசையோட சாவப் பத்தி மட்டுமே நினைச்சிக்கிட்டு இருக்கியா?" எனும் வார்த்தை சாமுவேலுக்கு ஆச்சரியமாகத்தான் இருந்தது. அந்த ஆச்சர்யம் சாமுவேலின் பார்வை ஏழுமலையின் கண்களின் மீது படர்ந்ததில் தெரிந்தது. "நீ என் மேலேயும் கோபமா இருப்பேனு எனக்கு தெரியும்டா. காலையில அந்த தடிமாடு சண்முகத்துக்கு ஆதரவா நான் பேசியது உனக்கு கோபம் வருமுன்னு எனக்குத் தெரியும், நான் என்னடா செய்ய. அவன் என் தம்பிய கொன்னத அவ்வளவு சீக்கிரம் நான் மறப்பனா என்ன? என் தம்பி எப்பேர்பட்டவன்னு உனக்குத் தெரியும். அவன கொன்னவங்கள நான் எப்படி மன்னிப்பேன். நம்ம விதி நம்ம கொல்றவங்களோடே உறவாட வேண்டியிருக்கு. இத நான் என் பொழப்புக்காக பண்ணல. என் வயத்துல பொறந்த பொறப்புக்காக பண்ணுறேன். இவனுங்களிடம் உழைச்சி இவனுங்க கையாலேயே செத்துப்போன என் தம்பி மாதிரி என் ஒத்தப் புள்ளையையும் சாகக் கூடாதுன்னு தான், இவனுங்க காத்தே படாம நான் அவன காலேஜிக்கு அனுப்பி படிக்க வச்சிக்கிட்டிருக்கேன். அவனுங்க உருவம் இவனுங்க கண்ணுல படக்கூடாதுன்னு தான் நான் அவன காலேஜ் ஆஸ்டல்யே தங்க சொல்லிட்டேன். நம்ம வைத்துல பொறந்ததுங்க நம்மள போலவே இவனுங்க மண்ணுலேயும் சேத்துலேயும் பொதஞ்சுக் கிடக்காம, புஸ்தகத்துல பொதஞ்சி பெரிய ஆளா வரனுமுன்னு தான் அவன அங்கேயே தங்க சொல்லிட்டேன். நம்ம மவராஜனுங்க இந்த வெறிப் புடிச்ச நாயிங்க மொகத்துல முழிக்காம மகராசனுங்களா கண்ணுக்கு மறைவா வாழ்ந்துட்டுப் போகட்டும்டா. அதுக்காகத்தான் இந்த பொறுக்கிகளோட நம்ம பொழங்க வேண்டியிருக்கு" என கூறியவாறே நாற்றைப் பறித்து வைக்கோல் தாளில் கட்டுகட்டி பின்னுக்குப் போட்டபடி வந்தார்.

காலையில் டீ கடையில் சண்முகத்திற்கு ஒத்தோதும் விதமாக பேசிய பேச்சுக்கு ஏழுமலையை நம்புவதா, வேண்டாமா என்றிருந்த சாமுவேலுக்கு அவனுடைய வார்த்தைகளும் அதற்கு பின்னாலிருந்த

உணர்வுகளும் சத்தியமாய் பட்டன. சாமுவேல் காயத்தை இப்பொழுதுதான் அனுபவிக்கிறான். ஆனால் ஏழுமலையோ அக்காயத்தை எப்பொழுதோ அனுபவித்தவர்.

நாற்றைப் பறித்து கட்டியவுடன், பரந்து கிடந்த நாற்றாங்கால் நாற்று முடுச்சிகளாக கட்டுண்டு பூக்களை சுமக்கிற ரோஜா செடி போல ஆனது. ரோஜாவின் காம்பு அதன் செடிகளில் புதைந்திருப்பது போல நாற்றுகளின் வேர் நாற்றுச் சுமையில் புதைந்திருந்தது. 15லிருந்து 20 நாற்றுக் கட்டுகளை அல்லது கத்தைகளை அடுக்கியது ஒரு நாத்துச் சுமை. இரண்டு ஏக்கர் பயிரிடுவதற்கு கிட்டத்தட்ட நூறு நாற்றுச் சுமைகள் தயாராயின. அந்த நாத்துச் சுமைகளை நடவுக் கழனியில் போடும் போது நடவு நடும் பெண்கள் வரப்புகளில் காத்துக் கிடந்தனர். சாமுவேல்,ஏழுமலை கூட இருக்கும் சேரி ஆண்கள் நாத்துக்கட்டுகளை நடவுக் கழனியில் போட்டு அதை கழனி நிரம்ப வளாவினார்கள். நாத்து வளாவுவதை பார்ப்பதற்கு அவ்வளவு அழகாய் இருக்கும். நாத்துக்கட்டின் வேர் பகுதி மண்ணைச் சுமந்து கொண்டு அடர்த்தியாய் பளுவாய் இருக்கும். நாத்துக்கட்டின் நுனிப் பகுதியோ ஒரு மழலையின் உதடு போல இருக்கும். நாத்தின் நுனி பிடித்து அது கிழியாமல் எறிகையில்,பத்தடி தூரம் வரை நடவுக் கழனியில் பாய்ந்திருக்கிற தண்ணீரை சிதறடித்து விழ வேண்டும். அந்த வேலையை அவ்வளவு அழகாய் செய்தார்கள் அந்த ஆண்கள். பின்பு பெண்கள் அந்த நாத்துக்கட்டை அழகாய் பிரித்து,நாத்துக் கத்தையில் உதிரும் பயிர்களை பிரித்து,நீரோடும் சேரோடும் பரந்து இருக்கிற நிலத்தில் குனிந்து ஊன்றுகையில் இந்த உலகத்தில் ஒருத்தருக்கு ஒரு வேளை உணவு நிச்சயமாகிவிடும். மாலையில் அவர்களின் முதுகுத்தோல் வெயில் பட்டு உரிந்திருக்கும். வீட்டில் மட்டுமல்ல உலகிற்கும் உணவு சமைக்க நிலங்களில் பெண்கள் நடவு செய்து கொண்டிருக்கையில்,உயிரான பயிரை நடவுக் கழனியில் நிறுவிய திருப்தியோடு ஆண்கள் நிலங்களிலிருந்து நடையைக் கட்டுவார்கள். வாய்க்கால்களில் பாய்ந்தோடும் நீரு அவர்களின் சேறு கழுவும் பின் அவர்கள் செல்லும் சாராயக் கடை அவர்களின் சோர்வு கழுவும்.

ஏழுமலையும் சாமுவேலும் நேரே சாராயக் கடைக்கு செல்கிறார்கள். தேநீர்க் கடை கண்ணாடி டம்ளரை விட கொஞ்சம் பெரியது சாராயக் கடை டம்ளர். சாராயக் கடையில் இரட்டைக் குவளைமுறை பெருசாய் இருக்காது.

கூவம் ஆற்றைக் கடக்க ஆங்காங்கே மனித பாதங்களாலும் உழுபடை வாகனங்களாலும் தேய்ந்த பாட்டை இருக்கும். அந்த தேய்ந்த பாட்டையின் ஓரம் தான் சாராயக் கடைகள் வரிசையாய் இருக்கும். பத்தடி தூரத்திற்கு ஒரு சாரயக் கடை என மூன்று சாராயக் கடை இருக்கும். நடுவில் உள்ள சாராயக் கடை தான் லட்சுமி உடையது.

அந்த சாரயக் கடை போதை தான் மருதம் கிராம ஆண்களுக்கு பிடிக்கும். லட்சுமி அதிக காசுக்கு ஆசைப்படாதவள். "உடம்பலுப்பும் மனசலுப்பும் போகத்தான் சாராயம் குடிக்கிறாங்க அதுல அதிகமா தண்ணிய கலந்து நான் என்னத்த வாரிக்கப்போறேன்." என்பது அவள் அடிக்கடி உச்சரிக்கும் வார்த்தை. 5 லிட்டர் சாராயக் கேனுக்கு 5 லிட்டர் தண்ணியைத்தான் ஊற்றுவாள். சாமுவேலும் ஏழுமலையும் ஆளுக்கு இரண்டு டம்ளர் சாராயத்தை குடித்தார்கள். பகலொளி மேல் இரவொளி படர்கிறது. சாராயம் இவர்களின் குடலை நனைக்கிறது. இவர்களின் மூளை புதியதன் வழியே பழையதை நினைக்கிறது. "என் தம்பி மாரிமுத்துவின் நெனப்பு இன்னும் என்ன வுட்டுப் போகலடா. அந்த மோட்டுக் கழனிப் பக்கம் போகும் போதெல்லாம் அங்க இருக்கிற பாழடைஞ்ச கிணத்தத்தான் கையெடுத்துக் கும்புடுவேன். ஏ தம்பி அங்கத்தான் சாமியா இருக்கான்னு எனக்குத் தெரியும். கழனிக் காட்டுல ஒண்டிக் கட்டையா ராத்திரி முழுக்க கெடந்தாலும் என் சாமி மாரிமுத்து எப்பவும் எங்கூடவே இருக்கான்னு நெனப்பு என் நெஞ்சிலேயே கிடக்குறதால எனக்கு எந்த கிலியும் ஏற்பட்டதில்ல."

"என் தம்பி உசுரோட இருந்திருந்தா எனக்கும் ஊர் ஜெனத்துக்கும் ஒத்தாசையா இருந்திருப்பான். அவனை கொன்னுட்டு என்ன ஒன்டிக் கட்டையா மாத்திட்டான் அந்த சண்முகம். நம்ம சேரிங்கல்ல இருக்கிற நாலஞ்சு பங்காளிங்க வகையாராக்கல்ல வகையராவுக்கு ஒருத்தன் ரெண்டுப் பேரையாவது அவனுங்க கொன்னு இருப்பானுங்க. ஊர்த் தெருவுல இருக்கிற நாலஞ்சு பங்காளி வகையராவுல ஒவ்வொருவரும் நம்மள கொன்ன கொலைகார பாவிங்கதான். கிராமத்த சுத்தி இருக்கிற அவனுங்க நிலத்துல உழைப்ப கொட்டிக் கொட்டியே நம்ம காலம் முடிஞ்சுப் போகுது. அவனுங்க நெலத்துல நம்மோட வியர்வையை மட்டும் நாம பொதைக்கல, என் தம்பி போல கொஞ்ச உசுருகளையும் நாம பொதைக்கக் கொடுக்குறோம்."

"நம்ம உசுரும் அந்த நெலங்கள்ள பொதையாம இருக்கனும்முன்னா, நாம அவனுங்கள பகைக்காம வாழனும். இது தான் இப்போதைக்கு நம்மோட விதி."

"ஆமா! நம்ம விதிய அவனுங்களோட வாய்க்கா வரப்பும் சொத்துபத்தும் தான் தீர்மானிக்குது. அவனுங்க நிலங்களில இருந்து நம்ம விதி என்னைக்குத்தான் விலகுமோ தெரியல." என சாமுவேலும் போதையின் வழியே சோகத்தைக் கொட்டினான்.

மாலை நேரத்துப் பறைவைகள் புசித்துக் கூடு திரும்பும். இந்த இரு மானுடங்கள் பசித்து சேரி திரும்பின.

கோடை கால இரவில் அன்றைக்கு சாமுவேல் அவனது கூரை வீட்டுக்கு வெளியே கிழிந்த கோரைப் பாயில் படுத்தான். அவன் நினைவுகளோ மாரிமுத்துவின் வாழ்க்கையில் படர்ந்தது. அப்போ மாரிமுத்துவுக்கு பதினெட்டு வயது. சராசரியைவிட அதிக உயரம். பாதம், உள்ளங்கை, கண்கள், நகம், தவிர இவனுடலின் அனைத்தும் அழகிய கரிய நிறம். நிமிர்ந்து நிற்கும் முதுகு, துருத்திப் படர்ந்த மார்புகள், அன்பில் ஒளிரும் கண்கள். வரப்பில் வழுக்காத கால்கள். இது இவனது புறத்தோற்றமெனில் அகத்தோற்றம் மேலும் அழகு வாய்ந்தது. பிறர் துயரைக் கண்டு உருகும் உணர்வு, பிறருக்கு தீங்கெண்ணா மனசு, இவனின் அகத் தோற்றம். சுருங்கச் சொல்லின் உழைப்பும் உன்னதமுமே மாரிமுத்து எனலாம். எல்லோரையும் போலல்ல அவன். சோம்பலையும் சோகத்தையும் அவனிடம் கண்டவர்கள் இல்லை. விவசாயத்தின் வேலைகள் அனைத்தும் அவனுக்கு அத்துப்படி. நிலத்தை உழுவதிலும் விதைப்பதிலும் வரப்புகளை செதுக்குவதிலும் தண்ணீர் பாய்ச்சுவதிலும் அவனுக்கென்று தனி பாணி உண்டு. அவன் செய்யும் வேலையும் பாணியும் மற்றவர்கள் ரசிக்கத்தக்கதாய் இருக்கும். ஏர் பூட்டுவதிலிருந்து ட்ராக்டர் ஓட்டுவது வரை எல்லாம் அவனுக்கு அத்துப்படி. இவனை படியாளாய் வைத்துக்கொள்ள ஊர்த் தெரு முதலியார்கள் போட்டி போடுவார்கள். ஆனால் மாரிமுத்துவுக்கோ படியாளாய் இருப்பதைவிட கூலியாளாய் இருப்பது தான் பிடிக்கும். வயல் வேலைக்கான அழைப்புகள் அவன் வீடு தேடி வரும். முப்போகத்திலும் எப்பொழுதும் இவனுக்கான வேலைகள் வயக்காட்டில் எங்காவது உண்டு.

வயலும் வயல்சார்ந்த இடமும் மட்டுமல்ல, இவனும் இவன் சார்ந்த நிலமும் மருதம் தான். “கூலிக்கு உழைச்சா கூலி குறைவாகத்தான் கிடைக்கும். அதுவே நீ படியாளா உழைச்சா ரெண்டு மூணு நெல்லு மூட்ட கூட கெடைக்கும்” என ஏழுமலை கூறியதன் பேரில் இவன் சண்முகம் முதலியாரின் கழனியில் படியாளாய் வேலைக்குச் சேர்ந்தான். மாரிமுத்து தன்னிடம் படியாளாய் சேர்ந்ததில் சண்முகத்திற்கு பெரும் மகிழ்ச்சி. வயல் பக்கம் போகாமலேயே வெளச்சல் இனி தானா வீடு வந்து சேர்ந்திடும் எனும் நம்பிக்கையில் அவன் அதிக நேரம் ஊர் நியாயங்களை பேசுவதில் செலவழித்தான். மாரிமுத்துவுக்கோ சண்முகத்தின் வயல்களில் இன்னொரு வயலாய் அங்கேயே உழன்றான். இரவு படுத்து உறங்க பம்ப் செட். காலையில காலார வயல் வெளி. காலை நேரத்து உலாவலில் வாடிய பயிர்களின் நடுவே கிளைத்திருக்கும் களைகளையும் கண்டுகொள்வான். ஒரு வகையில் இவன் வயல் மருத்துவன். பயிர்களின் நோய்களுக்கு தகுந்தாற் போல இயற்கை உரத்தையும் இவனே பரிந்துரைப்பான். பள்ளிக்கூடமே செல்லவில்லையெனினும் பயிர்களின் நோய்களுக்கு தகுந்தாற் போல

யூரியா, பாஸ்பேட், பொட்டாஷ் எவ்வளவு பயிருக்கு எவ்வளவு உரம் என்பதை சரளமாக சொல்வான். இவன் சொல்லும் துல்லியம் சண்முகத்திற்குக் கூட தெரியாது. மாரிமுத்து வேலைக்கு சேர்ந்த முதல் கந்தாயத்திலேயே (பருவம்) மற்றவர்களை விட அதிக மகசூலை உண்டாக்கினான். இந்த மகசூல் ஊர் நியாயங்களை பேசுவதிலும் அதிக மகசூலை ஈட்டுவதிலும் தன்னை விட இந்த ஊரில் ஆளில்லை என இறுமாப்பு உணர்வை சண்முகத்திற்கு ஊட்டியது. மாரிமுத்துவின் மீதும் அதிக நம்பிக்கையையும் வரவழைத்தது. அதனால் அவன் பக்கத்து ஊரில் இருக்கும் சீட்டாட்ட கிளப்பிலேயே அதிக நேரத்தை செலவழித்தான்.

நெல் மூட்டைகளை வீட்டில் இறக்குவதும் அங்கிருந்து ரைஸ்மில்லுக்கு அந்த மூட்டைகளை கொண்டு செல்வதிலும் மீண்டும் நெல் மூட்டைகளை அரிசியாக்கி வீட்டுக்கு கொண்டு வந்து சேர்ப்பதிலும் மாரிமுத்துவே அதிக உழைப்பை செலுத்தினான். அந்த நேரங்களில் சண்முகத்தின் வீட்டிற்கு வெளியே இருக்கும் திண்ணையிலேயே அதிக நேரத்தை அவன் செ மாரிமுத்துக் கண்டான். மாரிமுத்து கண்டான் என்பதை விட மாரிமுத்துவை மலர்விழி கண்டாள். ஏற்க்கனவே மாரிமுத்துவின் பெருமைகளை,அவனின் உழைப்புத் திறமைகளை தன் கணவரின் வழியே அறிந்தவள் இப்பொழுது தான் தன் கண்களின் வழியே அறிகிறாள்.

மலர்விழிக்கு 16 அல்லது 17 வயது இருக்கும் சண்முகத்தை விட 17 அல்லது 18 ஆண்டு இளையவள். அடர்த்தியாய் கூர்மையான கரிய புருவம். தும்பை பூவை கரைத்து ஊற்றினால் போல கண்கள். அவளின் மெல்லிய இமையும் அதன் நுனி முடிகளும் கண்களை மூடித் திறக்கும் போது அவளின் தும்பைப் பூ கண்கள்,உள்ளத்தின் அழகை கண்கள் வழியே காட்டும். உருவுக்கு தகுந்த பெயர் தான் என்று அவள் கண்களை பார்ப்போர் அனைவரும் கூறுவர். மாநிறம்,மெல்லிய உடல்,கன்னிப் பேச்சு கனிவான செயல் என அழகென்ற அப்போதைய வரையறைப் படி பேரழகி.

நிலவுடைமையில் பெரியவனாய் இருந்தால் அப்போதைய சிறப்பனைத்தும் அவர்களுக்கே கிட்ட வேண்டும் என்பது நிலவுடைமை சமூகத்தின் வாழ்வியல் விதி. அந்த விதியின் சதியினால் தான் மலர்விழி சண்முகத்தின் மனைவியானாள். ஆனால் சண்முகமோ அவளின் மனதறியாது அவளை உடலாகவும் உடைமையாகவுமே கண்டான். சண்முகத்தைப் பொருத்தவரையில் வயல் வேலைக்கு மாரிமுத்து, வீட்டு வேலைக்கு மலர்விழி. சண்முகம் அவள் உடலை புணர்ந்தானே ஒழிய திருமணம் ஆன இரண்டாண்டுகளில் அவளின் மனதை நுகர்ந்ததே இல்லை.

மழைக்கு ஏங்கும் வரண்ட நிலம் போல, பிடிப்பிற்கு ஏங்கும் கொடி போல கூடு தேடி அலையும் பறைவை போல அவள் அன்பிற்காக ஏங்கினாள். அன்பு அனைத்தையும் செய்யும். அனைத்தையும் செய்விக்கும். பொருள் கிடைக்காதவர்கள் அப்போதைய பொருளியல் விதிகளை மீறுவது போல அன்பு கிடைக்காதவர்கள் அப்போதைய சமூக விதிகளை மீறுகிறார்கள். உருவாகப்போகும் புதிய விதிகளுக்காகத்தான் விதி மீறல்கள் நடக்கின்றன. விதி மீறல்கள் சிறுபான்மையாக இருக்கும் போது அவை மீறல்கள் ஆகின்றன. அதுவே பெரும்பான்மையாக பரிணமிக்கும் போது விதியாக உருவம் கொள்கிறது. மீண்டும் அதனுள்ளிருந்தே விதிமீறல் எனும் விதி செயல்படுகின்றது. மனித சமூகம் முழுமையான அன்பை பரிமாறிக் கொள்ளாத வரை இத்தகைய விதி மீறல்கள் விதியாக இருக்கும்.

சக வயதுக்காரன் வாசலில் அமர்ந்திருக்கிறான். அவனின் உழைப்பின் பெருமையை கணவரின் வழியே கேள்விப்பட்டாயிற்று. அவனின் மனசையும் அறிந்து கொள்ள வேண்டும் என ஆவல் பிறந்தது மலர்விழிக்கு.

"ஏம்பா மாரிமுத்து தண்ணி குடிக்கிறியா" என்ற மலர்விழியின் குரலை அப்பொழுது தான் முதன் முறையாகக் கேட்கிறான் மாரிமுத்து.

"இல்லம்மா இப்போதைக்கு வேண்டாம்"

"ஏம்பா எவ்வளவு நேரம் தான் தண்ணி குடிக்காம காத்துக் கிடப்ப" முகத்துக்கு நேரே தண்ணீர் சொம்பை கொண்டு வந்து நீட்டினாள். முகத்துக்கு நேரே வந்த நீரை மறுப்பதற்கு மனமில்லாமல் வாங்கி மொடக் மொடக் என முழுவதையும் குடித்துத் தீர்த்தான்.

"ஏம்பா உனக்கு கல்யாணம் ஆயிடுச்சா ?"

"எனக்கு பொண்ணுப் பாக்குற வேலையை எங்க அண்ணன் பாத்துக்கிட்டிருக்கரு. இன்னும் கொஞ்சம் நாள்ல முடிஞ்சிடும். மொதலியாருக்கும் அம்மாவுக்கும் அழைப்பு கொடுக்காமலா ஏ கல்யாணம் நடந்துடும்? உங்க கையால சோறு திங்குற ஏ வாழ்க்கையில வெளக்கு ஏறும் போது மகராசி நீங்க இல்லாம எப்படி?" என்று மலர்விழியை உணவின் வழியே மாரிமுத்து நினைவு வைத்திருந்ததில் மலர்விழிக்கு மனதிற்குள் மகிழ்ச்சி.

"சோறு என்னப்பா சோறு, ஒரு நாளைக்கு எத்தனையோ பேருக்கு ஆக்கி போடுறேன். உனக்குன்னு நான் தனியாவா ஒல வைக்கப்போறேன்." ஏற்கனவே மாரிமுத்துவின் வார்த்தையால் மகிழ்ந்திருந்தாலும் மீண்டும் அதே போன்ற வார்த்தைகளுக்காக அவள் இது போன்று மறுத்துரைக்கிறாள்.

"என்னம்மா இப்படி சொல்லிட்டீங்க, உங்க உணவுதான் எங்க உழைப்பா மாறுது. உங்க உணவில்லாம நாங்க வாடினா எங்க உழைப்பில்லாம பயிருங்க வாடும். நம்ம வயலு நல்லா வெளஞ்சதுக்கு நீங்க ஆக்கிப் போடும்

சோறும் முக்கியம்தானம்மா ?'' என மலர்விழி எதிர்பார்த்தது போலவே மாரிமுத்து மீண்டும் அவளைப் புகழ்ந்தான். இல்லை, இல்லை உள்ளதை சொன்னான். அன்பற்று வாடும் அவளின் மனதிற்கு மாரிமுத்துவின் புகழ்ச்சிப் பேச்சு மகிழ்ச்சியாய் இருந்தது.

அறுவடை முடிந்து கரம்பாய்க் கிடக்கும் நிலத்தை உழுதிட ட்ராக்டருக்கு அதிக வேலை உண்டு. ஆனால் தினம் தினம் ட்ராக்டர் எடுக்கவும் விடவும் ஒரு நாளைக்கு இரண்டு முறையாவது மாரிமுத்து சண்முகத்தின் வீட்டிற்கு செல்வான். சில நேரங்களில் டீசல் கேன் வாங்கவும் சண்முகத்தை அழைக்கவும் செல்வான். அப்பொழுதெல்லாம் மாரிமுத்துவின் பாத ஒலியைக் கேட்டாலே அவளின் பாதங்கள் வாசலில் வந்து நிற்கும். அவளின் மனசு அவனின் வார்த்தைகளுக்காக வாசலில் தவம் புரியும். தவம் என்பது வரத்தை பெறுவதற்காகத்தானே? இவளின் சிட்றவம் அவனின் அங்கீகரிக்கும் வார்த்தை எனும் வரத்திற்காக. மற்றபடி இவர்களின் மனதில் ஒன்றும் இல்லை. அவள் காமத்திற்காக அல்ல நல்ல வார்த்தைகளுக்காகவே இவனை நேசிக்கிறாள். இவளின் நேசிப்பு என்பது காமத்தின் வகை அல்ல. தோழமையின் வகை. பெண்களின் கண்களிலும் பேச்சிலும் கற்பை கட்டிவைக்கும் ஆண்களின் உலகம் பெண்களுக்குள் இருக்கும் தோழமை உணர்வை விட்டு வைக்குமா என்ன? மலர்விழி மாரிமுத்துவோடு பேசுவது சண்முகத்திற்கு அறவே பிடிக்கவில்லை. அதை வெளிப்படுத்தவும் இவனால் முடியவில்லை. கோபத்தை வெளிப்படுத்தினால் இவன் கட்டி வைத்திருக்கும் பெரியமனுசத்தனம் இடிந்துவிடும். கோபத்தை வெளிப்படுத்தாவிட்டால் இவன் மூலையிலும் மனதிலும் சுத்தப்பட்டிருக்கும் ஆணாதிக்க மிருகம் அணுவணுவாய் கொலை செய்யும். பெரியமனுசனா இருப்பதை விட ஆணா இருப்பதையே அவன் தெரிவுசெய்தான்.

ஒரு நாள் இரவு 8 மணி இருக்கும் சண்முகம் வீட்டிற்குள் தள்ளாடியவாறே நுழைகிறான். எப்போழுதும் நுழைந்தவுடன் அவனுக்கு வேண்டியதைக் கேட்கும் மலர்விழி இன்றும் அவ்வவாறே கேட்க அவனருகில் சென்றாள். சாராய வாடை வயிற்றை குமட்டுகிறது. அவன் பார்வை அருவருப்பை உமிழ்கிறது. சாராய நெடி குமட்டுகிறது என்றால் அவனின் அருவருப்பான பார்வை இவளை மிரட்டுகிறது. . "ஏண்டி தெவிடியா, உனக்கு ஒரு வூட்டுக்காரன் பத்தாதா? உன்னோட வயசுக்கு தகுந்தாப் போல இளசா இருக்குற அந்த பறப்பய்யன் தான் வேணும்மா?'' எனும் வார்த்தையை இவன் கோபத்தால் உச்சரிக்கும் போது அவளின் உயிர் முழுவதும் உதிர்ந்தே போனது. தன் எதிரே நிற்கும் மிருகத்திடம் தோழமை உறவை விளக்க அவளுக்குத் தெரியவில்லை. ஒரு நாளும் அன்பைக் காட்டாத இந்த மிருகம் இப்பொழுது வெறுப்பை கொடூரமாய்க் கொட்டுகிறது. இனிமேல் இந்த மிருகத்திடம் பேசுவதற்கு ஒன்றும் இல்லை. என

சுவரின் அருகில் மானுட சுவராய் அமர்ந்தாள். அன்றைய இரவு இவள் உறக்கத்தை விழுங்கியது. விழிப்பில் கசிந்த சோகத்தின் சுமை தாங்காமல் இரவு பகலுக்கு வழிவிட்டது. மறுநாள் காலை ட்ராக்டரை எடுக்க சண்முகத்தின் வாசலில் மாரிமுத்து வந்து நின்றான். இவனின் வருகைக்காக, வார்த்தைக்காக இவனோடு பேசுவதற்காக எப்போதும் ஆவலோடு வாசலில் காத்துக் கொண்டிருக்கும் மலர்விழி இப்போது அடுப்பங்கரையில் ஒரு மானுட பாத்திரமாய் முடங்கிப்போனாள்.

வழக்கம் போல இனி அவள் சோறு வடிக்கும் இயந்திரம். படுக்கை அறையில் மெத்தையின் மீது ஒரு குப்பைத் தொட்டி அவ்வளவே.

"அம்மா... சாவி கொண்டு வாங்க வண்டிய எடுக்கனும்" எனும் மாரிமுத்துவின் குரலுக்கு வழக்கமாய் உள்ளிருந்து வரும் குரலும் உருவும் இன்று வரவில்லை. "அம்மாஞ்சாவியக் கொண்டு வாங்க வண்டிய எடுக்கனும்" எனும் மறு குரலுக்கு அதிகக் கோபமும் நேற்றைய சாராய போதை கொஞ்சமும் மண்டைக்குள் வைத்துக் கொண்டு சண்முகம் வெளியே வந்தான்.

"என்னடா வேணும்?"

வழக்கத்திற்கு மாறாக அவனின் குரல் தொனி இருந்ததை மாரிமுத்து கண்டு கொண்டாலும் அவங்க வீட்ல ஏதோ பிரச்சனை போல என தனக்குள்ளேயே விளக்கத்தை அளித்துக் கொண்டு "மோலியாரே வண்டி எடுக்கனும். சாவி வேணும்" என மாரிமுத்து கேட்டான்.

"இனிமேல் நீ வண்டிய எடுக்க வேணாம். அதுக்கு தனியா ஒரு ஆள போட்டுக்கிறேன். நீ கழனியில மட்டும் வேலை பார்த்தா போதும்" என சண்முகம் கூறியதில் உள் அர்த்தம் இருப்பதாக மாரிமுத்துவுக்குத் தோன்றவில்லை. அதிக பாரத்த நாம சொமக்கக் கூடாதுன்னுதான் அய்யா நம்மல கழனியில மட்டும் வேலை பார்த்தா போதும்னு நினைக்கிறாரு என மீண்டும் தனக்குள்ளேயே விளக்கம் அளித்துக் கொண்டான்.

அன்றிலிருந்து ஊர்த் தெருவுக்கோ, சண்முகத்தின் வீட்டிற்கோ மாரிமுத்து செல்லவில்லை. ஒரு வாரம் கழிந்தது. மலர்விழி சண்முகத்திடம் ஒரு வார்த்தைக் கூட பேசவில்லை. அடுப்பங்கரையிலும் வீட்டு வேலைகளிலுமே முடங்கினாள். பக்கத்தில் படுத்தாலும் சண்முகத்தின் தொடுதலை தள்ளிவிட்டாள். மலர்விழியின் இந்த வெளிப்பாட்டால் சண்முகத்திற்கு கோபம் கூடிக்கொண்டே போனது. தன் மனைவி தன்னை தொடாமல் இருக்க மாரிமுத்து தான் காரணம் என சண்முகத்தின் கோபம் மாரிமுத்துவின் மேல் திரும்பியது.

சாலமன் | 49

ஒரு நாள் மாலை வெயிலின் வெளிச்சத்தை இரவு கொஞ்சம் மிச்சம் வைத்திருந்தது. அருகில் இருக்கும் ஆட்கள் கூட நிழல் போலத் தெரிகிறார்கள். சண்முகத்தின் மோட்டார் வண்டி அவனுடைய பம்ப் செட்டிடம் வந்து நின்றது. உழுவதற்கு பக்குவப்படுத்த கரம்பு நிலங்களுக்கு நீர் பாய்ச்சிவிட்டு மோட்டாரை ஆப் செய்து அப்பொழுது தான் பம்பு செட்டை விட்டு வெளியே வந்தான் மாரிமுத்து. வெளியில் நின்ற சண்முகத்திடம் "வாங்க மோலியாரே இப்பத்தான் அந்த தண்ணி பாய்ச்சினேன். நாளைக்கு அந்த நெலத்த உழுதுடனு" என்றான்.

"மாரிமுத்து நம்ம கன்னுக் குட்டி இன்னும் வீடு வந்து சேரல அந்த மோட்டுக் கழனி பக்கம் தான் அது மேஞ்சதா ஆளுங்க சொன்னாங்க, நீ பாத்தியா ?" என்றான்.

"இல்ல மோலியாரே நான் பாக்கல"

"சரி வா மோட்டுக் கழனிப் பக்கம் போயி பாக்கலாம்" என மாரிமுத்துவை அழைத்துக் கொண்டு செல்கிறான் சண்முகம். நாம் எங்கே செல்கிறோம் என்பதை அறியாமல் மாரிமுத்துவும் உடன் செல்கிறான்.

இப்பொழுது இருட்டு கழனி வெளி முழுவதும் பரவியிருக்கிறது. சண்முகத்தின் கையில் இருக்கும் டார்ச் லைட் உதவியோடு இருவரும் மோட்டு நிலம் வந்து சேர்ந்தனர். பறவைகளின் கீச்சொலி கேட்கவில்லை. கூண்டிற்குள் இருக்கும் பறவைகளின் றெக்கை படபடப்பொலி கேட்கிறது. இல்லாத ஒன்றை இருட்டில் தேடுகிறது சண்முகத்தின் டார்ச் லைட் ஒளி. "மாரிமுத்து, அந்த பாழடைஞ்ச கிணத்துக்குள்ளதான் கன்னுக்குட்டி கத்துறது கேக்குது. வா நாம போயி அங்க பாக்கலாம்" என்ற சண்முகத்தின் வார்த்தை வழியே பாழ் கிணற்றை வந்தடைகிறான் மாரிமுத்து.

மோட்டு நிலத்தில் இருக்கும் இந்த பாழ் கிணற்றை சண்முகத்தின் அப்பன் தோண்டினான். கிணற்றைத் தோண்டுவது ஒரு வேலை மட்டுமல்ல அது ஒரு கலையும் கூட. வறட்சி நிலவிய காலத்தில் நிலத்தடி தண்ணீர் மேல் மணலோடும் நடு மணலோடும் கோபித்துக் கொண்டு புவியின் அடியில் வெகுதூரத்தின் மடியில் உறங்கிய போது தண்ணீரை தேடி அலைந்த கூட்டமே கிணற்றைக் கண்டுபிடித்தது. கண்டுபிடிப்புகள் ஒவ்வொன்றும் இப்போதைய சமூகத்தில் காசுள்ளவனுக்கே போய்ச்சேரும். தண்ணீரின் கண்டுபிடிப்பும் அப்படியே. ஆழம், ஆழம் மேலும் ஆழம் பத்து தென்னை மர உயரம் அளவு ஆழம் அந்த மோட்டு நிலத்து கிணத்துக்கு. ஒரு காலத்தில் புவியின் ஆழத்திலிருந்து தண்ணீரை அள்ளித்தெளித்த மோட்டு கிணறு இன்று வறண்டு கிடக்கிறது. மற்ற கிணற்றில் நீர் இல்லாத போது இந்த கிணத்தில்

நீர் சுரந்தது. மற்ற கிணற்றில் நீர் சுரக்கின்ற போது இந்த கிணற்றில் நீர் வற்றியது. ஆழமான கிணறுதானே இதில் எப்பொழுதாவது நீர் சுரக்கும் என்ற நம்பிக்கையில் இந்த கிணறு தூர்க்கப்படாமல் போனது. மனித நம்பிக்கையை புறம்தள்ளி பூகோள இயக்கம் ஆழ் கிணற்றுக்கு நீர் வழங்க மறுத்தது. இந்த கிணத்தின் ஆழத்தோடு நீர் உறவாட மறுத்தது. அதனால் பாழடைந்து கிடக்கிறது. பாழடைந்த கிணற்றில் மோட்டார்களையும் பொருத்திப் பார்த்தார்கள். நீரை பலவந்தமாக இழுத்துவரப் பார்த்தார்கள். மனிதனைப் படைத்ததில் பெரும் பங்கு வகித்த நீரை பலவந்தமாக இழுத்து வரப் பார்த்தார்கள். கிணற்றின் அடி ஆழத்தில் அதிக விசை கொண்ட மோட்டார் பொருத்தப்பட்டது. தண்ணீரை இழுத்துவர இரும்பாலான பய்ப்புகள் கிணற்றிலிருந்து முளைத்தன. இரும்பு பைப்புகள் அசையா வண்ணம் குறுக்கும் நெடுக்குமாக இரும்பாலான தண்டவாளங்கள் பொறுத்தப்பட்டன. அந்த தண்டவாளங்களை தொட்டுவிடாமல் எந்த பொருளும் கிணத்துக்குள் விழாது. ஒரு இறகு விழுந்தாலும் கூட அது அந்த தண்டவாளங்களின் மீது பட்டு பட்டு தான் கீழே விழும். அப்படிப்பட்ட அமைப்பு அந்த ஆழ் கிணத்துக்கு.

சண்முகத்தின் டார்ச் லைட் மோட்டு நில கிணத்திற்கு அழைக்கிறது. மாரிமுத்து வருவதற்குள்ளாகவே டார்ச் லைட் வெளிச்சம் கிணத்துக்குள் வெறும் வாயை மெல்லுவது போல மெல்லுகிறது. அதிலும் கிணற்றின் பக்கவாட்டு சுவர்களுக்கிடையே முளைத்திருக்கும் புதர்களில் ஒரு நல்லப்பாம்புவின் கண்கள் டார்ச் லைட் ஒளியில் மின்னுகிறது. அதை கண்ட சண்முகத்திற்கு ஆஹா! இது தான் சரியான இடம். அவன் உயிர் பிழைக்க நினைத்தாலும் இது நமக்கான அடியாள். அந்த சேரி நாய் இதிலிருந்து தப்பிக்கவே கூடாது என நினைத்து "டேய் மாரிமுத்து இங்க வாடா, இங்கத்தா கன்னுக்குட்டு விழுந்திருக்கு" என அழைக்க, அழைப்பின் குரலை உயிராய் நினைத்து ஓடி வந்தான் மாரிமுத்து.

"கன்னுக்குட்டி எங்க மோலியாரே இருக்கு" என தன் கண்களை பாழ்கிணற்றில் படர்ந்திருக்கும் அடர் இருளில் செலுத்தினான்.

"அங்க தெரியுதா"

"இல்லீங்க மோலியாரே எனக்குத் தெர்ல."

"நல்லா உத்துப் பாருடா, அதோ இருக்குப் பாருடா"

"எங்க மோலியாரே" என தன் பார்வை கவனம் அனைத்தையும் ஆழ்கிணற்றுக்கு உள்ளே செலுத்தினான் மாரிமுத்து. கிணத்தின் மேற்பரப்பில் மாரிமுத்திவின் கால்கள் குத்துக்கால் இட்டபடி அவனின் தலையும் கண்களும் கவனமும் கிணத்துக்குள் இருக்கும் டார்ச் லைட் வெளிச்சத்திலேயே மூழ்கிக் கிடக்கிறது. சண்முகத்தின் கவனமோ

மாரிமுத்துவை நோக்கியே இருக்கிறது. இதுதான் சந்தர்ப்பம் என ஒரு அடி பின்னே வந்தான் சண்முகம். குத்துக்கால் இட்டபடி கிணத்துக்குள் பார்வையால் மூழ்கியிருந்த மாரிமுத்துவின் புட்டங்களை பிடித்து அவனை கவிழ்த்தி தள்ளினான்.

"அய்யோ..." சத்தம் கிணத்துக்குள் இன்னும் சில அடி தூரம் வரை மட்டுமே கேட்டிருக்கும். டங், டங் என குறுக்கும் நெடுக்கமாக இருக்கும் தண்டவாளத்தில் மாரிமுத்துவின் தலை மோதுவது அந்த கிணத்துக்குள் மட்டும் தான் கேட்டிருக்கும்.

மாரிமுத்து செத்தானா இல்லையா என கிணத்துக்குள் டார்ச் லைட் ஒளியை உலாவ விடுகிறான் சண்முகம். ஆழ்கிணற்றின் ஒரு மூலையில் தலையில் ரத்தக் கசிவோடு மாரிமுத்து சுருண்டு சரிந்து கிடக்கிறான். அவனின் சாவை ரசிக்கும்படியாய் அந்த டார்ச் லைட் ஒளி அங்கேயே கொஞ்சம் நேரம் மருத்துவ பரிசோதனை நடத்துகிறது. அவன் உடலில் எந்த அசைவும் இல்லை. முனகல் ஒலி கூட இல்லை என்ற பின்புதான் சண்முகம் தன்னுடைய டார்ச் லைட்டை அணைக்கிறான். மோட்டு நிலத்திலிருந்து அவன் மோட்டார் சைக்கிள் நிற்கும் பாட்டை வரை டார்ச் லைட்டை அணைத்துவிட்டு நடந்து வருகிறான். டார்ச் ஒளிகூட சாட்சியாக மாறக் கூடாது என்பதில் கவனமாக இருந்தான் சண்முகம்.

அன்று இரவு பய உணர்வு துளியுமற்று தன் மனைவியின் அருகில் வெற்றி கிலப்பில் படுத்துறங்குகிறான். 'தன் மனைவியின் உள்ளத்திற்கு நெருக்கமானவனை கொன்றொழித்து விட்டோம்' எனும் ஆனந்தம் அவனுள் நடனம் புரிகிறது.

இரண்டு நாட்கள் கழிந்தது. மாரிமுத்து வீடுவரவில்லை. கழனியிலேயே கிடப்பான் என்று அவன் அண்ணன் ஏழுமலை நினைத்துக் கொண்டிருந்தான். இரண்டு நாட்கள் கடந்த பின்பும் தம்பி வீடுவரவில்லை என்றதும் சண்முகத்தின் பம்பு செட்டுக்கு சென்று பார்க்கிறான். அங்கேயும் மாரிமுத்து இல்லை. பின் சண்முகத்தின் வீட்டிற்கு சென்று அந்த வீட்டு வாசலில் நின்று கொண்டு "மோலியாரே... மோலியாரே " என ஏழுமலை அழைத்தார்.

"என்னடா" என சண்முகமும் பின் மலர்விழியும் வந்தார்கள்.

"தம்பி ரெண்டு நாளா வூடு வரல, நாளைக்கு அவனுக்கு பொண்ணுப் பாக்க போகனும். அது தான் அவங்கிட்ட விஷயத்த சொல்லலாம்னு வந்தேன். பம்பு செட்டுக்கிட்டேயும் போய் பார்த்தேன் அங்கேயும் அவன் இல்ல. அதான் ஊட்டுக்காவும் பார்த்துடலாமுன்னு இங்கே வந்தேன்" என்றான் ஏழுமலை.

ஏழுமலையின் வார்த்தைகளுக்கு அலட்டிக் கொள்ளாமல் "ரெண்டு நாளா அவன் இங்கேயும் வரலடா. அந்த மோட்டு நிலத்த உழுவதற்கு தண்ணி பாய்ச்ச சொன்னேன். அதோட அவன் இன்னும் இங்க வரல. நானே இன்னைக்கு அவனை வந்து பார்க்கலாமுன்னுதான் இருந்தேன். கழனிப் பக்கம் நல்லா பார்த்தியா அவன் எங்காச்சும் கிடப்பான்." என்றான்.

ஏழுமலையின் உணர்வில் அச்சம் பரவியது. ஏழுமலைக்கு மட்டுமல்ல மலர்விழிக்கும் தான். இந்த சனியன், மாரிமுத்துவ ஏதாச்சும் செஞ்சிருக்குமோ என சரியாக அவள் மனதில் சந்தேகித்தாள். அந்த சந்தேகப் பார்வையை அவனின் மீது செலுத்த அவனும் பதிலுக்கு ஒரு ஏளன சிரிப்பையும் நயவஞ்சகப் பார்வையை அவளிடம் செலுத்த அப்போதே அவளுக்கு எல்லாம் புரிந்துவிட்டது.

மலர்விழியின் கண்கள் கலங்குகிறது. மீண்டும் சுவரோடு சுவராக அமர்கிறாள். அவளின் மன விழி பேசுகிறது... "கொன்னுட்டான் இந்த கொலகாரன் அந்த அப்பாவிய கொன்னுட்டான். அவன் எப்பேர்பட்டவன்னு இந்த நாயிதானே எங்கிட்ட சொல்லிச்சு. அவனையே இவன் கொன்னுட்டான். எனக்குன்னு கூட பொறந்தவங்க யாருமில்ல. என்னை திட்டவும் பழகவும், வாழ்த்தவும் கூட பொறந்த ஒரு பொறப்பில்ல. எல்லாமே தாய் தகப்பன் தான். தாய் தகப்பன் நல்லத கெட்டத சொல்லிக் கொடுப்பாங்க ஆனா கூட பொறந்த பொறப்புதான் அதுல பங்கெடுக்கும். ஏ மவராசன் எனக்குன்னு எனக்குன்னு கூட பொறந்தா எப்படி இருப்பானோ அப்பேறப்பட்டவன இந்த காட்டேரி கொன்னுடுச்சே. அவனோட வார்த்தை மட்டுமில்ல காலடி சத்தம் கூட என் நெஞ்சத்துக்கு எதமா இருந்துச்சே, அந்த சொகத்த இந்த கொடூரன் கொன்னுட்டானே. அவன் வார்த்தை ஒவ்வொன்னும் எங்க அம்மா மடியில படுத்து தூங்குற ஒரு சொகம் கொடுக்கும். எனக்கு அம்மா சொகம் கொடுத்த சாமிய இந்த சனியன் கொன்னுட்டானே.

எத்தனையோ தடவ அந்த சாமி என்ன பாத்திருக்கு, அது கண்ணுக்கு என்னோட மாராப்பு தெரியாம என் மனசு மட்டும் தான் தெரியும். என் மனச புரிஞ்ச மவராசன இந்தா மாபாதகன் கொன்னுட்டானே... இவனோட இனி எப்படி நான் வாழ. ஒரு பனம் பழத்தை சப்பி கொட்டைய துப்புறது மாதிரி இந்த சனியன் தினம் தினம் என் உடம்ப சப்பி என் உயிரை துப்புது. இந்த சனியன் துப்பிய சக்கையாகத்தான் நான் வீட்டுக்குள்ள வீழ்ந்து கெடக்குறேன். இவனுக்கு நான் உசுரில்ல உடம்பு. இந்த கொடூரன் தான் அந்த மவராசன கொன்னான்னா ஊரு நம்பவா போகுது.

இந்த நாயத்தான் எல்லோரும் அண்டி வாழுராங்க. அதனாலத்தான் இந்த நாயி அம்மணமா ஆடுது. நான் கும்புட்ற சாமிங்களே... இந்த கொடூரன என்ன செய்யப் போறீங்க? அய்யோ... அந்த மவராசன இவன் எப்படிக் கொன்னான்னு தெரியலையே. என் மவராசன் சாகும் போது என்ன நெனச்சானோ ஏது நெனச்சானோ எப்படிக் கொன்னானோ. அவன் எப்படி செத்தானோ. அவன் சாகும் போது யார் யாரையெல்லாம் நெனைச்சிருப்பான். அந்த ராசாவோட கடைசி துளி நெனப்பிலாவது என்னோட நெனப்பு இருந்திருக்குமா?' என மலர்விழி மாரிமுத்துவுக்கு மனதஞ்சலி செலுத்திக் கொண்டிருந்தாள்.

மோட்டுக் கழனி கிணத்திடம் கழுகுகளும் காக்கைகளும் வட்டமிடுகிறது. மருதம் சேரி கிணற்றை சுற்றி குழுமியிருக்கிறது. கிணத்துக்குள் பெரிய கயிறு போடப்படுகிறது. நடுவயதுக் காரர் ஒருவர் கிணத்துக்குள் இறங்கி குடலை குமட்டும் பிண நாத்தத்தை மீறி உப்பி போயிருக்கும் மாரிமுத்துவின் பிணத்தின் மீது கயிற்றை சுத்துகிறார். உடல் வெளியே போடப்படுகிறது. மாரிமுத்துவின் இடது தலை பொளந்திருக்கிறது. அந்த காயத்தை சுத்தி வழிந்த ரத்தம் கட்டிப் போயிருக்கிறது. மாரிமுத்துவின் முகம் ஊதிப் பெருத்திருக்கிறது. ஈக்கள் அவன் முகத்தை மொய்க்கின்றன. ஏழுமலை பிணத்தின் மீதும் தரையிலும் புரண்டு அழுகிறான். கூடியிருப்போரில் பிணத்தை பார்த்து அழுதவர்கள் பாதிப் பேர் எனில் ஏழுமலையின் அழுகையைப் பார்த்து அழுதவர்கள் மீதிப் பேர். மருதம் கிராமத்து நிலமற்ற விவசாயிகளின் கண்ணீர் வறண்டு கிடக்கும் மோட்டுக் கிணத்தை சுற்றிலும் கொட்டுகிறது. சண்முகம் அந்த இடத்தில் நின்றுகொண்டு தன் தோள் துண்டால் வாயைப் பொத்திக் கொண்டு அழுவது போல பாவனை செய்தான்.

***

6

காலை நான்குமணி இருக்கும் விடியலில் முகம் கழுவ பறவைகள் ஆனந்த கூச்சலிடுகின்றன. சண்முகம் கழுவிய முகத்தை தன் துண்டால் துடைக்கின்றான். இப்போது எந்த மை பூசியும் மறைக்க முடியாத முதுமை அவன் உருவமெங்கும் பரவியிருக்கிறது. "மலர்விழி... மலர்விழி... எழுந்துரு நான் கழனிக்குப் போகனும்" என சண்முகத்தின் குரலுக்கு "இதோ வந்துட்டங்க" என சண்முகத்துக்கு கஞ் சித் தண்ணியை கரைத்துக் கொடுக்க, அவன் குடித்துவிட்டு கழனிப் பக்கம் சென்றுவிட்டான்.

ஆதிராவின் செல்பேசி அலாரம் இடைவிடமல் ஒலித்துக் கொண்டே இருந்தது. அந்த அலாரத்தின் ஒலியை அதிகாரத்தின் ஒலியாக கருதி அந்த ஒலியை சட்டை செய்யாமல் சிறுது நேரம் தூங்கிக் கொண்டிருந்தாள். ஆனாலும் அந்த நச்சரிப்பு ஒலி இவளை உறங்க விடுவதாய் இல்லை.

தூக்கத்தின் சுவையை முழுவதுமாய் சுவைக்கமுடியாத விரக்தியில் சப்புக் கொட்டியவாறே எழுந்து வேலைக்கு தயாரானாள். "யம்மோவ்... யம்மோவ்..."

"என்னடி கத்துர"

"என்னோட பேண்ட் ஷர்ட்ட கொஞ்சம் அயர்ன் பன்னி கொடும்மா. அதுக்குள்ள நான் ரெடியாகிக்கிறேன்."

ஆதிராவின் தொழிற்சாலை உடையான அடர் நீல நிற பேண்டையும் வெளிர் நீல நிற சட்டையையும் மலர்விழி அயர்ன் செய்து கொண்டிருந்தாள். மகள் பேண்ட் ஷர்ட் அணிவது மலர்விழிக்கு மிகவும் பிடித்திருந்தது. இந்த உடையில் தன் மகள் அழகாக இருப்பதை அவள் மிகவும் ரசிப்பாள். இவள் மட்டுமல்ல பலரும் ரசிக்கத்தக்க வண்ணம் ஆதிராவுக்கு இந்த உடை எடுப்பாய் இருக்கும். நடுத்தரமான உயரம். உயரத்திற்கு தகுந்தார்போல உடலின் எடை. வட்ட முகம். மாநிறத்தில் பூசிய கன்னம். அதில் மின்னும் வாள்களைப் போன்ற கண்கள். எடுப்பான முன் பால் பற்கள். அதை ஒட்டி லேசாக ஒன்றின் மேல் ஒன்றாக தொட்டுக்கொண்டு நிற்கும் இடுக்குப் பற்கள். வட்டமுகத்தில்,இடுக்குப் பற்களில் மின்னி மறையும் புன்னகை எதிர் நிற்போரின் மனங்களில் படர்ந்து மலரும். அவள் விடுதியில் தங்கிய காலத்திலிருந்து அவளின்

கரிய நீளக் கூந்தலை கத்தரித்து கிராப்புக்கு மாறிவிட்டாள். இதை பற்றி மலர்விழி வருத்தப்படும் போதெல்லாம் "ஆஸ்டல்ல எனக்கு யாரும்மா தலை சீவி விடுவா ?"

"ஏ உங்கூட தங்கி படிக்குற புள்ளங்க தலை சீவி விடமாட்டாங்களா"

"அவ அவ கிளம்புறதுக்கே நேரம் சரியா இருக்கும். இதுல என் கூந்தலுக்குன்னு நேரத்த ஒதுக்க முடியுமாம்மா" என கூந்தல் கத்தரிப்பின் நியாயத்தை ஒரு வரியில் கடந்து போவாள்.

வசந்த கால இலைகளை போல எப்போழுதும் மலர்ச்சியாய் இருப்பாள் ஆதிரா. எல்லோரிடமும் சகஜமாய் பழகக்கூடிய வெள்ளந்தி. படிப்பின் காலத்தின் பெரும்பகுதியை விடுதிகளிலேயே செலவிட்டு அவள் இந்த குணங்களை வாங்கினாள். எந்த குணம் தன் மகளுக்கு வரக்கூடாது என சண்முகம் தன் மகளை விடுதியில் சேர்த்தாரோ அந்த குணத்தையே முழுவதுமாய் பெற்றிருக்கிறாள் ஆதிரா. அவளால் மலர்விழியைப்போல ஓரிடத்தில் முடங்கிக் கிடக்க முடியாது. அருவியைப் போன்றவள் ஆதிரா. ஒவ்வொரு நாளும் வெவ்வேறு சூழல்களை சுவாசிக்க வேண்டும் என நினைப்பவள். வீட்டில் சொகுசாக வாழக்கூடிய அளவிற்கு சொத்துபத்துகள் இருந்தாலும் சுதந்திரமான உழைப்பில் சுயமரியாதையாய் வாழ நினைப்பவள். அதனால் தான் அவள் கார் கம்பெனியில் உள்ள அலுவலகப் பிரிவில் பணிபுரிகிறாள். இவள் மீது உயிரையே வைத்திருந்தாலும் இவளுடைய குணங்கள் சுத்தமாய் பிடிக்காது சண்முகத்திற்கு. ஆனால் மலர்விழிக்கோ இவளின் குணங்கள் மொத்தமாய் பிடிக்கும். தான் வாழ முடியாத வாழ்க்கையை மகள் வாழ்கிறாளே எனப் பேரானந்தம் மலர்விழிக்கு.

ஆதிரா கார் கம்பெனியில் வேலைக்கு சேர்ந்து ஒருவாரம் தான் ஆகிறது. கருணாவும் ஆதிராவும் கிட்டத்தட்ட ஒத்த வயதுக்காரர்கள் தான். பள்ளிக்காலங்களில் ஒரே வகுப்புகளில் கழித்தவர்கள் தான். ஆனாலும் அதிக நட்பு கிடையாது. இந்த ஒரு வார காலமும் அவளிடம் பேச வேண்டும் என கருணா நினைத்தாலும் அதற்கான சூழல் அமையவில்லை. அவளுக்கு எப்பொழுதுமே பகல் ஷிப்டுதான் ஆனால் கருணாவுக்கோ ஷிப்ட் மாறிமாறி வரும். அதனால் ஆதிரா வேலைக்கு சேர்ந்த போன வாரம் முழுவதும் அவளோடு கருணாவால் பேசமுடியவில்லை. இப்பொழுது பகல் ஷிப்ட் என்பதால் கருணாவும் ஆதிராவும் ஒன்றாக மருதம் பேருந்து நிறுத்தத்திற்கு நடந்து வருகிறார்கள். "என்ன ஆதிரா எங்க கம்பெனியிலேயே வேலைக்கு சேர்ந்துட்ட போல? உன்ன பேஸ்புக்குலதான் பாக்க முடியுது. நாம பேஸ்புக்குலதான் ப்ரண்டா இருக்கோம். போன வாரம் நீ பேஸ்புக்குல போஸ்ட் போட்ட பிறகுதான் தெரிஞ்சுது நீ எங்க கம்பெனியிலதா சேர்ந்திருக்கேனு."

“ஆமா கருணா. வீட்ல போரடிக்கும் ஏதாவது வேலைக்கு போனாதான் ரிலாக்ஸா இருக்கும். ”

“அதுக்குத்தா உங்க அப்பா அம்மா இருக்கங்கல்ல.”

“வெளியில வேலைக்குப் போனால் தான் எனக்கு ரிலாக்ஸா இருக்கும்.”

“அது சரி நீ நம்ம கம்பெனி ஆபிஸ்ல என்ன வேல பாக்குற?”

“நான் அக்கோண்டண்டா இருக்கேன்.”

“அப்படின்னா சனிக்கிழமை நைட் ஷிப்ட்ல பாடி ஷாப்ல ஒரு ஒர்க்கர் செத்துப் போயிட்டாரு தெரியுமா” என கருணா பேசி முடிப்பதற்குள்ளாகவே

“ஓ தெரியுமே. அந்த கரண்ட் அடிச்சி இறந்தாரே அந்த ஒர்க்கர்தானே. அவருக்கு எவ்வளவு கம்பனி கொடுத்துச்சின்னு நான் தான் சிஸ்டத்துல கணக்க ஏத்தினேன்.”

கருணாவுக்கு ஆவல் தொற்றிக் கொண்டது “எவ்வளோஞ்எவ்வளோ... கொடுத்தாங்க” என கண்களை லேசாய் பிதுக்கி, இரு புருவங்களையும் உயர்த்திக் கொண்டே கேட்டான்.

“அதுவா இரண்டு லட்ச ரூபாய் கொடுத்தாங்க”

இவர்கள் பேசிக் கொண்டே வர மருதம் பேருந்து நிலையத்தில் வந்து சேர்ந்தார்கள். இன்னும் பொழுது முழுதாய் விடியவில்லை என்பதால் உயர் கம்ப மின் விளக்கு பேருந்து நிலைய பரப்புகளில் பூசி நின்றது. மஞ்சள் நிறத்தில் தொழிற்சாலை மானுடங்கள் மினுமினுத்தன. மாறன் தொழிற்சாலை பேருந்துக்காக நின்று கொண்டிருந்தான்.

“மாறா செய்தி தெரியுமா? என ஆவலோடு மாறன் அருகில் கருணா சென்றான். ஆதிராவும் கருணாவுடனே சென்றாள்.

“என்ன என்ன விஷயம் கருணா?”

“நம்ம ஷாப்புல இறந்து போன அந்த தொழிலாளிக்கு இரண்டு லட்சம் ரூபாய் கொடுத்திருக்கானுங்க”

“இரண்டு லட்ச ரூபாய் தானா? அவரு எந்த ஊரு. அந்த பணத்த யாருக்கிட்ட கொடுத்தாங்க?” மாறனின் கேள்விக்கு ஆதிராவிடமிருந்து பதில் வந்தது.

“அவரு மதுர பக்கமா? அவருக்கு இன்னும் கல்யாணம் கூட ஆகல. டிகிரி முடிச்சிட்டு, நிரந்தர வேல கிடைக்கிற வரைக்கும் இந்த வேலைக்கு வந்திருக்காரு. அவருக்கான செக்க அவங்க அம்மா பேருக்கு கொடுத்திருக்காங்க. அந்த டீட்டெய்ல்ஸ நான் தான் சிஸ்டத்துல ஏத்தினேன்.”

மாறனுக்கு ஒன்றும் புரியவில்லை ஊர்த் தெருவில இருக்கிற ஒரு பொன்னு நம்மக்கிட்ட வந்து சகஜமா நின்னு ரொம்ம கேஷுவலா பேசுதே. என மனசுக்குள் நினைத்துக் கொண்டு. அவள் யார் என்பதை தன் கண்களின் திகைப்பில் கேள்வியாய் கேட்டான்.

அந்த திகைப்பை புரிந்து கொண்ட கருணா "ஆதிரா இது தான் மாறன் நம்ம கம்பெனியிலதான் என்னோடதா வேலை செய்யுறாரு" என்று சொல்லி முடிப்பதற்குள்ளாகவே ஆதிரா மாறனுக்கு ஹாய் சொல்லி கையை நீட்டினாள். மாறனும் ஹாய் சொல்லி கையை கொடுத்தான். இருவரும் கை குலுக்கினர். கல்லூரிக் காலங்களில் எவ்வளவோ பெண் தோழிகளோட பழகிய மாறனுக்கு தன்னுடைய ஊரிலுள்ள ஊர்த் தெரு பெண்ணோட கை குலுக்குவது இதுவே முதல் முறை. அதனால் மாறனுக்கு இது ஒரு புது வித அனுபவமாகத்தான் இருந்தது. மாறனுக்கு மட்டுமல்ல கருணாவுக்கும் இவர்கள் மூவரையும் கவனித்துக் கொண்டிருக்கிற ஊர், சேரி தொழிலாளர்களுக்கும் தான்.

"நீங்க எங்க இருக்கீங்க" என மாறனை பார்த்து ஆதிரா கேட்டான்.

"இங்கதான் நம்ம காலனிதான் இவரு" என கருணா கூற மாறனின் முகம் லேசாய் வாடியதை ஆதிரா கவனித்தாள். கருணா வேண்டுமென்றெல்லாம் இது போன்று கூறுவில்லை. ஆனால் அவன் இப்படித்தான் பேசுவான். இப்படி பேசுவதில் எந்த ஒரு நெருடலையும் கருணா உணர்ந்ததில்லை. இதனால் மற்றவர்களுக்கு ஏற்படும் நெருடலையும் இவன் அறிந்ததில்லை. இவர்களுக்கான பேருந்து வந்து நின்றது அனைவரும் பேருந்தில் ஏறினர். இருவர் அமரும் இருக்கையில் ஜன்னல் ஓரம் மாறன் அமர்ந்தான். அவன் கருணா அமர்வதற்காக தன் பார்வையை செலுத்தினான். ஆனால் அருகில் அமர்ந்த்து ஆதிரா. மாறனால் ஒன்றும் சொல்ல முடியவில்லை. அவளை எழுந்திருக்க சொல்வதா அல்லது கருணா இருக்கும் இடத்திற்கு நாம் எழுந்து செல்வதா?

ஒரு நெருடலாய் இருந்தது மாறனுக்கு. மாறன் அருகில் அமர்ந்திருக்கும் ஆதிராவை கண்டு இதே போன்ற உணர்வுதான் கருணாவுக்கும். கருணாவுக்கு வேறொன்றும் தோன்றியது. ஆதிரா இப்படி அமர்ந்து செல்வதை இதே பேருந்தில் இருக்கும் நமது கிராமத்து தொழிலாளிங்க யாராவது ஆதிரா அப்பா சண்முகத்திடம் சொல்லிவிட்டால் இவள் வேலைக்கே வர முடியாதே எனவும் யோசித்துக்கொண்டு வந்தான். மாறனும் கருணாவும் ஆதிராவின் செயலால் சகஜ நிலைமைக்கு வருவதற்கு கொஞ்சம் நேரம் ஆனது.

இந்த நிலையிலிருந்து மீள மாறன் தன்னுடைய செல்போனை எடுத்து முகநூலை பார்த்துக்கொண்டு வந்தான். ஆதிராவும் ஏற்க்கனவே முகநூலில் தான் உலாவிக் கொண்டிருக்கிறாள். மாறன் தன்னுடைய

முகநூலை பார்த்துக்கொண்டு அதில் ஹார்ட், லைக், சேட், ஹா ஹா போன்ற இமோஜ்களை போட்டுக்கொண்டு வருவதை ஆதிரா கவனித்தாள். அடுத்த வினாடியே தயக்கமே இல்லாமல் "மாறன் உங்க பேஸ்புக் ஐ. டி என்ன சொல்லுங்க ?"

"ஏ எதுக்கு கேக்கிறீங்க"

"ஆ எங்க சொத்து பூராவையும் உங்க பேர்ல எழுதிக் கொடுக்கத்தான்" மாறன் உச்சு கொட்ட "பின்ன என்னங்க பேஸ்புக் ஐ. டி எதுக்கு கேப்பாங்க?" என ஆதிரா கிண்டல் அடித்தான்.

"மாறன் மருதம்னு இங்லீஷ்ல இருக்கும்" என மாறன் சொன்னான்.

உடனேயே அந்த ஐ. டி. யை சர்ச் செய்து மாறனுக்கு ப்ரண்ட் ரிக்வஸ்ட் கொடுத்தாள் ஆதிரா. உடனே மாறனின் முகநூல் நோட்டிபிகேஷனில் ஆதிராவின் பெயர் வந்தது அதை டச் செய்ததும் ஆதிரா என மட்டும் இங்லீஷில் அவள் ஐ. டி. நேம் இருந்தது. அதில் விவரக் குறிப்பில் ஸ்டடீட் இன் குயின் மேரிஸ் அட் சென்னை என்றிருந்தது. அது போலவே ஆதிராவும் மாறனின் விவரக் குறிப்பில் போய் பார்க்க ஸ்டடீட் இன் பச்சையப்பாஸ் என இருந்தது . "ஓ நீங்க சென்னை பச்சையப்பாஸா?"

"ஆமாம்"

"நான் குயின் மேரிஸ், நீங்க என்ன மேஜர்?" என ஆதிரா கேட்டாள். "

"நான் எக்னாமிக்ஸ்" என மாறன் கூறினான்.

"நானும் தான்." ஒரே பாடத்தை இருவரும் படித்ததில் அவ்வளவு மகிழ்ச்சி ஆதிராவுக்கு. "நீ மேல படிக்கலையா?" என ஆதிரா கேட்டாள்.

"படிப்பேன் ஆனா ரெகுலர்ல இல்ல. வேல செஞ்சுக்கிட்டே கரஸ்ல பண்ணலாம்னு இருக்கேன். நீங்க மேல படிக்கலையா?"

"இல்ல. படிக்கவும் மாட்டேன். எனக்கு இது போதும்னு நினைக்கிறேன். மத்தபடி வாசிப்புன்னா எனக்கு ரொம்ப பிடிக்கும். நாவல்கள், பொருளாதாரக் கட்டுரைகள், பெண்ணியக் கட்டுரைகள் என வாய்ப்பு கிடைக்கும் போதெல்லாம் வாசிப்பேன்."

"உனக்கு எந்த புத்தகங்கள் ரொம்ப பிடிக்கும்?"

"தத்துவம், பொருளாதாரம், அரசியல் சார்ந்தும் கூடவே ஈவ்னீங் டைம் டீயைப் போல நாவல்களை வாசிக்கவும் எனக்கு ரொம்ப பிடிக்கும். ஆனால் வேலையில சேர்ந்ததுக்கு அப்புறம் புத்தகம் பக்கம் அவ்வளவா போறது இல்ல. முகநூல், வாட்சப், ட்விட்டர்னே காலம் கழியுது."

பாடத்திட்டத்தால் இணைந்தவர்கள் இப்போது வாசிப்பாலும் பிணைந்தார்கள். காலை நேரத்து ஈரக்காற்றில் சூரிய கதகதப்பு கலப்பதற்குள், இயந்திர சூட்டில் வெந்து புகைபோக்கி வழியாக வியர்வையை சிந்திக்கொண்டிருக்கும் தொழிற்சாலை வாசலில் பேருந்து வந்து நின்றது. செல்போனை பேருந்திலேயே வைத்துவிட்டு தொழிலாளர்கள் பேருந்தைவிட்டு இறங்கினார்கள்.

"சரி ஈவ்னிங் மீட் பன்னுவோம் மாறா" என ஆதிரா கையசைத்து சென்றாள்.

இயந்திர சூட்டில் உழைப்பை உருக்க மாறனும் கருணாவும் பாடி ஷாப்பிற்குள் சென்றார்கள். சனிக்கிழமை இரவு இறந்த தொழிலாளி வேலை செய்த இடத்தில் வேறு சில தொழிலாளிகள் அதே வேலையை செய்து கொண்டிருக்கிறார்கள். இந்த காட்சியை கண்ட மாறனும் கருணாவும் ஒருவரை ஒருவர் பார்த்துக்கொண்டார்கள். அவர்கள் பார்வையில் ஆச்சரியமும் கோபமும் அதற்கான விடை தேடலும் மின்னித் தெறித்தன. "உயிரைவிட உற்பத்திக்கே முக்கியத்துவம் கொடுக்கும் முறை கடந்தகாலத்தில் இருந்தது என நான் படித்திருக்கிறேன். ஆனால் இது நான் வாழும் சமூகத்திலும் இருக்கிறதே! பணத்தால் ரத்தத்தை துடைத்துவிட்டார்கள் பாவிகள்!" என மாறன் மனதிற்குள்ளேயே நினைத்துக் கொண்டான்.

அன்றைய நாள் இவனின் உடல் தான் உழைத்ததே தவிர இவனின் சிந்தனை கடந்தகாலத்தின் மீது படர்ந்தது. அவன் அப்பா ஏழுமலையின் நினைவுகள் அவன் சிந்தனையில் ஓடியது. "எப்பா மாறா, கழனிக்காட்டு வரப்பு வரைக்கும் தான் என்னோட வாழ்க்கை. சேறுல பொதையிறதுதான் என்னோட பொழப்பு. அடிச்ச குச்சியில கயிறு கட்டி மேயும் மாடு வாழ்க்கைதான் நம்ம ஜனங்களோடது. சேத்துல பொதஞ்சி சேரியில அடபட்டு கிடக்குற வாழ்க்கை உனக்கு வேணா. புஸ்தகத்துல பொதஞ்சி பெரியாளா ஒசந்து, டவுனுல வீடுகட்டி காரு பங்களான்னு வாழனும். இது தான் உங்கப்பனோட ஒத்த விருப்பம். இத செய்வியா ராசா" என சாராயம் தலைக்கேறும் நாட்களில் எல்லாம் இந்த வார்த்தைகளைத் தான் மந்திரங்களைப் போல உச்சரித்துக் கொண்டிருப்பார் ஏழுமலை. மாறன் கம்பெனி வேலையில சேர்ந்தது ஏழுமலைக்கு பெரிய மகிழ்ச்சி. அதிலும் அவன் மாதச் சம்பளம் கொண்டு வந்து அவன் அம்மா அமிர்தத்திடம் கொடுக்கும் போது ஆனந்தத்தின் உச்சிக்கே செல்வார்.

படிவேலை செய்து கந்தாயத்திற்கான நெல் மூட்டைகளையும், நடவு செய்து நாத்துப்பறித்து, அண்டை வெட்டி, களை பறித்து, அறுப்பு அறுத்து கிடைக்கும் கூலிகளில் வாழ்க்கையை ஓட்டி வந்த

ஏழுமலைக்கும் அமிர்தத்திற்கும் மகனால் மாதம் பத்தாயிரம் ரூபாய் மொத்தமாய் கிடைக்கும் போது அளவில்லாத மகிழ்ச்சியே. அவர்கள் படும் மகிழ்ச்சிக்காகவே விடுமுறை ஏதும் எடுத்துக்கொள்ளாமல் வேலைக்கு வருவான் மாறன். ஆனால் இவன் செய்யும் வேலை இவனின் பெற்றோர்களின் வேலையை விட ஒன்றும் பெரிதல்ல என்பதைபற்றி இப்போது சிந்தித்துக் கொண்டிருக்கிறான்.

அந்த வெல்டிங் தொழிலாளி இவன் கண்ணெதிரே இறந்த நினைவு இன்னும் இவனுடைய நெஞ்சை விட்டு அகலவில்லை. உற்பத்தியின் இரைச்சலும் இயந்திரங்களிலிருந்து பறக்கும் தீப்பொறிகளும் இவன் சிந்தனைகளை நிறுத்தவில்லை. அன்றைய நாள் முழுவதும் இவன் சிந்தனையில் ஏதேதோ நினைவுகள் முட்டி மோதுகிறது. “நாம் யாருக்காக உழைக்கிறோம்? எந்த இடத்தில் நான் எனது பெற்றோர் செய்யும் வேலை-யிலிருந்து வேறுபடுகிறேன்? இந்த வேலை முறை நியாயமானதா?” போன்ற சிந்தனைகளில் அன்றைய பொழுது ஆழ்ந்து போனான்.

அன்றைய பொழுதின் உற்பத்தி முடிகிறது. இயந்திரங்கள் மீண்டும் தொடங்க கொஞ்சம் நேரம் இளைப்பாறுகிறது. அடுத்த ஷிப்டின் தொழிலாளர்கள் ஷாப்பிற்குள் நுழைகிறார்கள். தினந்தோறும் இந்த சூழலை மாறன் அனுபவித்திருந்தாலும் இன்றைக்கு ஏதோ அது புதுவித சூழலாக தோன்றுகிறது. அவன் நடமாட்டம் நிகழ்வில் இருந்தாலும் அவனின் சிந்தனை ஓட்டங்கள் எங்கெங்கோ சுற்றித் திரிகிறது. எதையோ யோசித்த வண்ணம் அவன் இப்போது பேருந்தின் ஜன்னலோர சீட்டில் அமர்ந்தான். தொழிற்சாலைகளுக்கு மேலே வானம்பாடிகள் பறந்து கொண்டிருந்தன. ”இங்கே என்ன இருக்கிறது? இங்கு ஏன் வானம்பாடிகள் வட்டமிடுகின்றன” என்பதை பற்றியெல்லாம் சிந்தித்துக் கொண்டிருந்தான். அவன் சிந்தனை கொஞ்சம் கலைந்தபோது அருகில் ஆதிரா அமர்ந்திருப்பதை கண்டான். உடனே மாறன் கருணாவை தேடினான். கருணா இன்னொரு தொழிலாளியிடம் பின் சீட்டில் காரசாரமாக பேசிக்கொண்டிருந்தான். தொழிற்சாலையின் பிரமாண்ட வாயில் பேருந்தை வெளியே தள்ளியது. அடைபட்ட ஷாப்பிலிருந்து விடுபட்டு அழகிய மாலை நேரம் கண்ணுக்கு தெரிகிறது.

இயந்திர இரைச்சலுக்கு பதிலாய் பறவைகளின் உயிரொலிகள் காதில் கேட்கிறது. உழைப்பில் சொட்டிய வியர்வையின் ஈரத்தை வெப்பமற்ற மாலைக் காற்று உடலைத் தழுவி உருஞ்சுகிறது. மாலை நேரத்து ரம்மியங்களை ஜன்னலோரத்தில் அமர்ந்து சுவைத்துக் கொண்டிருந்த மாறனிடம் “ஈவ்னிங் டைம்ல எல்லாமே அழகா இருக்குல்ல” என்றாள்.

“ஆமாம் எல்லா நேரமும் அழகுன்னாலும் மாலை நேரம் தனி அழகுதான். மாலை நேரத்துக்குள்ள ஒரு சுதந்திரம் ஒளிஞ்சி கிடக்குது.

மாலை நேரத்து வானம் அழகா நமக்கு அத சொல்லுது. கொக்குகளும் வானம் பாடிகளும் ஜோடியாய் வரும் புறாக்களும் கூட்டை அடைய சகரரை கரையும் காக்கைகளும் மெல்லிய மஞ்சள் நிறத்தை புவியின் முகத்தில் பூசும் வெப்பம் தணிந்த சூரியனும் அந்த சூரியனை தனக்குள் புதைத்துக்கொள்ளும் மாயாஜால தூரத்து மலைகளும் பள்ளிமுடித்து வயிற்றில் பசியோடும் மனதில் அம்மாவின் ருசி தேடியும் வீட்டிற்கு ஓடிவரும் மாணவர்களும் நாளெல்லாம் வரப்பிலும் புல் முளைத்த கரம்பிலும் மேய்ந்து பசும்புல் வாடையை தன் வாய்களில் இருந்து வீசிக்கொண்டு கொட்டடி தேடி வரும் மாட்டு மந்தைகளும் அதில் பால்மடி இறங்கி கன்றின் வாயில் பாலை சுரக்க சாய்ந்து சாய்ந்து நடக்கும் சில தாய்மை மாடுகளும் இது போலவே வெள்ளாட்டு செம்மறி ஆட்டு மந்தைகளும் இது போலத்தான் அத்தனை உயிர்களும் கூட்டை அடையும் போது ஒரு குதூகலம் இருக்கு. அந்த குதூலம் அழகாகவும் இருக்கு."

மாலை நேரத்து அழகியலை அழகாய் கூறிய மாறனின் வார்த்தைகளை சுவைத்த ஆதிரா "நாமும் அப்படித்தானே மாறா" என்றாள்.

"ஆமாம். இயந்தரங்களில் ஒரு மனித இயந்திரமாகவும் கம்ப்யூட்டருக்கு முன்னாடி இன்னொரு கம்ப்யூட்டராகவும் நாள் பூரா கெடக்குற நாம, வீட்டுக்கு போன பிறகுதான் அப்பா அம்மாவுக்கு பிள்ளைங்களா, உடன் பொறந்தவங்களுக்கு சகோதர சகோதரியா, உறவினருக்கு உறவினரா நண்பர்களுக்கு நண்பரா வாழ முடியுது. கொஞ்சம் நேரம் தான் அந்த வாழ்க்கைய நம்மால வாழ முடியுது. அந்த கொஞ்ச நேரத்துக்காகத்தான் அதிக நேரத்த நாம கம்பெனியில கழிக்கிறோம்."

"ஆமா மாறா. நீ சொல்றது உண்மைதான். பள்ளி வாழ்க்கை, கல்லூரி வாழ்க்கையில நாம வாழ்ந்த வாழ்க்கை கம்பெனி வாழ்க்கையில வாழ முடியறதில்ல. அத நான் கம்பெனியில சேர்ந்த இந்த ஒரு வாரத்துலேயே தெரிஞ்சிக்கிட்டேன்."

"இதைப் பத்திதான் நான் இன்னைக்கு பூரா யோசிச்சிட்டு இருந்தேன் ஆதிரா. ஏன் நம்மால நமக்காக வாழ முடியறது இல்ல. நாம பள்ளி கல்லூரி படிச்சது எல்லாம் கம்பெனியில உழைக்க மட்டும் தானா? அப்ப அந்த கம்பெனி எதுக்காக இருக்கு?"

"இது என்ன கேள்வி மாறா. பொருளுற்பத்தி இல்லன்னா மனுசங்க எப்படி வாழ்வாங்க? நீ ஒரு எக்னாமிக் ஸ்டூடண்ட் தானே?"

"ஆமாம். நான் ஒரு எக்னாமிஸ் ஸ்டூடண்டா இருக்கிறதுனாலத்தான் இது போல யோசிக்க முடியுது. மனுஷங்க வாழ பொருளுற்பத்தி இருக்கணுமா? பொருளுற்பத்திக்காகவே மனுஷங்க இருக்கணுமா ?"

“மனுஷங்களும் வாழணும் அதுக்கு பொருளுற்பத்தியும் வேணும்”

“என்னுடைய கேள்வி வெரி சிம்பில் ஆதிரா. இந்த உலகத்துல மனுஷங்க முக்கியமா? பொருளுற்பத்தி முக்கியமா?”

“மனுசங்க வாழ பொருளுற்பத்தி வேணும்”

“இதைத்தான் எதிர்பார்த்தேன் ஆதிரா. மனுஷங்க வாழத்தானே பொருளுற்பத்தி வேணும். ஆனா நாம வேற மாதிரி வாழுறோம்.”

“எப்படி?”

“பொருளுற்பத்திக்காகத்தானே நாம வாழுறோம்.”

“ஆமாம் மாறா. கார்ல் மார்க்ஸோட தாஸ் கேப்பிடல் இதப்பத்தி சொல்லுதுல்ல?”

“ஆமாம். நானும் படிச்சிருக்கிறேன் ஆனால் அதபத்தி முழுசா எனக்கு தெரியாது.”

சற்று நேரம் அமைதியாயிருந்து எதையோ யோசித்து திடுக்கிட்டவளாய் தன்னுடைய செல்போனை எடுத்து கூகுலில் “அபவ்ட் தஸ் கேபிடல்” என டைப் செய்து அது தொடர்பான ஆங்கில கட்டுரைகளை சிறுது நேரம் வேகமாக நோட்டம் விட்டு “ஆமாம் மாறா. சர்ப்ளஸ் வேலியூ தான் அனைத்து தீமைகளுக்கும் காரணமுன்னு கார்ல் மார்க்ஸ் சொல்றாரு. உற்பத்தியின் போது தான் சர்ப்ளஸ் வேலியூ கம்பெனி ஓனருங்க கைக்கு போகுது. அதே உற்பத்தி நேரத்துலதான் நம்மோட அதிக நேர உழைப்ப அவங்களுக்கு சர்ப்ளஸ் வேலியூவா கொடுத்துட்டு நாம மனித வேலியூவே இல்லாம ஏழைங்களா மாறிடுறோம்னு கார்ல் மார்க்ஸ் தியரி சொல்லுது. நாம எதார்த்தத்துல பார்க்குறத பார்த்தா கார்ல் மார்க்ஸோட தியரிதான் உண்மையானதுன்னு தோனுது.”

“எனக்கும் அப்படித்தான் தோனுது ஆதிரா... ஆனா...”

“என்ன ஆனா ?” என ஆதிரா கேட்க இவர்கள் சென்று கொண்டிருந்த பேருந்தில் அதிக சப்தத்தோடு முன் டயர் வெடித்தது. தொழிலாளர்கள் அலறி அடித்துக் கொண்டு அவசர அவசரமாக கீழே இறங்கினார்கள். டயர் வெடித்ததை அனைத்து தொழிலாளர்களும் ஆச்சரியத்தோடு பார்த்தார்கள்.

“ஸ்டெப்னி மாத்த எப்படியும் அரை மணி நேரத்திற்கு மேலாகும்பா”. ட்ரைவர் கூறினார்.

“கருணா நம்ம ஊரு பக்கத்துலதானே இருக்கு நாம நடந்தே போகலாமா? என ஆதிரா கேட்டாள்.

“ஓ நடந்து போகலாமே” என ஆதிராவின் விருப்பத்திற்கு சம்மதம் தெரிவித்தான் கருணா. ஆனால் மாறன் எதுவும் பேசாமல் நின்றான்.

”ஏன்மாறா நீ எங்க கூட வரலையா” என ஆதிரா கேட்டாள்.

“இல்லை ஆதிரா நான் பஸ் ரெடியானதுக்கு அப்புறம் பஸ்ஸிலியே வந்துட்றேன்” என்றான்.

“ஸ்டெப்னி மாத்த அரை மணிநேரமாவது ஆகும் மாறா. அதுக்குள்ள நாம நம்ம ஊருக்கே போயிடலாம்” என கருணா கூறியதற்கு தயங்கியவாறே சம்மதித்தான் மாறன்.

மூவரும் கிராமம் நோக்கி நடந்தார்கள். வெப்பம் தணிந்த சூரியன் மேகங்களுக்குள் தன் ஒளிகற்றைகளை செலுத்தி விளையாடிக் கொண்டிருந்தது. நெடுஞ்சாலையின் இடது புறம் நெற்கதிர் பிடிக்காத பசும் பயிர்களோடு மாலைநேர மகிழ்வை காற்று இசைத்துக் கொண்டிருந்தது. நிழல்களில் தஞ்சம் கொண்ட பறவைகள் மாலையின் குளிர்ச்சியில் குதூகலித்தன. நெடுஞ்சாலைகளின் ஓரமாய் மூவரும் நடந்து கொண்டிருக்கிறார்கள். மாறா நாம பஸ்ல காரல் மார்க்சோட தியரிய பேசிக்கிட்டிருக்கும் போது “ஆனா”ன்னு சொன்னியே எதுக்காக? கருணாவுக்கு ஆதிராவின் கேள்வி ஒன்றும் புரியவில்லை அதனால் அவன் அமைதியாக நடந்து வந்தான்.

“கம்பெனியில நடக்குற உற்பத்தியின் போது சர்ப்ளஸ் வேலியு கம்பெனி ஓனருக்கு போகுதுன்னா, நிலத்துல நடக்குற உணவுற்பத்தியின் போது சர்ப்ளஸ் வேலியூ யாருக்கு போகுது?”

“இது என்ன கேள்வி மாறா? கழனியில நடக்குற உற்பத்தியிலேயும் சர்ப்ளஸ் வாலியூ கழனி ஓனருக்குத்தான் போகும். ஆனா அது கம்பெனியோட சர்ப்ளஸ் வேலியூவ போல ரொம்ப பெருசா இருக்காதுல்ல. கம்பெனி ஓனர் வச்சிட்டிருக்கிற மிஷனரிஸ் வேற, கழனி ஓனர் வச்சிட்டிருக்கிற மிஷினரிஸ் வேற. கம்பனியில நடக்குற உறபத்தி அளவு வேற, கழனியில நடக்குற உற்பத்தி அளவு வேற. இங்க கழனிங்க எல்லாம் துண்டு துண்டாகத்தானே இருக்கு மாறா”

“சர்ப்ளஸ் வேல்யூவினாலத்தான் நாம் மனித வேல்யூவையே இழந்தோம்னு கொஞ்சம் நேரத்திற்கு முன்ன பேசினோமே நினைவிருக்கா ஆதிரா”

“ஆமாம். நினைவிருக்கு.”

“கம்பெனியில உருவாகிற சர்ப்ளஸ் வேல்யூ நம்மல தொழிலாளிகளாகவே வச்சிக்கிட்டிருக்கு. கிராமத்துல கழனியில உருவாகிற சர்ப்ளஸ் வேல்யூ நம்மல ஊரு சேருன்னு பிரிச்சி வச்சிருக்கிறதா நான் நினைக்கிறேன் ஆதிரா.” என மாறன் சொன்னவுடன் சற்று அங்கே நிசப்தம் நிலவியது. அந்த

நிசப்தத்தை உடைக்கும் வண்ணம் நெடுஞ்சாலை ஓர புங்கமரத்தின் குயில் ஓசை எழுப்பியது. அது தனிமையின் கொடுமையை அனுபவிப்பதாகவும் திசை மாறிய சக குயிலை அழைப்பதாகவும் இருந்தது ஆதிராவுக்கு.

இதுவரை உரையாடலில் அமைதியாய் வந்த கருணா "அப்ப கழனிதான் ஊரு சேரிக்கு காரணமா?" என வினா எழுப்பினார்.

"நான் கழனிதான் காரணமுன்னு சொல்லல கருணா. பெரும்பாலும் கழனி வச்சிட்டிருக்கிறவங்க ஊர் தெருவிலேயும். பெரும்பாலும் கழனிங்களே இல்லாதவங்க சேரியிலேயும் வசிக்கிறாங்களே அத வச்சிதான் எனக்கு இந்த சிந்தனை வந்தது கருணா." என மாறன் கூறி முடிப்பதற்குள்ளாகவே...

"உரம், பூச்சிகொல்லி மருந்து, விதை விலையேற்றத்தினால விவசாயிங்க எல்லாம் செத்துக்கிட்டு இருக்கும் போது கழனி விவசாயி கையில இருக்கிறது தான் காரணுமுன்னு சொல்றீயே மாறா. அது எப்படி சரியாக இருக்கும் ?" என்ற கருணாவின் கேள்வியை ஆதிராவும் ஆதரிப்பது போல அமைதியாய் இருந்து மாறனின் பதிலுக்காக எதிர்பார்த்தாள்.

"ஆமாம் கருணா நீ சொல்லுவது போல விதை, பூச்சி மருந்து, உரம் எல்லாமே உலக முதலாளிங்க கையில இருக்கிறதா எவ்வளவோ நியூஸ், ஃபேஸ்புக் ஸ்டேட்டசுன்னு நாம பாக்குறோம். அதனாலதான் விவசாயிங்க தற்கொலைக்கு தள்ளப்படுறாங்க என்பதையும் நாம படிக்கிறோம். அதை எதையுமே நான் மறுக்கல. இந்த நாடு ஊரு சேரின்னு பிரிஞ்சி கெடக்க நிலவுடைமையும் அதற்கான வரலாற்று காரணங்கள்தான்னு நான் நினைக்கிறேன் கருணா."

"கழனியே இல்லாத நகரத்தில கூடத்தான் சாதி இருக்கு. அத எப்படி பார்ப்ப?"

"நீ எந்த நகரத்த வேணுமுன்னாலும் எடுத்துக்க கருணா. அங்க இருக்கிற பஜார்ல அதிகமாக கடை வச்சிக்கிட்டிருக்கிறது யாரு கருணா ஊரு ஆளுங்களா சேரி ஆளுங்களா?" மாறனின் இந்த கேள்வி கருணாவையும் ஆதிராவையும் சற்று யோசிக்க வைத்தது.

மீண்டும் அவர்கள் சற்று நேரம் நிசப்தம் ஆனார்கள். சற்று நேரம் எதையோ யோசித்துவிட்டு "நாமக்கூடத்தான் கம்பெனியில ஒன்னா வேலை செய்யுறோம். அங்க ஊரு சேரின்னு இல்லையே மாறா?" என்ற கருணாவின் கேள்விக்கு...

"கம்பெனியில ஊரு சேரி இல்ல நம்ம ஊரு வந்து சேர்ந்ததுக்கு பிறகு எங்க போறோம் கருணா. நமக்கு பக்கத்தில இருக்கிற ஒரு செல்போன் கம்பெனி சாத்திட்டு போனது போல நாம வேலைசெய்யுற கார் கம்பெனியும் என்னைக்காவது ஒரு நாள் சாத்திட்டு போய்டுவான்.

அது போல ஊர் தெருவையும் சேரி தெருவையும் அத பிரிச்சி வைக்கிற சாதியையும் நாம சாத்திட்டு போய்டமுடியுமா? இந்த ரோட்டு ஓரத்துல நாம பேசிப்பது போல கிராமத்துல பேசிக்க முடியுமா கருணா?"

"அது அந்த காலத்தில இருந்தே இருக்கு. அத நாம எப்படி மாத்த முடியும் மாறா?"

"இந்த மாற்றத்த பற்றி நாம பேசமுடியலன்னா. வேற எந்த மாற்றத்தை பற்றியும் நாம பேச முடியாது. மனுஷன் இந்த பூமியில வந்ததிலிருந்தே சாதியும் அவன் கூட வரல. சாதி இடையில வந்தது தான்... இதை பத்தி அம்பேத்கர் நிறைய சொல்லியிருக்காரு."

"நீ அம்பேத்கர் புக்ஸை எல்லாம் படிப்பியா மாறா?" என ஆதிரா ஆச்சிரியத்தோடு கேட்க...

"இதல என்ன ஆச்சரியம் இருக்கு ஆதிரா. ஒரு எக்னாமிக் ஸ்டூடண்ட் அம்பேத்கர் புக்ஸையும் படிக்கனும். ஆனா எங்களுக்கெல்லாம் அம்பேத்கர் சின்ன வயசிலேயே அறிமுகம் ஆகிடுவாரு. அவரு நிறைய எழுதியிருக்காரு. அவரோட பேச்சும் எழுத்துமே 44 வேல்யூம்ஸ். அதல ரொம்ப கொஞ்சமாதான் நான் படிச்சிருக்கேன். ஆனா அவருடைய எழுத்துக்கள நடைமுறை வாழ்க்கையில இருந்து பார்த்தால் தான் புரிஞ்சிக்க முடியும்னு இப்பதான் எனக்கு புரியுது."

"வறுமைக்கு காரணம் சர்ப்ளஸ் வேல்யூன்னு மார்க்ஸ் சொல்றாரு. வறுமைக்கு காரணம்னு அம்பேத்கர் என்ன சொல்றாரு மாறா?" என ஆதிரா உரையாடலில் ஆழ்ந்தவளாய் கேட்டாள்.

"மனுசங்க சாதியா பிரிஞ்சி கிடப்பது தான் வறுமைக்கு காரணமுன்னு அம்பேத்கர் சொல்றாரு"

"அது எப்படி மாறா, நீ ஏற்கனவே சொன்னது போல ஊர் தெருவிலேயும் தான் ஏழைங்க இருக்காங்க. அவங்க வறுமைக்கு எப்படி சாதி காரணமா இருக்க முடியும் சர்ப்ளஸ் வேல்யூதானே காரணமா இருக்க முடியும்?"

"ஊர் தெருவுல இருக்கிற ஏழைங்க ஏழைகளா மட்டுமா இருந்தா சர்ப்ளஸ் வேல்யூ மட்டும் தான் காரணமுன்னு சொல்லலாம். அவங்க தன்னை உயர்ந்தவர்களாகவும் தன்னை போன்ற ஏழைகளை தாழ்ந்தவர்களாகவும் சாதியின் பேரால் பாக்குறாங்க. ஒரே நேரத்தில் அவர்கள் ஏழையாகவும் சாதியின் பேரால் மேலானவர்களாகவும் நினைச்சிக்கும் போது தான் வறுமை தொடர்ச்சியா இருக்க சாதி துணை செய்யுது. ஊர் தெருவுல இருக்கிற ஏழைகளுக்கு மட்டும் தான் இது பொருந்தும். அங்க இருக்கிற நிலவுடைமையாளங்களுக்கு இது பொருந்தாது."

"ஏன்?" என கருணா கேட்க...

எதிரே வந்த ஒரு பேருந்தின் இரைச்சல் அடங்கியதும் “ஏன்னா, அவங்க நில உடைமையாளரா இருக்கிறதையும் சேரி ஜனங்க நிலத்துல உழைக்கறதையும் சாதி நியாயப்படுத்துது. அதுக்காக நிலவுடைமைக்காரங்க சாதிய விட்டுக் கொடுக்க மாட்டாங்க. நிலத்தையும் இயந்திரங்களையும் வச்சிருக்கிறதால மட்டும் அவங்க கையில சர்ப்ளஸ் வால்யூ சேரது இல்ல. நம்ம நாட்டுல சர்ப்ளஸ் வால்யூவுக்கே சாதி அடிப்படையா இருக்குன்னு நினைக்கிறேன். ”மாறன் பேசி முடித்ததும். மூவரும் மருதம் பேருந்து நிறுத்தத்திற்கு அருகில் வந்தார்கள்.

மேகங்களுக்கிடையில் மஞ்சள் பூசி மகிழ்ந்த சூரியன் இப்போது கண்ணுக்கு காணோம். பகல் முழுவதும் புவியில் இருந்த சூடு வானத்தில் கருமேகமாய் உருவெடுத்திருக்கிறது. அந்த கருமேகத்திலிருந்து மழைத்துளிகளை உதிர வைக்க குளிர்ந்த காற்று சுழன்றடிக்கிறது. சருகுகளும் காகிதங்களும் காற்றில் பறக்கிறது. பறந்து வரும் சருகுகள் இந்த மூவர் மீதும் பட்டு மோதுகிறது. ”மழை வரப் போகுதுன்னு நினைக்கிறேன் கருணா. எனக்கு பஸ்டாண்ட் பக்கத்துலதான் வீடு. ஆனா நீங்க இன்னும் கொஞ்சம் தூரம் நடந்து போகனும். வேகமா நடங்க மத்தத நாளைக்கு பேசிப்போம்.” என மருதம் பேருந்து நிலையத்தில் மாறன் கையசைத்து விடைபெற்றுக் கொண்டான். ஆதிராவும் கருணாவும் வேகமாக நடந்து ஓடுகிறார்கள். முதலில் ஆதிரா வீடு பிறகுதான் கருணா வீடு. ஆதிரா வீட்டுக்குள் நுழைவதற்கு முன் கருணாவிற்கு கையசைத்து செல்கிறாள். மூவரும் அவரவர் வீடுகளுக்குப் போய்சேருகிறார்கள்.

ஆதிரா கம்பெனி உடைகளை களைந்து நைட்டி உடையில் தன் வீட்டு வராண்டாவில் உள்ள நாற்காலியில் அமர்கிறாள். மலர்விழி அவளுக்கு தேநீர் போட்டு கொடுக்கிறாள். காய்ந்து கிடக்கும் தரைகள் மீது கருமேகம் மழைத்துளிகளை உதிர்க்கிறது. மண்வாசம் உணர்வெங்கும் பறவுகிறது. ஆதிராவின் கையிலுள்ள தேநீர் குவளையிலிருந்து ஆவி பறக்கிறது. தேநீரை ருசித்தபடி மண் வாசத்தை ருசிக்கிறாள். மண் வாசத்திற்கு நினைவுகளை கிளறும் ரசாயன குணமுண்டு. அப்பொழுது பெய்யும் மழையில் மண்ணழுக்குகள் மட்டுமல்ல மனசழுக்குகளும் அடித்துச் செல்லும். மனசு ஒரு துளிரின் பசுமையைப் போல தூய்மையாய் மாறும். ஆதிராவின் மனசும் இப்பொழுது அப்படித்தான் இருக்கிறது. அவளின் சிந்தனை இப்பொழுது மாறனைப் பற்றி சிந்திக்கிறது. அவனுடைய பேச்சுகளை மீண்டும் ஒருமுறை மனசுக்குள் நினைத்துப் பார்க்கிறாள். அவனுடைய பேச்சில் எவ்வளவு நியாயம் ஒளிந்துகிடக்கிறது. என ஆச்சரியப்பட்டுக் கொள்கிறாள். மாறனுக்கு அவனுடைய வாழ்நிலைதான் இந்த தர்க்கத்திற்கான அடிப்படையை வழங்கியிருக்க முடியும் என மனதிற்குள் நினைத்துக் கொள்கிறாள். “ஏன் ஒரே கிராமமா நாம

இருந்தாலும் ஊரு சேரின்னு நாம் வாழுறோம்?" என கேள்விகளை தனக்குள்ளேயே கேட்டுக்கொண்டாள். இப்பொழுது மழை முன்னிலும் அதிகமாய் பொழிகிறது. காற்றில் பறந்த சருகுகளும் காகிதங்களும் இப்பொழுது சாலையில் ஓடும் தண்ணீரில் அடித்து செல்கிறது. ஆதிரா அந்த காட்சிகளை கொஞ்சம் நேரம் உற்றுப் பார்க்கிறாள். "இந்த சருகுகளையும் காகிதங்களையும் போல சாதியும் எல்லோரோடைய மனசிலிருந்து அடிச்சிட்டு போக ஒரு மழை பொழிஞ்சா எப்படி இருக்கும்" என யோசித்தாள். வானிலிருந்து நீர் கயிறுகளாய் வந்து மழை தரையில் விழுந்து சிதறும் காட்சியை தன்னுடைய செல்போனில் படம் பிடித்தாள். ஆனாலும் அவள் எதிர்பார்த்த அளவுக்கு அந்த மழைத்துளியை துல்லியமாக ஒளிப்படம் எடுக்க முடியவில்லை என்றாலும் அவள் எடுத்த ஒளிப்படம் அழகாகவே இருந்தது. அதை தன்னுடைய முகநூலில் அப்லோட் செய்து, "மழைச் சிதறல்கள்" என எழுதி ஸ்டேட்டஸ் போட்டாள். அவள் ஸ்டேட்டஸ் போட்ட கொஞ்ச நேரத்திலேயே மாறனிடமிருந்து லைக் விழுந்தது. இதைக் கண்ட ஆதிராவுக்கு ஆனந்தம் தொற்றிக் கொண்டது. மெசேஞ்சரில் "என்ன பன்றீங்க" என தமிங்கிலீஷில் டைப் செய்தாள்.

"காபி சாப்டுட்டு இருக்கேன்" என மாறனும் தமிங்கிலீஷில் பதில் அனுப்பினான்.

"நானும்தான்" என ஆதிரா மீண்டும் அனுப்பினாள். மாறனிடமிருந்து "ஓகே என்ஜாய்" என பதில் வந்தது. மீண்டும் டைப் செய்யலாமா வேண்டாமா என ஆதிரா யோசித்துக் கொண்டே இருந்தாள். அவளுக்கு மாறனிடம் பேசிக்கொண்டே இருக்க வேண்டும் போலிருந்தது . ஆனால் அவன் ச்சேட் செய்வதை தொடராமல் நிறுத்திக் கொண்டது இவளுக்கு வருத்தமாய் இருந்தது. ஆதிரா மீண்டும் மழை எழிலில் மூழ்கினாள். வானிலிருந்து விழும் மழைத் துளிகளில் கிழியாத இலைகளையும் மலரின் இதழ்களையும் கண்டு வியந்தாள். அவள் வீட்டு எதிரே உள்ள வேப்ப மர கிளையில் சிறகுகளை ஒடுக்கிக் கொண்டு மழையிடமிருந்து பாதுகாத்துக் கொள்ளும் பறவைகளைக் கண்டு மௌனித்தாள். மாலை நேரத்தை விழுங்கி இருள் படர்ந்தது. வெளியில் லேசான தூறல் இன்னும் தூறிக்கொண்டிருக்கிறது. மீண்டும் ஆதிரா மாறன் பேசியதைப் பற்றி நினைக்கத் தொடங்கினாள். மாறன் கூறிய ஊரு சேரி என்கின்ற வார்த்தைகள் ஆதிராவை குற்றவாளிக் கூண்டில் நிறுத்துவது போல உணர்ந்தாள். "நம்ம கண்ணெதிரிலேயே ஒரே கிராமத்திலேயே ஊரு சேரின்னு பிரிஞ்சி கிடக்கிறத நாமும் கடந்து தானே போறோம். அப்படி கடந்து போகுற ஒவ்வொருத்தரும் குற்றவாளிங்க தானே. நானும் குற்றவாளியாகத்தான் வாழ்ந்துட்டு இருக்கிறேன். இதுலிருந்து விடுபட என்ன தான் வழி?" என ஆழ்ந்த

யோசனைக்கு சென்றாள். சண்முகம் வீட்டிற்கு வந்ததை கூட கவனிக்கவில்லை. அப்பொழுது அம்பேத்கர் பற்றி மாறன் கூறியது நினைவிற்கு வந்தது. கூகுளில் அம்பேத்கரை தேடினாள். யூ ட்யூபில் அம்பேத்கரின் வரலாற்றை கண்டாள். விக்கிபீடியாவில் அம்பேத்கரை படித்தாள். இடையில் சற்று நேரம் சாப்பாட்டுக்காக ஒதுக்கினாள். அம்பேத்கரின் வரலாற்றை கூறும் விக்கிபீடியாவிற்கு ஆதாரமாக இருக்கும் சில புத்தகங்களையும் தன்னுடைய செல்போன் நோட் பேடில் குறித்துக் கொண்டாள். அம்பேத்கரை பற்றி அவள் படித்தது அவரின் உழைப்பையும் அவருடைய துன்பங்களும் ஆதிராவை கண் கலங்கவும் மனம் தெளியவும் வைத்தன. விசாவுக்காக காத்திருக்கிறேன் என்கின்ற அம்பேத்கர் எழுதிய புத்தகத்தையும் செல்போனிலேயே பி. டி. எப் வடிவில் படித்தாள். அந்த புத்தகங்களில் கூறும் ஒவ்வொரு சாதிய கொடூரத்தையும் கண்ணீரின் ஊடாகவே கடந்து சென்றாள். படிப்புக்கு இடையில் தன்னுடைய வீட்டிற்கு வெளியே வந்து நிற்கும் சேரி மனிதர்கள் அவளுடைய நினைவில் வந்து சென்றார்கள். அம்பேத்கர் அந்த புத்தகத்தில் கூறிய மனிதர்கள் இன்றும் நம் அருகிலேயே வாழ்வதைக் கண்டு துயருற்றாள். ”இவர்களை எப்படி நாம் சாதாரணமாக கடந்து செல்கிறோம் ?” எனும் கேள்வி இவளை குற்ற உணர்விற்குத் தள்ளியது. நமது பகுதியிலேயே வாழும் சாதியம் எனும் கொடூரத்தை இதுவரையில் காணாததை நினைத்து வருந்தினாள்.

“இனிமேலும் இந்த சாதிய கொடூரத்தை கண்டும் காணாமலும் போனால் நான் மனுஷியாக எதுக்கு வாழனும். வேர் புடிச்ச மரம் போல மூளையில படியவச்ச மரபுகள ஏத்துக்கிட்டு வாழறதா வாழ்க்கை?” என தனக்குள்ளேயே நினைத்துக் கொண்டாள். “ஊருக்கும் சேரிக்குமான இடைவெளியை யார் உருவாக்கினாங்க ? எப்ப உருவாச்சு? ஊரும் சேரியும் ஒரே சமூகமா மாறி வாழ்ந்தா என்ன குடி மூழ்கியா போகும்? நம்மல சுத்தி இருக்கிறவங்க எப்பேர்பட்ட கொடூரத்த தன் மனசுக்குள்ளேயே ஒளிச்சி வச்சிக்கிட்டு மனுஷங்களா நடிக்கிறாங்க. சக மனுஷங்களையே சேரிக்குள்ள தள்ளி வச்சி வாழுற மிருகங்களோடத்தான் நாமும் வாழுறோமா?இந்த அற்ப வாழ்கைய இனிமே நாம வாழக்கூடாது. ”என ஏதேதோ சிந்தித்தவாறு இருந்தாள்.

“என்னடி இன்னும் தூங்கல” என்ற மலர்விழியின் குரலைக் கேட்ட பிறகுதான் மணி பன்னிரண்டு ஆகிறது என்பதைப் பார்த்தாள். எழுந்திருக்கும் நேரத்திற்கான அலாரத்தை வைத்தாள். “காலையில மாறன்கிட்ட நிறைய பேசனும்” எனும் உணர்வில் ஆவலோடு இருந்தாள்.

மாறனோடு இவள் உரையாட வேண்டும் என்கிற ஆவலால் அலாரம் அடிப்பதற்கு முன்பாக எழுந்தாள். வழக்கமாக சண்முகம் தான் எல்லோருக்கும் முன்பாக எழுவார். ஆனால் இன்றைக்கு ஆதிரா

முதலில் எழுந்து கிளம்பிக் கொண்டிருந்தாள். சண்முகமும் மலர்விழியும் இவள் கிளம்புவதை கண்டு ஆச்சரியத்தோடு பார்த்தார்கள்.

"என்னடி அதிசயமா இருக்கு. அலாரம் அடிச்சாக்கூட அசங்காம தூங்குரவ, இன்னைக்கு எல்லாருக்கும் முன்னாடியே எழுந்துட்ட."

"அது ஒன்னும் இல்லம்மா. தூக்கம் வரல. அதுதான் சீக்கரமாகவே எழுந்துட்டேன்." இப்பொழுது அவளே பேண்ட் ஷர்ட் அயர்ன் பண்ணிக்கொண்டு இருந்தாள். வழக்கம் போல மலர்விழி டீ போட்டு கொண்டு வர அதை குடிச்சிட்டு ஷூ போட்டுக் கொண்டு வெளியில் கிளம்பினாள்.

கருணா தெருவின் முக்கில் வருவதை பார்த்த மலர்விழி "ஏண்டி அதோ கருணா வரான் பாரு அவன் கூடவே நடந்து போய்டு." என கூற கருணாவுக்காக கொஞ்சம் நேரம் காத்துக் கொண்டிருந்த ஆதிரா அவன் வந்தவுடன் அவனோடு சென்றாள். சிறிது நேரம் கழித்து சண்முகமும் கழனிக்கு சென்றார்.

பொழுது இன்னும் புலரவில்லை. நேற்று பெய்த மழையின் ஈரம் இன்னும் காற்றில் அப்படியே இருக்கிறது சுவாசிப்பதற்கு இதமாய் இருக்கிறது. "க்ளைமேட் ரொம்ப நல்லா இருக்குல கருணா"

"ஆமா ரொம்ப கூலிங்கா இருக்கு." அவர்கள் இருவரும் நடந்து வந்து கொண்டிருந்தார்கள். அவர்கள் நடந்து வரும் இடதுபுறத்தில் கொஞ்சம் தூரத்தில் தான் சேரி குடியிருப்பு. அந்த குடியிருப்பு பலவற்றில் லைட் எரிந்து கொண்டிருந்தது. சேரியை பார்த்த ஆதிராவுக்கு நேற்றைய இரவு அம்பேத்கரை படித்தது நினைவுக்கு வந்தது, இன்றும் கூட அம்பேத்கர் சேரிகளில் வாழ்வதாக அவள் நினைத்துக் கொண்டாள். "ஏ கருணா நம்ம காலனி பசங்க எப்படி? என கேட்க...

"நம்ம காலனி பசங்க நல்ல பசங்கதான் ஆதிரா."

"ஏ மத்த காலனி பசங்கெல்லாம் கெட்ட பசங்களா"

"அதுக்கில்ல ஆதிரா. நல்ல பசங்கதான் ஆனா ரௌடிசம் பண்ணுவானுங்க. அது தான் அவங்க கிட்ட எனக்கு புடிக்காததே."

"ரௌடிசம் ஒரு சாதியில மட்டுமா பன்றானுங்க... அது எல்லா சாதியிலேயும் தான் இருக்கு."

"இருக்குதான் ஆனா"

"ஆனா என்ன ஆனா ? "

"அவனுங்க நம்ம பொண்ணுங்கள கிண்டல் பண்ணுவானுங்க ஆதிரா"

“ஓ… ஓ… அப்ப நம்ம ஊர் தெருவுல எல்லாம் உத்தமனுங்களா. என்னயே எத்தனை பேர் உத்து உத்து பாக்குறான் தெரியுமா? ஜாடமாடையா எத்தனைபேர் என்ன கிண்டல் பன்றான் தெரியுமா?”

“நம்ம பசங்க பண்றது வேற அவனுங்க பண்றது வேற ஆதிரா”

“நம்ம பசங்க பன்னா கிண்டல் இல்ல. அவனுங்க பன்னா கிண்டல் அப்படித்தானே கருணா.”

“உனக்கு தெரியாது ஆதிரா. அவனுங்க நம்ம பொண்ணுங்க பஸ்டாண்டுக்கா போனா… ஏ… பிகரே… என்ன லவ் பன்றயா இல்லையான்னு டெய்லி டார்சர் பன்னுவானுங்க… அதுக்கு பயந்துட்டே நம்ம பொண்ணுங்க பஸ்டாண்ட் வரதுக்கே பயப்படுவாங்க.”

“அவனுங்களாச்சும் வெளிப்படையா பண்ணுறானுங்க. ஊர் தெருவுல இருக்கிற பசங்க அதுக்கும் மேல. இவனுங்க ஊமை குசும்பனுங்க. காலனி பொன்னுங்கள இவனுங்க எப்படி பார்ப்பானுங்கனு எனக்குத் தெரியாதா? என்னமோ ஊர் தெருவுலதான் புத்தர் வாழ்ந்திட்டு இருக்கிறா மாதிரியும் சேரியில எல்லாம் ராட்சசங்க வாழுறா மாதிரியும் ஒரு பிம்பத்த யாருதா ஏற்படுத்தனுதுன்னே தெரியில கருணா.” இவர்கள் பேசிக்கொண்டு வரும் போது சேரி வந்தது.

இந்த மருதம் சேரியை தொட்டுக்கொண்டு தான் பேருந்து நிலையத்திற்கு செல்ல வேண்டும். அதை அவள் கடக்கும் போது சேரியின் மீதான பாச உணர்ச்சியும் மாறனின் நினைப்பும்தான் அவளுக்கு வந்தது “அவன் இந்நேரம் பஸ்டாண்டுக்கு வந்திட்டு இருப்பானா? இன்னைக்கும் நாம அவனோட பஸ்ல உட்காந்துட்டு பேசிட்டு போவோமா?” என யோசித்தவாறே வந்தாள். ஆதிராவும் கருணாவும் பேருந்து நிலையத்திற்கு வந்தார்கள். வழக்கம் போல அங்கே தொழிலாளர்கள் நின்று கொண்டிருந்தார்கள். சோடியம் விளக்கு அவர்கள் மீது மஞ்சள் நிறத்தை பூசிக்கொண்டிருந்தது. இப்போது மங்கிய ஒளியிலும் ஒவ்வொரு தொழிலாளிகளின் உருவத்தையும் உற்றுப் பார்த்துக் கொண்டிருந்தாள் ஆதிரா. சேரி தொழிலாளர்களும் ஊர்த் தெரு தொழிலாளர்களும் ஒன்றாக அமர்ந்திருந்தாலும் அவர்கள் மத்தியில் உரையாடல் ஏதும் நடக்காமல் இருப்பதைக் கவனித்தாள். தூரத்தில் மாறன் வருவது தெரிந்தது. வழக்கத்திற்கு மாறாக இப்பொழுது ஆதிராவின் இதயம் வேகமாய் துடித்தது. “ஏ நமக்கு இன்னைக்கு இது போல ஆகுது? மாறன பார்த்து ஒரு நாள் தான் ஆகுது. அவனோட நேத்தைக்குதான் அறிமுகம். ஆனாலும் நான் ஏன் அவன தேடுறேன். அவனை பார்த்ததும் ஏன் என் இதயம் வேகமாக துடிக்குது” என மனதிற்குள்ளேயே நினைத்துக் கொண்டாள். மாறன் அருகில் வந்தான். ”வா மாறா. ஏ இன்னைக்கு லேட்” என கருணா கேட்க…

"அசந்து தூங்கிட்டேன் லேட்டாதான் எழுந்தேன் அதனாலதான் கிளம்புரத்துக்கு நேரமாகிடிச்சி" "என்ன ஆதிரா அமைதியா இருக்க?" என மாறனே கேட்க...

"அதெல்லாம் ஒன்னுமில்ல மாறா ஊங்கிட்ட இன்னைக்கு நிறைய கேள்வி கேட்கனும். அதப்பத்தி தான் யோசிச்சிட்டு இருக்கேன்."

"அதுக்கு என்ன ஆதிரா எத்தனை கேள்வி வேணும்னாலும் கேளு" பேருந்து வந்து நின்றது. இன்றைக்கு ஆதிரா அருகில் அமர்வதில் எந்த நெருடலும் இல்லை மாறனுக்கு. நேற்று அடித்த காற்றினாலும் பெய்த மழையினாலும் சூழல் குளுமையாகவும் தூய்மையாகவும் இருந்தது. வெளியில் உள்ள பசுமைகளுக்கு மேலும் பசுமை கூடியிருந்தது.

"நான் நேத்து இரவு அம்பேத்கரை பற்றி கொஞ்சம் படிச்சேன்."

"அப்படியா என்ன படிச்ச"

"விக்கி பீடியாவுல அவருடைய வரலாறையும் அவரு எழுதின **விசாவுக்காக காத்திருக்கிறேன்** புத்தகத்தையும் படிச்சேன்.

"ஓ? சூப்பர்"

"நீ அந்த புக்க படிச்சிருக்கிறீயா மாறா?"

"படிச்சிருக்கேன்"

"அதப்பத்தி தான் மாறா உங்கூட பேசனும்"

"ம் பேசலாமே"

"அந்த புத்தகத்துல ஆறு குறிப்புகள் வருது. அதுல தாழ்த்தப்பட்டவங்கள மாட்டு வண்டியில ஏத்தாம இருந்ததும் வாடகைக்கு ரூம், கிடைக்காம இருந்ததும், தாழ்த்தப்பட்டவங்கள தொட்டு மருத்துவர் மருத்துவம் பார்க்காம இருந்ததும், அதனால அந்த நோயாளி இறந்ததும், அலுவலகத்துல தாழ்த்தப்பட்டவங்க ஒதுக்கப்படுவதுமா சில குறிப்புகள அம்பேத்கர் சொல்றாரு. அது இன்னைக்கும் இருக்கா மாறா."

"அந்த வடிவம் அப்படியே இப்ப இல்ல. ஆனா காலத்திற்கு தகுந்தாபோல சாதி அப்டேட் ஆகிட்டு வருது ஆதிரா."

"எப்படி"

"எத்தனையோ விஞ்ஞான வளர்ச்சிங்க நம்ம நாட்டுல வந்துடுச்சி. இன்ஃப்ரமேஷனல் டெக்னாலஜி பயோ டெக்னாலேஜியினால சுழல்ற உலகத்துக்குள்ளத்தான் நாமும் சுழண்டுக்கிட்டு இருக்கோம். நம்மக் கூடவே சாதியும் சுழண்டுக்கிட்டு இருக்கு. ஊரு,சேரி ஊர் சுடுகாடு சேரி சுடுகாடு,ரெண்டுத் தரப்புக்கும் ரெட்டைக் குவளை. சாதி மீறி காதலிச்சாவோ கல்யாணம் பண்ணாலோ கொலை செய்யறது. இது

போல எத்தனையோ விஷயத்துல சாதி இன்னும் இருக்கிறத நம்மால பாக்க முடியும்."

"ஆனா இன்னைக்கு அது நிறைய குறைஞ்சிடுச்சி இல்லையா"

"குறைஞ்சிடுச்சி என்பது உண்மைதான் ஆதிரா. ஆனா அது இப்போதைய காலத்திற்கு தகுந்தாற் போல குறையல. நேத்துக்கூட நீ எனக்கு ச்சேட் பண்ண. அந்த ச்சேட் எப்படி பன்ன முடிஞ்சது அலைக்கற்றைகள் உதவியோடத்தானே. கண்ணுக்குத் தெரியாத அலைக் கற்றைகளையே கண்டு புடுச்சி அத உலகம் முழுக்க பரிமாறிக்கிறோம். ஆனா கண்ணுக்கு தெரியிற சாதிய அழிச்சி ஒரே சமூகமாக வாழ தயங்குறோம். இதுபோன்ற இடங்கள்ளத்தான் சாதி தன்னை தக்க வச்சிக்குது. "

"ஆக்ஷ்வலா சாதின்னா என்ன மாறா?"

"மனுஷங்கள மனுஷங்களே பிரிக்கிற ஒரு அடக்குமுறை கருவி தான் அல்லது ஒரு மத கற்பிதம் தான் சாதி"

"இத முதல்ல யாரு உருவாக்கியிருப்பா?"

"இந்து மத வேதத்துல பிறப்பின் அடிப்படையில வகை பிரிக்கிறதுக்காக ஜாதி என்ற சொல்லாடல குறிப்பிடறதா சொல்றாங்க."

"எதுக்குத்தான் இத உருவாக்கினாங்க?"

"மனித சமூகத்த பிரிச்சி ஒரு பிரிவு சுரண்டப்படவும் ஒரு பிரிவு சுரண்டி கொழுக்கவும் சாதி ஒரு நல்ல கருவியாகவும் கற்பிதமாகவும் இருக்கு. அதனால் இது போல ஒரு ஒடுக்குமுறை கருவிய இங்க உருவாக்கியிருக்கலாம்."

"இத தனி மனுஷனால ஏற்படுத்தியிருக்க முடியுமா மாறா?"

"நிச்சயம் முடிஞ்சிருக்காது. ஒரு பெரிய போர் நடந்திருக்கனும். அது என்றென்றைக்குமா இருந்து வருகிறதா சொல்ற சாதி போன்ற பழமை வாதங்களை உயர்த்தி பிடிக்கிறதுக்கு பேரு தான் வேதத்துல சனாதனம். அதை எதிர்த்தவர்தான் புத்தர். அவரைப் பின்தொடர்ந்தவர்கள் தான் பௌத்தர்கள். வேதத்தை பின்பற்றுகிற சனாதன வாதிகளுக்கும் பௌத்தர்களுக்கும் இடையிலான போரினால் தான் இன்றைக்கு ஊரு சேரின்னு ஆகியிருக்கனும். அம்பேத்கரும் ஊரு சேரிய அப்படித்தான் பாக்குறாரு ஆதிரா"

"இதெல்லாம் எங்க மாறா படிச்ச?"

"அது தான் சொன்னேனே நேரம் கிடைக்கும் போதெல்லாம் படிப்பேன்னு. நான் கல்லூரியில படிக்கும் போது காலேஜ்

லைப்ரரியிலத்தான் நிறைய புக்ஸ் படிச்சேன் ஆனா அதுக்கப்புறம் அவ்வளவா படிக்க முடியுறது இல்ல."

இவர்களின் பேருந்தை பிரமாண்ட தொழிற்சாலை முன் கதவு உள்ளுக்கிழுத்துக் கொள்கிறது. வழக்கம்போலவே செல்போனை பேருந்திலேயே வைத்துவிட்டு தொழிலாளர்கள் கீழே இறங்கி செல்கிறார்கள். மாறனும் கருணாவும் ஆதிராவுக்கு கையசைத்துவிட்டு அவரவர் இடங்களுக்கு செல்கிறார்கள்.

மாறனோடு இன்னைக்கு பேசியது ஆதிராவுக்கு மேலும் பல சிந்தனைகளை தூண்டிவிட்டது. அவள் அலுவலகத்தில் அமர்ந்து கொண்டு வேலை செய்து கொண்டிருந்தாலும் அவளின் சிந்தனை மாறனுடன் அவள் உரையாடியதை ஒட்டியே சிந்தித்துக் கொண்டிருந்தது. "பிரமாண்ட கம்பெனி, அதில எங்கெங்கிருந்தோ வந்து வேலை செய்யுற தொழிலாளிங்க. அவங்க எல்லோரும் ஒண்ணாத்தான் கம்பெனி பஸ்ஸில ட்ராவல் பண்றாங்க, ஒன்னாத்தான் கேண்டீன்ல உட்காந்து சாப்பட்றாங்க. ஆனாலும் அவங்க கிராமத்துல சாதியாத்தான் பிரிஞ்சி கிடக்கிறாங்க. இத மாத்தவே முடியாதா? மாத்துறதுக்கு என்னதான் பண்றது." இது போல பல்வேறு விஷயங்களை சிந்தித்துக் கொண்டிருந்தாள். அப்பொழுதுதான் 'மலர்விழி' என தன் தாயின் பெயரை கொண்ட ஒரு அலுவலரை யாரோ கூப்பிட்டார்கள். அப்பொழுது ஆதிராவின் சிந்தனை அவளுடைய தாய் மலர்விழியை நோக்கி நகர்ந்தது. "பல ஆண்டு காலமா சேரியில அடைபட்டு கிடக்கிற மனிதர்களை போல நம்ம அம்மாவும் அப்பாவை கல்யாணம் செஞ்சிட்டு வந்ததிலிருந்து வீட்டுக்குள்ள இருக்கிற அடுப்படியிலேயே அடைஞ்சி கிடக்கிறாங்க.

அவங்களுக்குன்னு எவ்வளவோ ஆசாபாசங்கள் இருக்கும் ஆனா அத அத்தனையும் வீட்டுக்குள்ளையே பூட்டிக்கிட்டு இருக்காங்க. நாம டெய்லி ட்ராவல் பன்றோம் ஆனா அம்மா நம்மல போல எத்தனை முறை ட்ராவல் பண்ணியிருப்பாங்க. பத்து ஊரு தள்ளியிருக்கிற பாட்டி வீடு தான் அம்மாவுக்கு வெளிநாடே. பாட்டி வீட்டுக்கு கிளம்பும் போதும் ஏதாவது நெருக்கமானவங்க திருமணத்துக்கு கிளம்பும் போதும் அவங்க அவ்வளவு சந்தோஷமா இருப்பாங்க. ஆனா அந்த சந்தோசம் எல்லாமே ஒரு சில மணி நேரம் தான். இல்லன்னா ஒரு சில நாட்கள் தான். அவளுக்குன்னு இதுவரையும் எதையும் தனியா அவள் செஞ்சிக்கிட்டதே இல்லையே. அவங்கள பொருத்தவரையில கழனியில வேலை செய்யிறவங்களுக்கும் வீட்ல இருக்கிறவங்களுக்கும் சமையல் செஞ்சி போடனும் அவ்வளவுதான் அவங்களோட வாழ்க்கைப் பணி.

கம்பெனியில இருக்கிற ரோபோவக்கூட இடம் மாத்தி வைக்கிறாங்க. ஆனா நம்ம அம்மா போல எத்தனையோ பேர் இடம் மாறாம அப்படியே

கிடக்கிறாங்க. இது எவ்வளவு பெரிய கொடுமை. ஒரு வகையில இது சாதிக் கொடுமையை விட அதிகக் கொடுமை தானே. சாதிக் கொடுமையாவது கண்ணுக்குக்குத் தெரியுது. அதனால அத நம்ம எதிரியா பாக்கிறோம். ஆனா நம்ம அம்மா போல பல பெண்கள அடுப்படிக்குள்ளேயே அடச்சி வைக்கிறது திருமணம் செஞ்சிக்கிட்ட கணவனும் அவள் பெத்தெடுத்த பிள்ளைங்களும் தான். ஆனா அதப் பத்தியெல்லாம் ஏன் அம்மாக்களுக்கு கோபமே வரமாட்டங்குது. அவங்க எப்படி இந்த வாழ்க்கைக்கு பழகிப் போனாங்க. அம்மாங்க எல்லோரும் இப்படி வச்சிக்கிட்டு இருக்கிறத பத்தி ஏன் எந்த பிள்ளைங்களுக்கும் குற்ற உணர்ச்சியே வரமாட்டேங்குது. அம்மாக்களை கடவுளா பாக்குற அதே நேரத்துல தான் அவங்கள அடுப்பங்கறை அடிமையா நாம் வச்சிக்கிட்டிருக்கோம்.

எல்லாப் பெண்களும் ஏன் இந்த அடுப்பங்கரை அடிமையா தள்ளப்பட்றாங்க. நாளைக்கு நாமும் இதப்போலத்தான் அடுப்பங்கரைக்குள்ள தள்ளப்படுவோமோ. என்னதான் பெண்கள் படிச்சி பட்டம் வாங்கினாலும் உயர் பதவிக்கு வேலைக்கு போனாலும் கம்யூட்டர் முன்னாடி உட்காந்து வேலை செஞ்சாலும் அவங்கள விட்டு இந்த அடுப்பங்கரை அடிமைத் தனம் ஒழிய மாட்டுங்குதே அதுக்கு என்ன காரணம்? சர்ப்ளஸ் வேலியூக்கும் சாதிக்கும் அடுப்பங்கரை அடிமைத் தனத்திற்கும் ஏதாவது சம்மந்தம் இருக்குமா?" என பல கேள்விகளின் சிந்தனைகளில் ஆழ்ந்து போனாள். இதைப் பற்றியெல்லாம் இன்றைக்கு மாறனிடம் பேச வேண்டும் என்று நினைத்துக் கொண்டாள். விறுவிறுப்பூட்டும் சிந்தனைகளில் அவள் ஆழ்ந்து போனதினால் அன்றைய வேலைப் பொழுது அவளுக்கு சென்றதே தெரியவில்லை. ஆதிரா அனைவருக்கும் முன்பாக வந்து பேருந்தின் ஜன்னலோரம் அமர்ந்து கொண்டிருக்கிறாள்.

பிரபஞ்ச சாலையில் சூரியனின் பயணம் வழக்கம் போலவே இன்றைக்கும் மேற்கு வானில் வந்தடைந்தது. நேற்றைக்கு இருந்த மேகக் கூட்டங்கள் வானில் இல்லை. வானம் தெளிவாக அதன் இயல்பு நிறமான நீல நிறத்திலேயே காட்சி அளித்தது. இன்றைக்கும் வானம்பாடிகள் தொழிற்சாலையின் கூரை மீது பறந்து கொண்டு தான் இருக்கின்றன. அழுக்கடைந்த உடைகளோடும் சோர்ந்து போன கால்களோடும் அதை எதிரொலிக்கும் ஷூக்களின் ஓசைகளோடும் தொழிலாளர்கள் அவரவர் ஷாப்பிற்குள்ளிருந்து நடந்து வருகிறார்கள். அதுபோலவே பெண் தொழிலாளர்களும் ஆண் தொழிலாளர்களோடு நடந்து வருகிறார்கள். "இந்த பெண் தொழிலாளிங்க வீட்ல போயி இன்னும் என்னென்ன வேலை செய்ய வேண்டி இருக்குமோ. நம்மை போல கல்யாணம் ஆகாத பொண்ணாயிருந்தா பரவாயில்ல. கல்யாணம்

ஆன பொண்ணுங்களோட நிலைமைதான் இன்னும் மோசம்.'' என்று சிந்தித்துக் கொண்டிருந்தவளுக்கு அருகில் மாறன் வந்து அமர்ந்தான்.

"என்ன ஆதிரா ஆழ்ந்த யோசனையில இருக்குற போல?"

"ஆமா மாறா இன்னைக்கு முழுசா ஒரு விஷயம் என் மண்டைய போட்டு குடையுது"

"என்ன விஷயம் ஆதிரா?"

"நாம சர்ப்ளஸ் வேலியூவ பத்தி பேசினோம். சாதியப் பத்தி பேசினோம். ஆனா வீட்டுக்குள்ள அடைபட்டுக் கிடக்குற ஒட்டு மொத்த பெண்களோட நிலையப் பத்தி ஏன் பேசல. ஏன் அது நமக்கு அக்கறைக்கு உரிய விஷயமா இல்லாம போயிடிச்சி? சர்ப்ளஸ் வேல்யூ தொழிலாளிங்கள கம்பெனியில குறிப்பிட்ட நேரம் அடச்சி வைக்குதுன்னா, சாதி குறிப்பிட்ட மக்களை சேரியில அடைச்சி வைக்குதுன்னா, எல்லா பெண்களையும் அடுப்பங்கரைக்குள்ளேயே அடச்சி வைக்கிறது எது? ஆணாதிக்கம் தானே? ஏன் அதப் பத்தி யாரும் பேச மாட்டேங்குறாங்க? அப்ப முதல்ல ஒழிக்க படவேண்டியது சர்ப்ளஸ் வேல்யூ ஆதிக்கம்,சாதி ஆதிக்கத்தை விட ஆணாதிக்கத்தைத் தானே ?"

"இந்த நாட்ல அல்லது இந்த உலகத்துல இருக்கிற ஆணாதிக்கம் அனைத்தும் அழிக்கப்பட வேண்டும் என்பதில் எந்த மாற்றுக் கருத்தும் இல்ல ஆதிரா. ஆனால் அத எப்படி செய்யுறது. அத யார் செய்யுறது?"

"இதல என்ன டவுட் மாறா. நாம எல்லோரும் சேர்ந்து தான் மாத்தனும்."

"அது தான் எப்படி ஆதிரா" மாறனின் இந்த கேள்வி கொஞ்சம் யோசனையும் கூடவே ஒரு கோபத்தையும் ஆதிராவுக்கு கொண்டு வந்தது.

"சர்ப்ளஸ் வேல்யூவ எப்படி ஒழிக்கிறமோ. சாதியத்த எப்படி ஒழிக்கிறமோ அது போலத்தானே மாறா நாம் ஆணாதிக்கத்தையும் ஒழிக்கமுடியும்."

"அது சரிதான் ஆதிரா. சர்ப்ளஸ் வேலியூவ ஒழிக்கனும்னா அது தொழிலாளிங்களாலத்தான் முடியும். ஆனா தொழிலாளிங்க இங்க சாதியின் பேரால் பிரிஞ்சிக் கிடக்குறாங்க. ஆணாதிக்கத்த ஒழிக்கனும்னா பெண்கள் எல்லோரும் ஒன்னா சேரனும் ஆனா அது எதார்த்தத்துல இருக்கா. அவங்களும் சாதியாத்தான் பிரிஞ்சிக் கிடக்குறாங்க. எங்கம்மாவும் நாளெல்லாம் கழனியில உழைச்சிட்டு வந்தாலும் அவங்க நிம்மதியா உட்காரக்கூட முடியாது. அவங்க அடுத்து அடுப்பங்கறைக்குள்ள உழைக்கனும். உங்கம்மாவும் கிட்டத்தட்ட அப்படித்தான் இருப்பாங்கன்னு நினைக்கிறேன்."

76 | வசந்தத்தைத் தேடி

“ஆமா. . ஆமா…!” என்று தலையசைத்தாள்.

”ஆனாலும் நம்ம அம்மாவுங்க இதப்பத்தி பேசறதுக்கு எங்கையாவது ஒரு இடம் கிடைக்குமா? அப்படி கிடைச்சாலும் அவங்க ஒன்னா சேர்ந்து போராட முடியுமா? இத தடுக்கிறது எது சாதி தானே? சாதி என்ற சதி எங்க தோன்றியதா அம்பேத்கர் சொல்றாரோ அங்கத்தான் ஆணாதிக்கமும் தோன்றியதுன்னு பெரியார் சொல்றாரு.”

“அப்படியா எங்க தோன்றனதா சொல்றாரு?”

“எந்த வேதங்களும் சாஸ்திரங்களும் ஒடுக்கப்பட்டவங்கள பிறப்பால ஒடுக்கி வச்சதோ அதே வேதங்களும் சாஸ்திரங்களும் தான் பெண்களையும் பிறப்பால ஒடுக்கி வச்சுது. பெண்கள் பிறப்பால இழிவானவங்கன்னு அது சொல்லுது. இதப்பத்தி **பெண் ஏன் அடிமையானாள்?** புத்தகத்துல பெரியார் ரொம்ப தெளிவா சொல்றாரு. நான் வேணும்னா அந்த புத்தகத்தோட பி. டி. எப் லிங்க் உனக்கு வாட்சப் பன்றேன். அத படிச்சா பெண்களுக்கும் சாதியத்திற்கும் மதத்திற்கும் உள்ள தொடர்பு நல்லா தெரியும்.”

“ஓ… சரி அனுப்பி வை மாறா.”

“நான் எங்கிருந்து அனுப்ப முடியும்?”

“ஏன்?”

“உன்னோட போன் நம்பர் இருந்தால் தானே அனுப்ப முடியும்.”

“சாரி சாரி மாறா” ஆதிரா சொல்ல அவளுடைய நம்பரை மாறன் குறித்துக் கொண்டான்.

“மாறா மிஸ்டு கால் கொடு. உன்னோட நம்பரையும் நான் குறிச்சிக்குறேன். ”

மாறன் மிஸ்டுகால் கொடுக்க ஆதிராவும் அதை குறித்துக் கொண்டாள்.

“இன்னைக்கும் சிவராத்திரிதானா”

“ஏன் ஆதிரா”

“நேத்தைக்கு அம்பேத்கர் புக்க படிச்சிட்டு தூங்குறதுக்கு மணி 12 ஆகிடுச்சி. இன்னைக்கும் அதே நேரம்தான் போல. நம்ம போரதுக்கு இன்னும் கால் மணி நேரம் ஆகும்முன்னு நினைக்கிறேன். அந்த நேரத்துல கொஞ்சம் ரெஸ்ட் எடுத்துக்குறேன்.” என சீட்டில் தலை சாய்த்து கண்மூடினாள்.

அவள் தூங்கும் போது மாறன் ஆதிராவின் முகத்தை தோழமையோடு பார்த்தான்.

"எவ்வளவு நல்லவளா இருக்கா. நம்ம கூட பேசறதுன்னால ஆதிராவுக்கு எதாவது பிரச்சனை வருமோ என அச்சம் மாறனின் மனதுக்குள் இருந்துக் கொண்டே இருந்தது. ஆதிராவின் அப்பா சண்முகத்தைப் பற்றி ஏழுமலை மாறனிடம் எவ்வளவோ சொல்லியிருக்கிறார். அவர் குடித்துவிட்டு வந்தால் அந்த மோட்டுக் கழனி பற்றியும் அவருடைய தம்பி மாரிமுத்துவைப் பற்றியும் தான் அதிகமாக சொல்லிப் புலம்புவார். அதனால் தான் மாறனை ஆஸ்டல்லியே இருக்க சொன்னதாவும் சொல்வார். அவர் குடித்துவிட்டு வரும் போதெல்லாம் மாரிமுத்துவோட முகஜாடைதான் மாறனுக்கு என சொல்லி தூங்கும் போது அவன் கன்னத்தில் முத்தமிடுவார். மாறன் பெரிய மனுஷனா வளர்ந்ததுக்கு பிறகும் ஏழுமலை இதை நிறுத்தவே இல்லை.

ஆதிராவோட அப்பா சண்முகம் எப்படி இருந்தாலும் இவ ரொம்ப நல்லவளா இருக்கிறத பத்தி மாறனுக்கு மனசுக்குள்ள சந்தோசம். தன்னுடைய சித்தப்பா எப்படி இறந்தாருன்னு ஆதிராவுக்கு எப்பவுமே தெரியக்கூடாது. அந்த விஷயம் தெரிந்தா இந்த நல்ல பொண்ணு ரொம்ப மனகஷ்டம் படும்னு மாறன் மனதிற்குள் கூறிக் கொண்டான்.

மருதம் பேருந்து நிறுத்தம் நெருங்குகிறது. "ஆதிரா... ஆதிரா..." என மாறனின் மெல்லிய குரலுக்கு எழுந்தவள்.

"என்ன மாறா பஸ்டாண்ட் வந்திடுச்சா?" என செல்போனை எடுத்து அதில் நேரம் பார்த்து விட்டு பாக்கட்டில் வைத்துக் கொண்டாள். மூவரும் இறங்கி வழக்கம் போலவே அவரவர் வீடுகளுக்கு செல்கிறார்கள்.

ஆதிரா வீட்டு வராண்டாவில் கையில் தேநீருடன் நாற்காலியில் அமர்ந்திருக்கிறாள். பறவைகளின் கீச்சொலிகள் மரங்களில் குதூகளிக்கின்றன. குயிலும் காகமும் மைனாவும் சிட்டு குருவிகளும் இன்னும் விதவித பறவைகளும் ஒரே நேரத்தில் ஒலி எழுப்புவது மகிழ்ச்சியின் இசையுருவாய் இருக்கிறது.

"யம்மா... யம்மா"

"என்னடி?"

"இங்க வாயேன்"என ஆதிராவின் மழலை குரலுக்கு அருகில் வந்தவளிடம் "யம்மோவ் இந்தா இந்த சேர்ல உட்காரு..."

"வேல கிடக்கிடி"

"அத விடும்மா அப்புறம் பாத்துக்கலாம். வா கொஞ்சம் நேரம் பேசுவோம்." என ஆதிராவின் அருகில் இருந்த இன்னொரு ப்ளாஸ்டிக் நாற்காலியை எடுத்துப் போட்டாள்.

"என்னடி, என்னாத்தான் வேணும் உனக்கு."

"அது ஒன்னுமில்லமா, நீ எங்காச்சும் போயி பத்து நாளு வெளியில தங்கியிருக்கியா?"

"நானு பத்து நாளு வெளியில தங்கிட்டா, கழனி காட்ல வேல செய்யுறவங்களுக்கும் உங்க அப்பாவுக்கும் பக்கத்து வீட்டுக்காரியா ஆக்கிப் போடுவா?"

"பேசாம அப்படி ஒரு ஏற்பாட்ட நீ பண்ணி இருந்திருக்கலாம். உனக்கு வேலையாவது மிச்சமாகியிருக்கும். "

"ஒத வாங்கப்போற நீ"

"இருபது வருஷத்துக்கு மேல நீ அடுப்பங்கரைக்குள்ளேயே இருக்கிறியே உனக்கு சலிப்பா இல்லையாம்மா?"

"என்ன செய்ய என் வாழ்க்கை விதி. நான் இந்த அடுப்பங்கரை-யிலேயே முடங்கிக் கிடக்கணும்னு என் தலையில எழுதி வச்சிருக்கு."

"யாரும்மா எழுதி வச்சாங்க" என ஆதிரா கிண்டலாக கேட்க

"ஆ... நீ கல்யாணம் பண்ணிப் பாரு அப்ப உன் தலையில யாரு எழுதினாங்கன்னு அப்ப புரியும்."

"யம்ம காலனி ஆளுங்கள பத்தி நீ என்னம்மா நினைக்கிற" என ஆதிரா கேட்க.

"ஏ எதுக்கு கேக்குற" என மலர்விழி மனதில் தோன்றிய படபடப்பை அடக்கிக் கொண்டு கேட்டாளும் அந்த படபடப்பு அவளின் கேள்வி வழியே வெளிப்பட்டதை ஆதிராவால் உணர்ந்துகொள்ள முடிந்தது.

"எதுக்கும்மா பதட்டப்பட்ற"

"நான் ஏன்டி பதட்டப்பட்றேன்"

"சரி சொல்லுமா"

"எல்லாரும் நல்ல மனுசாலுங்கதான்டி. நம்ம ஆளுங்க மாதிரி கள்ளம் கபடம் உள்ளவங்க இல்ல. மனசுல பட்டத பேசுவாங்க. உள்ள ஒன்னு வெளியில ஒன்னு வச்சி பேசத் தெரியாது."

"நீ அவங்களோடல்லாம் பழகியிருக்கியாம்மா"

மலர்விழிக்கு ஒருவித சந்தேகம் தொற்றிக்கொண்டது. ஏன் இதையெல்லாம் கேக்குறா. மாரிமுத்துவ பத்தி யாராச்சும் இவக்கிட்ட சொல்லியிருப்பாங்களா. இல்லன்னா இவளாத்தான் கேக்குறாளா என தயங்கியவாறே "ம்... பழகியிருக்...கே. க்கன்னாவை அழுத்தி உச்சரிக்கும் போது அதில் கடந்த காலம் ஒளிந்திருப்பதாக ஆதிரா எண்ணினாள்.

“யாரும்மா அது ?”

மகளிடம் கடந்த கால கசப்புகளை பரிமாறிக் கொள்ள வேண்டும் போல இருந்தது மலர்விழிக்கு. ஆனால் அந்த கடந்த கால நிகழ்வுகள் புதுவித பிரச்சனையை கொண்டு வந்துவிடுமோ என அஞ்சி “அட யாருடி இவ நைட்டுக்கு உனக்கு சாப்பாடு வேணாவா? நான் போயி சாப்பாடு செய்யவா வேணாவா?” என அடுப்படிக்குள் சென்றாள்.

சண்முகத்தின் டூவீலர் வாசலில் வந்து நிற்கிறது. “என்னப்பா இன்னைக்கு சீக்கிரம் வந்துட்டிங்க?”

கழனியில மதியமே வேலை முடுஞ்சிடுச்சிமா... அதனாலத்தான் பொழுதோட வீட்டுக்கு வந்துட்டேன். என சண்முகம் தன் மகளோடு பேசிக் கொண்டிருக்கும் போது அடுப்படியில் இருந்த மலர்விழியின் இதய துடிப்பு வேகமானது. இந்த புள்ள எங்கிட்ட கேட்ட கேள்விய அவங்க அப்பாக்கிட்ட கேட்டுவிடுமோ என அஞ்சினாள். நல்லவேலையாக ஆதிரா சண்முகத்தின் உரையாடல் இதோடு முடிந்தது. சண்முகம் வீட்டிற்குள் சென்றார். ஆதிரா தன்னுடைய செல்போனில் இணையத்தில் உலாவிக் கொண்டிருந்தாள். அப்பொழுதுதான் மாறன் சொன்ன புத்தகம் பற்றி நினைவுக்கு வந்தது. மாறன் அனுப்புவதாக கூறிய புத்தகத்தோட லிங்கை வாட்சப்பில் தேடினாள் ஆனால் வாட்சப்பில் இன்னும் அந்த லிங்கை மாறன் அனுப்பவில்லை. அதனால் மாறனுக்கு போன் செய்தாள். செல் போனை எடுத்த மாறன் “சொல்லு ஆதிரா” என கூற...

“அது ஒண்ணுமில்ல மாறா என்னுடைய வாட்சப்புக்கு பெரியாரோட புத்தகத்தை லிங்க் அனுப்புறதா சொன்னியே இன்னும் அனுப்பலையே...”

“ஓ சாரி ஆதிரா இதோ உடனேயே அனுப்பி வச்சிட்றேன்.”

பெண் ஏன் அடிமையானாள்? புத்தகத்தின் பி. டி. எப் வடிவம் ஆதிராவின் வாட்சப்பிற்கு வந்தது. ஆதிரா புத்தகத்தை ஓபன் செய்து படிக்கத் தொடங்கினாள். அந்த புத்தகத்தின் முதல் அத்தியாயத்தின் ‘கற்பு’ எனும் தலைப்பே இவளுக்கு மேலும் ஆர்வத்தை தூண்டியது. அதில் ஒவ்வொரு வரியும் சாட்டையடியாய் இருந்தது. பெண்களை ஒரு கெட்டிதட்டிப் போன பாறையாய் அழுத்திக் கொண்டிருக்கிற ‘கற்பு’ எனும் ஆணாதிக்க ஆயுதத்தை தன்னுடைய தர்க்கத்தால் இந்தக் கிழவன் வீழ்த்துவதைக் கண்டு மகிழ்ந்தாள். இப்படியாக அந்த புத்தகத்தில் இருக்கிற பத்து அத்தியாயங்களும் இவளுக்கு புதிய வெளிச்சத்தை பாய்ச்சின. எப்படி அம்பேத்கரின் புத்தகம் சாதி ஒழிக்கப்பட வேண்டும் என்ற பார்வையை வழங்கியதோ அது போலவே இந்த புத்தகம் ஆணாதிக்கம் ஒழித்து பெண்கள் விடுதலை அடைய வேண்டும் எனும் பார்வையை வழங்கியது. அம்பேத்கர் புத்க்கத்தைப் படித்தபோது இவள் சாதிய குற்றவாளியாக நின்றாள். பெரியாரின்

புத்தகத்தை படிக்கும் போது இவள் ஆணாதிக்கத்தை சாடுபவளாக, ஆணாதிக்கத்தை குற்றவாளி கூண்டில் ஏற்றுபவளாக உணர்கிறாள். மேலும் புதுவித தெம்பை இவள் இந்த புத்தகத்தை படிக்கும் போது உணர்கிறாள். இந்த சமூகத்தை சாதியின் பேரிலும் ஆணாதிக்கத்தின் பேரிலும் கட்டிப்போட்டிருக்கும் கயிற்றின் முடிச்சிகளை அவிழ்ப்பதற்கு இவளிடம் ஆயுதம் கிடைத்துவிட்டதாக இப்போது அம்பேத்கரையும் பெரியாரையும் உணர்கிறாள். இந்த வாசிப்பு அனுபவம் அவளுக்கு மகிழ்ச்சியைக் கொடுத்தது, பொறுப்புணர்ச்சியைக் கொடுத்தது,சமூகத்தின் மீதான பாசத்தை மேலும் அதிகமாக்கியது. முற்றத்தில் அமர்ந்து புத்தகத்தை படித்து முடித்தவுடன் அவள் சாலையையே வெறித்துப் பார்த்துக் கொண்டிருந்தாள். இந்த சமூகத்தில் உள்ள அனைத்து மனிதர்களின் துக்கத்திற்கும் அவளிடம் மருந்து இருப்பதாக உரக்கக் கத்தி கூற வேண்டும் போல இருந்தது. இவளின் வீட்டுக்கு எதிரே திண்ணையில் கும்பலாக பேசிக் கொண்டிருந்த திருமணமான நடுத்தர வயது பெண்களிடம் இந்த விஷயத்தை எல்லாம் போய் கூற வேண்டும் போல இருந்தது.

“ஏண்டி ஆதிரா சாப்பிட வா” என அம்மாவின் குரல் கேட்டு உள்ளே சாப்பிட அமர்ந்தாள். அந்த வீட்டின் நடு அறையில் ஆதிராவும் சண்முகமும் மலர்விழியும் தரையில் அமர்ந்திருக்கிறார்கள். மலர்விழி அவளுக்கு உணவு பரிமாறுகிறாள்.

“வாம்மா நீயும் உட்கார்ந்து சாப்புடும்மா”

“என்னடி புதுசா பேசற. நான் எப்போ உங்களுக்கு முன்னாடியோ உங்க கூடவோ சாப்டிருக்கிறேன்.”

“யாம்மா இன்னிக்கு சாப்புடு...”

“சாப்பாட்ட யாரு போட்றது. ”

“ஏன் எங்களுக்கு கையில்ல. நாங்களே போட்டுக்குறோம்.” என்னப்பா என சண்முகத்தை பார்த்து ஆதிரா கேட்க, சண்முகம் ஆதிராவின் வார்த்தைகளை மறுக்க முடியாதவனாய்...

“சரி. இதுல என்ன இருக்கு எல்லோரும் சேர்ந்தே சாப்புடுவோம்.” சண்முகம் சொன்ன பிறகும் மலர்விழி தனியாக தட்டு எடுத்து வைத்துக் கொள்ளவில்லை. ஆதிரா அவளை பலவந்தப்படுத்தி அமர வைத்து அவள் அருகில் தட்டை வைத்து ஆதிராவே அவளுக்கு உணவைப் பரிமாறினாள். சாப்பாட்டு குண்டான சண்முகத்தின் பக்கம் தள்ளி “அப்பா நீங்க போட்டுக்குங்க “ என ஆதிரா கூற அதை ஆச்சரியத்தோடு மலர்விழி பார்க்க, சண்முகம் எதுவும் கூறாமல் சாப்பாட்டை அள்ளி அவன் தட்டில் போட்டுக் கொண்டான்.

“யம்மா இனிமேல் நாம இது போலத்தான் சாப்படனும். என்னப்பா நான் சொல்றது” என மீண்டும் சண்முகத்திடம் கேட்க…

“ஓ சரி அப்படியே பண்ணுவோம்.”

“ஏண்டி புதுசு புதுசா செய்யுற!”

“அது ஒன்னுமில்லமா. சின்ன வயசுல இருந்தே அதிகமா நான் ஹாஸ்டல்லதானே இருந்தேன். அப்பயெல்லாம் நாம எல்லாம் ஒண்ணா சேர்ந்து சாப்புட்றத பத்தி நெனச்சிப்பேன். அது என் மனசுல ரொம்ப நாளா ஏக்கமாவே இருந்தது. அதனாலதான் இனிமே நாம ஒண்ணா உட்கார்ந்துதான் சாப்பட்னமுன்னு நெனச்சேன்”

“இவ்வளவு நாளா நாம ஒண்ணா உட்கார்ந்து தானே சாப்டுட்டு வரோம்!”

“நானும் அப்பாவும் தானம்மா ஒண்ணா உட்கார்ந்து சாப்புட்றோம். ஆனா நீ ஒரு நாளுக்கூட எங்கக்கூட ஒட்கார்ந்து சாப்டதில்லையேம்மா!”

“சண்முகத்திற்கு ஆதிராவின் நியாயங்களும் புரிந்தது. மகளை ஹாஸ்டலுக்கு அனுப்பியது குறித்தும் தன் மனைவியை சக ஜீவியாக கருதி அவளோடு உணவருந்தாததைக் குறித்தும் குற்ற உணர்ச்சியில் தள்ளப்பட்டான். சண்முகம் எதையோ யோசிப்பதை மலர்விழி புரிந்துகொண்டாள்.

“என்னங்க என்ன ஆச்சு?”

“பொண்ணு சொல்றதிலேயும் நியாயம் இருக்கு மலர்விழி. நமக்கு இருக்குற சொத்துபத்துக்கு பொண்ண வீட்லையே வச்சி வளர்த்திருக்கலாம். ஆனா அவள ஹாஸ்டளுக்கு நான் தான் அனுப்பினேன். நமக்கு கல்யாணம் ஆகி இத்தனை வருஷம் ஆச்சி. ஆனா ஒரு முறை கூட உன்ன ஒண்ணா உக்கார வச்சி சாப்டதுல்ல. இனிமே பொண்ணு சொல்றா மாதிரியே ஒண்ணா உக்கார்ந்தே சாப்புடுவோம்.” என சண்முகம் கூறியது மலர்விழிக்கு ஆச்சரியத்தைக் கொடுத்தது. அப்பாவின் அருகில் அம்மாவை அமர வைத்து சாப்பிட வைத்ததில் ஆதிராவுக்கு பேரானந்தம். பழமைத் தன நுகத்தடிக்கு பழக்கப்பட்டுப் போன அம்மாவின் பழக்கத்தை மாற்றுவது அவ்வளவு எளிதல்ல. அதே போல அப்பாவின் மௌனம் கலைத்து மனம் திறந்து பேச வைப்பதும் அவ்வளவு எளிதல்ல. மலர்விழி அமர்ந்துண்டதும் சண்முகம் மனம் விட்டு பேசியதும் ஆதிராவை பொருத்தவரையில் ஒரு சாதனை தான்.

ஆதிராவின் பேச்சிலும் செயலிலும் மாற்றம் தெரிவதை மலர்விழி உணர்ந்தாள். இந்த மாற்றம் அவளுக்கு மகிழ்ச்சியையும் ஒரு வித அச்சத்தையும் கொடுத்தது. “காலனி ஜனங்கள பத்தி கேக்குறா. ஒண்ணா உட்காந்து சாப்புடணும்னு சொல்றா. அவ துணிய அவளே அயர்ன்

செஞ்சுக்கிறா. ஒருவேல காலனி பையன யாரையாச்சும் காதலிப்பாளோ. பாசமா பேசினதுக்கே கொலை செஞ்ச அப்பங்காரன் சேரி பய்யன நம்ம பொண்ணு காதலிக்குதுன்னு தெரிஞ்சா அந்த பையன என்ன செய்வாரோ" என மனதுக்குள் அச்சத்தோடு நினைத்துக் கொண்டாள்.

வராண்டாவில் அமர்ந்து செல்போனை பார்த்துக்கொண்டிருந்த ஆதிராவுக்கு அருகில் சேர் போட்டு அமர்ந்த மலர்விழி "ஏண்டி ஆதிரா கொஞ்சம் நேரத்துக்கு முன்னாடி காலனி ஆளுங்கள பத்தி கேட்டியே எதுக்கு அத கேட்ட?"

"யம்மா, தினமும் காலனி பக்கம் தான் போறேன் வாரேன். அவங்கள பாத்தா நல்லவங்களாத்தான் தெரியுது. ஆனாலும் நாம அவங்களோட பழக மாட்டிங்குறோமே பேசமாட்டிங்குறமே அதுக்காகத்தான் அதப்பத்தி கேட்டேன்."

"எனக்கு இதப்பத்தி என்னடி தெரியும். கூலி வாங்கவும் நெல்லு மூட்ட இறக்கவும் தான் அவங்க இங்க வருவாங்க. அப்ப அவங்களோட பேசும் போது நான் செஞ்சி அனுப்புற சாப்பாடு நல்லா இருக்கிறதா சொல்லுவாங்க. வாயார பாராட்டுவாங்க. எனக்கும் அவங்களுக்குமான பழக்கம் அவ்வளவு தான். அவங்களோட கொஞ்ச நேரம் பேசினாலும் மனசுக்கு நிம்மதியா இருக்கும்."

"மாறனிடம் பழக எவ்வளவு இனிமையா இருக்கு. அவன் கூட பழகுன கொஞ்ச நாள்லியே அதிக நாள் பழகின உணர்வு இருக்கு. அவன சுத்தி இருக்கிற ஆளுங்களோட பழகுனா எப்படி இருக்கும்" என நினைத்துக் கொண்டாள். ஆள் நடமாட்டம் நின்று தெரு வெறிச்சோடி கிடப்பதை ஆதிரா வராண்டாவில் அமர்ந்து கொண்டு பார்த்தாள். எதிர் திண்ணையில் பேசிக்கொண்டிருந்த பெண்களைக் காணோம். தெரு விளக்குகள் வெறுமையின் மீது ஒளி வீசிக் கொண்டிருந்தன. தவளையின் சப்தங்கள் இரவின் நிசப்தத்தை பிரதிபலித்தன. ஆதிரா உறங்கச் சென்றாள்.

★★★

7

மாரிமுத்து இறந்து பல ஆண்டுகள் உருண்டோடி விட்டது. மாரிமுத்து கொலைக்காக சிறை தண்டனையை அவன் அனுபவிக்கவில்லையே தவிர, மாரிமுத்துவை கொன்ற பிறகு அவனுடைய மனசே சிறைச்சாலையாக மாறிப்போனது. மலர்விழி ஒன்றும் அறியாதவள். மலர்விழிக்கும் மாரிமுத்துவுக்கும் இடையில் இருந்தது கள்ளம் கபடமற்ற நட்புதான் என்பதை அவன் சில ஆண்டுகள் கழித்து உணர்ந்து கொண்டான். சண்முகத்தின் மீதுள்ள கோபத்தில் மலர்விழி சில ஆண்டுகள் பேசாமல் இருந்தாலும் அவனுக்கான உடலாக பயன்பட்டாள். சில ஆண்டுகள் அவளின் மன உளச்சலை ரசித்தவன் பின்பு அதை அசிங்கம் என உணர்ந்து கொண்டான். ஆதிரா பிறந்த பிறகுதான் அது நடந்தது. ஆதிரா பிறந்த அன்று குழந்தையை பார்ப்பதற்கு பக்கத்து டவுன் ஹாஸ்பிடலுக்கு அவளோடு போனான் சண்முகம். மலர்விழியின் அருகில் மழலை நிலவாக ஆதிரா உறங்கிக் கொண்டிருந்தாள். மழலையின் முன்பாக எப்பொழுதுமே மானுட அழுக்குகள் அனைத்தும் உதிர்ந்து போகும். சண்முகத்திற்கும் அன்றைக்கு தாயையும் சேயையும் பார்க்கும் போது அப்படித்தான் இருந்தது. இதுவரையில் மலர்விழியை உடலாக மட்டுமே பார்த்தவன் அன்றைக்குத் தான் அவளை உணர்வாக பார்த்தான். சிறு வயதில் அவன் இழந்த அம்மாவையும் அவளின் பாசத்தையும் அவள் பெற்றெடுத்திருப்பதாகவே உணர்ந்தான். அவனின் தாய் பாசம் இப்பொழுது எதிரே இருக்கும் தாய் சேய் மீதும் படர்ந்தது. மலர்விழியின் நெற்றியில் தாய்ப் பாசத்தோடு முத்தமிட நினைத்த போதுதான் அவனின் குற்ற உணர்வு தொற்றிக் கொண்டது.

மலர்விழியின் முகத்தை பார்க்க தைரியமில்லாதவன் மழலையின் பிஞ்சு விரல்களை தொட நினைத்தான். "இந்தா பாருய்யா உனக்கு வாக்கப்பட்டு நான் அனுபவிக்கிற சித்திரவதை போதும். சொத்து மட்டும் இல்ல வாழ்க்கை. சொதந்திரமா இருக்கிறதும் தான் வாழ்க்கை. எனக்கு கிடைக்காத சொதந்திரம் என் பொண்ணுக்கு கிடைக்கணும். என்னைப் போலவே என் பொண்ணையும் வீட்டுக்குள்ள அடைச்சி

வச்சிடாத" மலர்விழியின் வார்த்தைகள் அவன் மனசுக்குள் புகுந்து கண்களில் கண்ணீராக முட்டி நின்றது. மழலையின் பிஞ்சு விரல்களை அவன் தொட்டபோது மறைந்த தாயின் ஸ்பரிசம் அவன் உடலிலும் உணர்விலும் உயிர்பெற்றது. அதற்கு சாட்சியாக அவன் கண்களில் முட்டி நின்ற கண்ணீர் பிஞ்சு விரல்களில் பட்டுத்தெரித்தது. செய்த பாவத்திற்கு ஓ...வென அழுது அவளிடமும் மழலையிடமும் மன்னிப்புக் கேட்க வேண்டும் போல இருந்தது. பச்ச ஒடம்புக்காரிக்கு மேலும் எந்த வலியும் கொடுக்கக் கூடாதுன்னு கண்ணீரை மட்டும் விட்டு வெளியேறினான். உருண்டோடிய காலங்களில் மலர்விழியிடம் மன்னிப்புக் கேட்கவும் மனசில்லை. கொலை செய்ததை நியாப்படுத்திக் கொண்டும் அவனால் வாழ முடியவில்லை. அவன் நடமாடும் பிணம் போலவே அன்றிலிருந்து மாறிப்போனான். சில நேரங்களில் செய்த கொலைக்கு தண்டனையாக போலீசிடம் சரணடைந்து விடலாமா என்று கூட யோசிப்பான். மலர்விழியையும் ஆதிராவையும் நினைத்து அந்த யோசனையை தள்ளிப் போடுவான். அவன் கழனியில் இருக்கும் ஒரு புங்க மரத்தின் அடியில் கட்டிலை போட்டு தினந்தோறும் கழித்து வந்தான். அந்த புங்க நிழலும் அதில் கொஞ்சி விளையாடும் பறவைகளுமே இந்த உலகத்தில் அவனுக்கான பழக்கம். ஆள்காரர்களை சந்திப்பதும் கூலி கொடுப்பதும் இந்த புங்க மர அடியில் தான்.

மாரிமுத்துவின் அண்ணன் ஏழுமலையை பார்க்கும் போதெல்லாம் அமைதியாகிவிடுவான். அப்பொழுது அவனுடைய குற்ற உணர்ச்சி மேலும் அதிகரிக்கும். அதனாலேயே ஏழுமலையை சந்திப்பதை பெரும்பாலும் தவிர்ப்பான். அவன் வயல் வெளிக்கு தினந்தோறும் செல்லும் போது மோட்டுக் கழனிப்பக்கம் சென்று அந்த பாழடைந்த கிணற்றின் பக்கம் மன்னிப்பு வேண்டி கையெடுத்துக் கும்பிடுவான். மாரிமுத்துவை இவன் கொன்றதுக்கு சாட்சி இயற்கை மட்டுமே. ஒவ்வொரு மரத்தின் தலையசைப்புகளும் வானின் மேகங்களும் மேகம் கலைந்த நீல வானும் நீரும் சேறும் வயலும் பயிரும் அனைத்தும் இவன் கொலையை நேரில் பார்த்த சாட்சிகளாகவே இவனுக்குத் தோன்றும். "வாய்க்கா வரப்புகளே... உங்க மேல உசுரையே வச்சிருந்தவன கொன்னதுக்கு என்ன மன்னிச்சிடுங்க. நீங்க என்ன தண்டனை கொடுத்தாலும் ஏத்துக்கிறேன். "சில சமயம் இது போல யாரும் இல்லாத போது வாய்விட்டு மன்னிப்புக் கேட்பான். இவன் மனப் போராட்டம் வெளியில் யாருக்கும் தெரியாமல் இருக்கவே இவன் பலரிடம் உரையாடுவதையே நிறுத்திவிட்டான். ஆனாலும் நில உடைமையாளர்களுக்கு உரிய ஆதிக்க நடத்தைகளை,பேச்சுகளை முழுவதுமாய் இவன் விட்டொழிக்கவில்லை. அப்படி விட்டொழித்தால் தன்னுடைய மாற்றத்திற்கான காரணத்தின் வழியே தன்னை கண்டுபிடித்து

விடுவார்களோ என அஞ்சினான். அதனால் பழைய ஆதிக்க பழக்க வழக்கங்களை மொத்தமாய் இவன் விட்டொழிக்கவில்லை. சில நேரங்களில் அவன் அதை செயற்கையாகவும் செய்தான்.

ஆதிரா பிறந்து இருபது ஆண்டுகளுக்கும் மேலாய் அவன் குற்றவாளியாய் மனதிற்குள் சித்திரவதையை அனுபவித்து வந்தான். இன்னும் வாழப்போறது கொஞ்ச நாள் தான். அதற்குள்ள ஆதிராவுக்கு ஒரு நல்ல வாழ்க்கையை ஏற்படுத்திக் கொடுக்க வேண்டும். ஆதிராவுக்கு கனவனாக வருகிறவன் மலர்விழியையும் தாயைப் போல பார்த்துக் கொள்ள வேண்டும். அந்த புண்ணியவதியை நான் ரொம்பவும் கஷ்டப்படுத்திட்டேன். அவள் அவளுடைய மகள் மூலமாகவாவது ஒரு நல்ல வாழ்க்கையை வாழ வேண்டும். என்னுடைய சமூக அந்தஸ்த காப்பாத்திக்க அவள நான் அடுப்பங்கரைக்குள்ளையே அடச்சி வச்சிட்டேன். அவளுக்கான விடுதலையே அவ பொன்னு சுதந்திரமா வாழறது தான். அவளோட மகிழ்ச்சியில தான் இவளோட உயிரே அடங்கியிருக்குது. வானத்து பறவைங்க போல அவ பறக்கணும் வாய்க்கா தண்ணியப் போல அவ தேங்காம ஓடணும். என சண்முகம் அடிக்கடி சிந்திப்பான் ஆனாலும் இவனுடைய சிந்தனை வெளியே தெரியாதபடிக்கு பார்த்துக் கொள்வான். சண்முகத்தின் ஒவ்வொரு நாளும் இப்படித்தான் கழியுது.

★ ★ ★

8

ஆதிரா இன்றைக்கும் அனைவருக்கும் முன்பாக எழுந்து கிளம்பிக் கொண்டிருந்தாள். சண்முகமும் கழனிப் பக்கம் செல்வதற்கு தயாராகிக் கொண்டிருந்தான். மலர்விழிக்கோ மகள் காதலிக்கிறாளோ என்கிற சந்தேகம் நாளுக்கு நாள் அதிகரித்தது. ஆதிரா காதலிப்பதை பற்றி இவளுக்கு ஒரு பிரச்சனையும் இல்லை. அவள் அவளுக்கான தேர்ந்தெடுப்பை சரியாகவே செய்வாள் என்பது மலர்விழிக்குத் தெரியும். ஆனால் அவள் காலனியைப் பற்றி விசாரித்ததில் தான் இவளுக்கு பயம் தொற்றிக்கொண்டது. "ஒரு வேளை ஆதிரா காலனி பையனை காதலித்தால் அது பெரிய பிரச்சினையாகுமே. அந்த பிரச்சினை கொலையில் போய் முடியுமே. "என டீ போட்டுக்கொண்டே மனதிற்குள் நினைத்துக்கொண்டாள். இதைப் பற்றி அவள் கணவனிடமும் சுற்றத்திடமும் பேசமுடியாது அப்படி பேசினால் தன் உயிருக்கு உயிரான பிள்ளையை நடுத்தெருவில் நிற்க வைப்பதற்கு சமமாகப் போகும்.

"யம்மோவ் சீக்கிரம் டீ எடுத்துட்டு வாம்மா டைம் ஆகுது" ஆதிராவுக்கு டீயையும் சண்முகத்திற்கு கஞ்சித் தண்ணியையும் கொண்டு வந்து கொடுத்தாள். இன்றும் கருணாவுடனேயே சேர்ந்தே சென்றாள் ஆதிரா.

இந்த முறை கருணா பேச்சை தொடங்கினன் "என்ன ஆதிரா மாறனோட க்ளோசா ஆகிட்ட போல."

"ஆமா கருணா. மாறன் ரொம்ப நல்லவனா இருக்கிறான். நல்லா படிச்சிருக்கிறான். அவன் கூட பழகுறதுக்கு ரொம்ப நல்லா இருக்கு. நெறய விஷயம் தெரிஞ்சிக்க முடியுது."

"நீ சொல்றது உண்மைதான் ஆதிரா. நானும் அவங்கூட பழகியதிலிருந்து நெறைய விஷயத்த தெரிஞ்சிக்கிட்டேன். பெரும்பாலும் எல்லாத்துக்கும் அவங்கிட்ட பதில் இருக்கு." மாறனுடன் பேசுவதை கருணா எங்க தப்பா புரிஞ்சுப்பானோ என்று இருந்தவளுக்கு அவனுடைய குணாதிசியம் நேர்மையாகப் பட்டது. அதை அவனிடமே ஆதிரா கூறினாள்.

“நீ எங்க மாறனோட பழகறத தப்பா புரிஞ்சிப்பியோன்னு நான் நினைச்சிட்டேன் கருணா.”

“நம்ம அப்பா அம்மாதான் பழங்காலத்து ஆளுங்க. நாமளும் அப்படியே இருந்துட முடியுமா? ஒரு பொண்ணும் பையனும் பேசிக்கிறது என்ன தேச குத்தமா? ஒரே ஊர்ல இருந்தாலும் எத்தனை நாளைக்குத்தான் நாம பிரிஞ்சி கெடக்குறதுன்னு எனக்கும் அடிக்கடி தோணும் ஆதிரா. மாறன் கூட பேசினதுக்கு அப்புறம் தான் எனக்கே சில விஷயங்கள் புரிய வந்தது. ஊர்ல இருக்கிறவங்க எல்லாம் ஒசத்தி சேரியில இருக்கிறவங்க எல்லாம் தாழ்ந்தவங்கன்னு சொல்றவன் எல்லோரையும் ஒரு நாள் கம்பெனிக்கு கூட்டிட்டுப் போயி காண்பிக்கணும் அங்க எல்லா சாதிக்காரனோட ஒழைப்பும் வெளிநாட்டுக் காரன்களுக்கு ஒண்ணு தான். இந்த ஒசத்தி ஒசத்தி இல்லன்றதெல்லாம் வெளிநாட்டுக்காரன்களுக்கு தெரியாதுடா. அவனுக்கு நம்மோட உழைப்பு மட்டும் தான் தேவ. என சொல்லனும். அப்பத்தான் இவனுங்க புரிஞ்சுப்பானுங்க.”

“நீ சொல்றது உண்மை தான் கருணா. பஸ்ல, ரயில்ல, விமானத்துல போகும் போது பக்கத்துல உட்காரது எந்த சாதினுகூட தெரியாது. அங்க எல்லாம் இவனுங்க சாதிய பத்தி பேச மாட்டிங்குறானுங்க. ஆனா இவனுங்களுக்கு உள்ளூருனு வந்துட்ட பிறகு மனசுல சாதி பொடச்சிட்டு நிக்குது. அத அசிங்கம்னே இவனுங்க நினைக்க மாட்டிங்குறானுங்க. அத நெனச்சாதான். கோபம் கோபமா வருது.”

“இவனங்கல மாத்தவே முடியாது ஆதிரா”

“அது எப்படி விட்டுட முடியும் கருணா. விஷயம் கொஞ்சம் தெரிஞ்ச நமக்கே இவ்ளோ கோபம் வருதே. ஆண்டாண்டு காலமா நீ தாழ்ந்தவன்னு இவனுங்க சொல்றத சுமந்துட்டு இருக்கிற சேரி ஜனங்களுக்கு எவ்வளவு கோபம் வரும்? அந்த கோபத்தையெல்லாம் அடக்கி வச்சிக்கிட்டு அந்த ஜனங்க எப்படித்தான் வாழுறாங்கனு தெரியல. நான் சேரியில பொறந்திருந்தா இவனுங்கள உண்டில்லன்னு ஆக்கிட்டிருப்பேன்.”

“இவனுங்கள எதிர்க்க சேரியில தான் பொறக்கனுமா என்ன? நியாயத்த கேட்க எங்க வாழ்ந்தா என்ன?சாதிய எதிர்த்து சேரி ஆளுங்க கேட்கறத விட ஊர்த்தெருவுல வாழுற நம்ம போல ஆளுங்க கேட்கறது தான் நியாயமா இருக்கும்னு நான் நினைக்குறேன்.” கருணாவின் இந்த வார்த்தை ஆதிராவை ஆழ்ந்த யோசனைக்கு தள்ளியது. அவள் யோசித்தபடியே அமைதியாக நடந்து வந்தாள்.

“ஆமாம் கருணா நீ சொல்றது உண்மை தான். சாதிய நாம எதிர்க்கறது தான் சரியா இருக்கும். சாதி எங்க இருக்கோ அங்கதான் அத எதிர்க்கனும். சாதி சேரியில இல்ல. அது ஊர்த்தெருவுல தான் இருக்கு. அதனால

சாதி எதிர்ப்ப ஊர்த்தெருவுல இருந்து தான் தொடங்கனும். அது தான் எப்படின்னு தெரியில."

"அதுக்குன்னு ஒரு வழி பொறக்கும் ஆதிரா. அது வரைக்கும் பொறுப்போம்."

இவர்கள் பேசிக்கொண்டே பேருந்து நிலையத்திற்கு வந்தார்கள். இவர்கள் வருவதுகூட தெரியாமல் மாறன் செல்போனில் மூழ்கிக் கிடந்தான். அவனை சுற்றிலும் சில காலனி இளைஞர்கள் நின்றிருந்தனர்.

"என்ன மாறா நாங்க பக்கத்துல நிக்கறது கூட தெரியாம செல்போனுல மூழ்கிக் கிடக்குற" என கருணா கேட்க...

"வா... கருணா. ஹாய் ஆதிரா" என கூறிவிட்டு "அது ஒன்னுமில்ல நம்ம நாட்ல ஆன்லைன் வர்த்தகம் எந்த அளவுக்கு வளர்ந்திருக்குன்னு ஒரு கட்டுரை. அதப்பத்தி தான் படிச்சிட்டு இருக்கேன். "

"ஓ அப்படியா சரி மாறா நீ படி" என கருணா கூற.

"அந்த கட்டுரைய படிச்சி முடிச்சிட்டேன் கருணா"

"ஆக்ஷுவல நானு உங்கிட்ட இன்னைக்கு வேற சேப்டற பத்தி பேச வந்தேன் மாறா. ஆனா நீ இன்னொரு இண்ட்ரஸ்டிங்கான ஆன்லைன் சப்ஜக்ட கிளறிட்ட அதனால நான் பேச வந்தத அப்புறம் பேசறேன். முதல்ல ஆன்லைன் வியாபாரத்த பத்தி பேசுவோம். ஆன்லைன் வணிகத்த திட்டி பல பேர் பேஸ்புக்கிலேயும் வாட்சப்லேயும் எழுதுறாங்க. ஆனா எனக்கு அதிலெல்லாம் உடன்பாடு இல்ல மாறா"

"ஏன் எதுக்கு ஆதிரா" என மாறன் கேட்க

"ஏன்னா எல்லாம் ஒரு சோம்பேறிதனம் தான். இருக்கிற இடத்திலேயே எல்லா பொருளும் வரனும்ங்குற எண்ணம் தான். வேற என்ன இருக்க முடியும்?" என கருணா கிண்டலடிக்க.

"ஏ நாங்க கடைக்கு போறதுக்கும் வரதுக்கும் உங்கள போல ஆண்களதான் எதிர்பார்க்கனுமா? கடைசி வரைக்கு நாங்க அடுப்பங்கரைக்குள்ளேதான் கெடக்கனுமா ஆர்டர் செஞ்சி சாப்பிடக் கூடாதா ? என்ன பொருத்தவரையில ஆன்லைன் வியாபாரம் ரொம்ப சரி. அது அடுப்பங்கரையிலேயே கெடக்குற பெண்களுக்கு கொஞ்சம் விடுதலைய தரும்முன்னு நினைக்கிறேன்."

"என்ன ஆதிரா இன்னைக்கு ரொம்ம சூடா இருக்க." என மாறன் கேட்க

"பெரியார் புத்தகத்த படிச்சா இருக்காதா பின்ன!"

"ஓ... **பெண் ஏன் அடிமையானாள்?** புத்தகத்த படிச்சிட்டியா?"

“ம்... படிச்சிட்டேன் மாறா. அதப்பத்தி தான் பேசலாமுன்னு வந்தேன். அதுக்குள்ள நாம ஆன்லைன் சப்ஜக்டுக்கு வந்துட்டோம். ஆனாலும் இதுக்கும் பெரியார் புத்தகத்துக்கும் சம்மந்தம் இருக்கிறதா நான் நினைக்கிறேன்.”

“நிச்சயமா தொடர்பு இருக்கு ஆதிரா.”

“ஆமா மாறா நானும் அப்படித்தான் நினைக்கிறேன். பெரியார் சொல்றது போல சொத்து, கற்பு, காதல், கல்யாணம், ஒடம்பு, அதுக்குள்ள இருக்கிற உறுப்பு என எல்லாத்திலேயும் பெண்ண அடிமையாக்கி அடுப்பங்கரைக்குள்ள தள்ளுறாங்க. அதுல இருந்து வெளியில வரதுக்கு ஆன்லைன் வியாபாரம் உதவுதுன்னு நினைக்கிறேன்”

“அது எப்படி பொண்ணுங்கள அடுப்பங்கரையில இருந்து ஆன்லைன் வியாபாரம் வெளியில கூட்டிட்டு வரும்?” என கருணா கேட்க...

“இப்ப பெரும்பாலும் ஆண்களும் பெண்களும் வேலைக்கு போறாங்க கருணா. ஏன் நம்ம நிக்குற இந்த பஸ்டாண்டையே எடுத்துக்க,ஆண்கள் அளவுக்கு பெண்கள் சமமாகத்தான் இருக்காங்க. இந்த பெண்கள் எல்லாம் நாளெல்லாம் கம்பெனியில உழைச்சிட்டு வந்து மீண்டும் அடுப்பங்கரைக்குள்ளேயும் உழைக்கணுமா? கம்பெனி முடிச்சிட்டு வீட்டுக்கு வந்தோமா சாப்பாட்ட ஆர்டர் பன்னோமா, சாப்டோமா, ரெஸ்ட் எடுத்தோமான்னு இருந்தா பெண்கள் ஏன் அடுப்பங்கரைக்குள்ள போகப் போறாங்க?” ஆதிரா பேசும் போது கொஞ்சம் குரலுயர்த்தியே பேசினாள். அதனால் அருகில் உள்ள பெண்களும் ஆண்களும் கொஞ்சம் கொஞ்சமாக இவர்கள் அருகில் வந்து இவர்கள் பேசுவதை கேட்க விரும்பினார்கள்.

“வீட்டு சாப்பாடு மாதிரி வருமா ஓட்டல் சாப்பாடு” என கர்ணா கேட்க...

“வங்காயம் தக்காளி யாரு வதக்கினாலும் வதங்கும். ஒல யாரு வச்சாலும் கொதிக்கும். உப்பு, புளி, மொளகா ஒரப்பு பார்க்க பி. எச். டி பட்டம் ஒன்னும் வாங்க வேண்டியதில்ல. ஓட்டல் சோறு வேணாங்குற ஆம்பளைங்க வீட்ல ஒல வச்சா குடியா மூழ்கிப் போகும் “

“ஓட்டல்ல ஆர்டர் பண்ணி சாப்டா சம்பாதிக்கிற பணம் பத்துமா?”

“அடுப்பங்கரைக்குள்ள அடஞ்சிக் கிடக்கிறதவிட வேலைக்கு போனால்னா அவளும் சம்பாதிக்க போறா.”

“ஆனாலும்”

“ஆனாலும்னா. ஆம்பள எப்படி இதெல்லாம் செய்வானுதானே கேட்க வர கருணா”

“தாயி என்ன ஆளவிடு. சோத்த மட்டுமில்ல அடுப்பங்கரையையே ஊத்தி மூடிட்டு நீ ஆன்லைன்ல ஆர்டர் பண்ணியே சாப்புடு” என கருணா கூறி முடித்ததும் சுற்றி இருக்கிற ஊரு, சேரி, ஆண் பெண் தொழிலாளிகள் அனைவரும் சிரித்தார்கள்.

இவர்கள் மூவருக்குமான பேருந்து வந்தது. மூவரும் பேருந்தில் ஏறினார்கள். வழக்கம் போலவே ஆதிராவுக்கும் மாறனுக்குமான இருக்கை காலியாக கிடந்தது. இருவரும் அமர்ந்தார்கள்.

“நான் சரியாகத்தானே பேசினேன் மாறா”

“சரியாகத்தான் பேசின ஆதிரா. ஆனாலும் இது அடுப்பங்கர பிரச்சனை மட்டுமில்ல, நம்ம ஊர் வியாபாரத்தோட பிரச்சனையும் கூட. நம்ம ஊரு சில்லரை வணிகத்துல வெளிநாட்டுக்காரனுங்க நுழைஞ்சிட்டா அடுத்து விவசாயமும் அவனுங்க கைக்குள்ள போயிடும். அதுக்கப்புறம் நாம சோத்துக்குக் கூட அவனுங்களிடம் கையேந்த வேண்டியது தான். இப்பவும் அத நோக்கி தான் அவனுங்க வந்துட்டு இருக்கானுங்க. நம்மளோட விவசாயத்த எல்லாம் அவனுங்க ஃபாம் ஹவுஸா மாத்திடுவானுங்க. பஜாரையும் அதுக்குள்ள இருக்கிற கடைகளையும் சுருக்கி அவனுங்க ஒரே ஒரு ஷாபிங் மாலா மாத்திடுவானுங்க.”

“அதனால் என்ன?”

“அதனால நாம மீண்டும் அடிமையாக மாறிடுவோம்.”

“இதனால மத்தவங்க எல்லோரும் அடிமையா மாறுவாங்கதான். ஆனா பெண்கள் எல்லாம் ஏற்கனவே அடிமையாத்தானே இருக்காங்க. புதுசா அவங்கள எப்படி அடிமையா மாத்த முடியும்?”

“நாட்ட அடிமையாக்கிட்டு பெண்கள் மட்டும் எப்படி சுதந்திரமா இருக்க முடியும்?”

“பெண்கள அடிமையாக்கிட்டு மத்தவங்களால எப்படி சுதந்திரமா இருக்க முடியுது?”

“எல்லா வகையிலும் உன்னுடைய கேள்விகளும் ஆதங்கமும் நியாயமானது தான். உன்னுடைய கேள்விகளையும் ஆதங்கத்தையும் அப்படியே தாழ்த்தப்பட்டவங்களுக்கும் பொருத்த முடியும் ஆதிரா.”

“எப்படி?”

“நம்ம ஊர சுத்தி இருக்கிற ஒவ்வொரு கழனியையும் பார்த்தா அது சண்முகம் முதலியார் கழனி,நடேசன் ரெட்டியார் கழனின்னு இன்னும் பல பேர்ல பல சாதிக்காரங்களோட கழனிங்க தான் இருக்குது. ஆனா தாழ்த்தப்பட்டவங்களுக்கு அங்க பெருசா நிலம் இல்ல. மத்தவங்க கழனியில வேல செய்யுற அவங்களுக்கு மரியாதையும் கிடைக்கிறது

இல்ல. ஆனா இப்ப வந்திருக்கிற விவசாய சட்டங்களால கிராமத்த சுத்தி இருக்கிற கழனிங்க எல்லாம் கார்ப்பரேட் பண்ணைங்களா மாறும். இந்த அரை ஏக்கர் ஒரு ஏக்கர் வெறுப்புகளையெல்லாம் கார்ப்பரேட் ஒடச்சி எடுத்துடுவான். 50 ஏக்கர் 100 ஏக்கர்னு அவன் பண்ணைங்கள அமைப்பான். ஒவ்வொரு பண்ணையும் ஒவ்வொரு நாட்டுக்காரனோடதா இருக்கும். எப்படி கார்ப்பரேட் கம்பனிகளில வெளிநாட்டுக்காரன்களோட கொடிகளும் அவன் கம்பெனி கொடிகளும் பறக்குதோ அதே போல ஒவ்வொரு பண்ணையிலேயும் அவனவன் நாட்டுக் கொடி தான் பறக்கும். அப்போ முதலியார் கழனி,ரெட்டியார் கழனியெல்லாம் இருக்காது. அப்ப அந்த பண்ணைக்குள்ள சாதி வேற ஒரு வடிவத்துக்கு மாறிடும். கிராமத்துல வெளிப்படையா தெரியுற சாதி கம்பெனியில வெளிப்படையா தெரியாத மாதிரி கார்ப்பரேட் பண்ணையிலும் சாதி வெளிப்படையா தெரியாது. ஆனா இதுல உள்ள ஆபத்து நமக்கான உணவு உற்பத்திய நாமே செஞ்சுக்க முடியாது. நாம என்ன விளைவிக்கணும் என்ன ஏற்றுமதி செய்யணும்னு அவன் தான் தீர்மானிப்பான். விவசாய உற்பத்தியிலும் பொருளுற்பத்தியிலும் சிறு வணிகத்திலும் அவன் கை மேல ஓங்கிச்சின்னா அடுத்து அரசையே அவன் தான் நடத்துவான். அப்ப பிரிட்டிஷ்காரன்கிட்ட நாம அடிமையா இருந்தது மாதிரி இப்ப கார்ப்பரேட்டுகள்கிட்ட அடிமையா மாறப்போறோம். வெளிநாட்டுக்காரனுங்க கம்பெனியில எப்படி நம்ம நடத்துறானுங்கன்னு நாம பாக்குறோம். இந்த அரசு நாளுக்கு நாள் கொண்டு வர சட்டங்களையும் நாம படிக்கிறோம். அதனால இந்த தேசம் அடிமையாகப் போகுதுன்னு நாம சொன்னா எவனும் கேட்க மாட்டான். இவனுங்களப் பொருத்தவரைக்கும் சாதிய திமிரோடும் ஆணாதி” திமிரோடயும் அலையணும் அது தான் இவனங்களுக்கு முக்கியம்.”

“மாறா எனக்கு ஒன்னு தோனுது...”

“சொல்லு ஆதிரா...”

“நான் காலையில கருணாக்கிட்ட இதப்பத்தி தான் பேசிட்டு வந்தேன். இந்த சாதியத்த எப்படித்தா ஒழிக்கறதுன்னு தெரியலையேன்னு பேசிட்டு வந்தோம். இப்ப எனக்கு என்ன தோணுதுன்னா, சாதியத்த எதிர்க்கக்கூடிய அளவுக்கோ இல்லன்னா சாதியவாதிங்கள எதிர்த்து சண்ட போடுற தெம்போ இப்ப நம்மக்கிட்ட அவ்வளவா இல்ல. சாதியவாதிகள எதிர்க்கிற சக்தி கார்ப்பரேட்டுங்க கிட்டதான் இருக்கு. கார்ப்பரேட் சாதிவாதிகள அழிச்சிட்டா,அப்ப இந்த சாதியவாதிங்க எல்லோரும் நம்ம வழிக்கு வருவனுங்கல்ல. அப்ப நாம எல்லோரும் சேர்ந்து கார்ப்பரேட்ட எதிர்க்கலாம்.”

“இப்ப நாம கம்பெனிக்குத்தானே போகுறோம் ஆதிரா?”

“ஆமா”

“கம்பெனியில வேல செய்யுற எல்லோரும் ஊரு சேரியில இருந்து தானே வாராங்க?”

“ஆமாம்”

“அப்ப இந்த கார்ப்பரேட் கம்பெனிங்க சாதிய ஒழிச்சிடிச்சா?”

“இல்லை தான். ஆனாலும் சாதியத்துல எத்தனையோ மாற்றங்கள கம்பெனி கொண்டு வந்திருக்குல்ல.”

“உண்மைதான். அது உற்பத்திக்காக சில மாற்றங்களை கொண்டு வருது. அதே உற்பத்திக்காக மாற்றங்களை கொண்டு வராமலும் இருக்கு.”

“எத வச்சி சொல்ற மாறா?”

“நம்ம கம்பெனியில எடுத்துக்கோ கம்பெனிதான் வெளிநாட்டுக் காரனுடையது. அதுல வேலை செய்யுறது எல்லாமே நம்ம நாட்டுக்காரங்கதான். ஆனா ஹையர் மேனேஜ்மண்ட்ல பெரும்பாலும் பார்ப்பனர்களும் அதுக்கு கீழ இருக்கிற எ. ஆர். டிபார்மண்ட பிற்படுத்தப்பட்டவங்களும் அதுக்கு கீழ இருக்கிற சூப்ரவைசர்ங்க பெரும்பாலும் இடைநிலை சாதிகளும் தான் இருக்காங்க.”

“வொர்க்கர்ஸ்ல எனக்கு தெரிஞ்சி எத்தனையோ பி. சி. காஸ்ட்ல இருக்கிறவங்க வேலை செய்யுறாங்களே. நம்ம கருணாக்கூட பி. சி. தானே மாறா.”

“உற்பத்தியில ஈடுபடுறவங்க பிரச்சனை இல்ல. அந்த உற்பத்தியில ஈடுபட்றவங்க மேல ஆளுகை செலுத்துறவங்க என்ன சமூகமா இருக்காங்க அது தான் முக்கியம். ஆளுகை செலுத்துற இடத்துல பார்ப்பனர்கள் இருக்கிற அளவுக்கு,பி. சி ங்க இருக்கிற அளவுக்கு ஏன் எஸ். சி ங்க இல்ல. அப்ப கார்ப்பரேட் கம்பெனியும் சாதி அமைப்ப ஏத்துக்குது தானே? சாதி அமைப்பு ஒரு சுரண்டலுக்கான கருவின்னு நாம அன்னைக்கு நடந்து போறப்ப பேசினோமே நியாபகம் இருக்கா ஆதிரா.”

“ஆமா இருக்கு”

“சாதிய சுரண்டல் கருவி கார்ப்பரேட்டுகளுக்கு சுகமா இருக்கு. அதனால அது சாதிய அழிக்காது. அது மட்டுமில்லாம எல்லா சாதியில இருக்கிற உழைக்கிறவங்களும் ஒண்ணா சேருவது கார்ப்பரேட்டுக்கு ஆபத்து. அதனால கார்ப்பரேட் சாதி அமைப்ப காப்பாத்தும்.”

“அப்படின்னா எல்லா சாதியிலும் இருக்கிற உழைக்கிறவங்கள, சாதிய ஒழிச்சி எப்படி ஒண்ணா சேக்கிறது?”

“அது தான் இந்த நாட்டோட புதிரே. ஆனா அந்த புதிர் முடிச்ச அவிழ்த்தே ஆகணும். அதுக்குதான் நமக்கு அம்பேத்கர்,பெரியார் கார்ல் மார்க்ஸ் எல்லோரும் உதவி செய்வாங்க. கார்ல் மார்க்ஸ் சொன்னது கார்ப்பரேட்டுகள அழிக்க உதவும். அம்பேத்கரும் பெரியாரும் சொன்னது சாதியத்தையும் ஆணாதிக்கத்தையும் அத புடிச்சிட்டு இருக்கிற இந்து மதத்தையும் அழிக்க நமக்கு உதவும். மார்க்ஸ் அம்பேத்கர் பெரியார இணைச்சேதான் நாம இங்க ஒரு விஷயத்தையே பார்க்க வேண்டி இருக்கு. எதுக்காக இத சொல்ல வரேன்னா,நீ சொன்னது போல கார்ப்பரேட் அடுப்பங்கரைய ஒடைக்கும். ஆனா அடிமைத்தனத்த உடைக்காது. அடுப்பங்கரையில இருந்து ஆலைகளுக்கு கூட்டிட்டுப் போகும் விடுதலைய கொடுக்கிறதுக்கு இல்ல அங்கயும் சுரண்டத்தான் அத செய்யும். அடைபட்ட வீட்டுக்குள்ள இருந்து சுரண்டலுக்காக அது கூட்டிட்டு போனாலும் வெளியுலக சுதந்திரத்த பெண்களுக்கு கொடுக்குது. அதே தான் தாழ்த்தப்படவங்களோட நிலைமையும். எங்க அப்பா அம்மாவுக்கு எல்லாம் கழனி விட்டா வீடு, வீடு விட்டா கழனி வேறவொன்னும் அவங்களுக்கு தெரியாது. ஆனா என்ன கம்பெனிக்கு கூட்டிட்டு வந்தது கார்ப்பரேட்டு தான். இதுல ஒரு சுயமரியாதை இருக்குன்னாலும் சுரண்டலும் சேர்ந்தேதானே இருக்கு. ஒரு தலித்தா ஒரு பெண்ணா இருந்து நாம கார்ப்பரேட்டையும் எதிர்க்கனும் அதே நேரத்துல அதால கிடைக்கிற சுய மரியாதையையும் பயன்படுத்திக்கணும். அது போலத்தான் சாதி பார்க்கற விவசாயிங்கள எதிர்க்கவும் செய்யணும் அதே நேரத்துல கார்ப்பரேட்டுக்கு எதிரா அவங்களோட ஐக்கியப்படவும் செய்யனும்.”

“அப்ப நாம ஒரே நேரத்துல கார்ப்பரேட்டுகளோடு பயன்படுத்திக்கவும் எதிர்க்கவும் செய்யனும். அது போல விவசாயி வடிவத்துல இருக்கிற சாதிய வாதிகளோட ஐக்கியபடவும் எதிர்க்கவும் செய்யனும். அப்படித்தானே மாறா?”

“ஆமாம் அப்படித்தான். விவசாயிங்க மட்டுமல்ல. சிறு வணிகர்களுக்கும் சின்னதா தொழில் செய்யுறவங்களுக்கும் இது பொருந்தும்.”

“கார்ப்பரேட்ட எதிர்த்து நாம அவங்களோட ஐக்கியப்பட தயாராகத்தான் இருக்கோம். ஆனா சாதியத்த எதிர்த்தா அவங்க நம்மக்கூட சேரமாட்டாங்களே!”

“சாதியத்த அதன் இதயத்திலிருந்தே எதிர்க்கனும்.”

“என்ன சொல்ல வர மாறா. எனக்கு ஒன்னும் புரியல.“

"சாதி எங்க இருக்கோ அங்கதான் அதை எதிர்க்கனும். ஆதிரா."

மாறன் கூறிய இந்த வார்த்தையை ஆதிரா சற்று நேரத்திற்கு முன்பாகத்தான் கருணா கூற இவள் வழி மொழிந்தாள். அதையேதான் இப்பொழுது மாறனும் சொல்கிறான். மாறன் இதை கூறியதற்கும் இவர்கள் ஒரே புரிதலில் இருப்பதற்கும் ஆதிராவுக்கு பெரு மகிழ்ச்சி. கருணாவை திரும்பி பார்த்தாள். அவன் பின் சீட்டில் உறங்கிக் கொண்டிருந்தான். தொழிற்சாலையின் பிரம்மாண்ட வாயில் இவர்களின் பேருந்தை உள்ளுக்கிழுத்து இவர்களின் காலை நேர உரையாடலை நிறுத்தியது. கருணாவும் எழுந்தான் "என்ன அடுப்பங்கரைய ஒழிச்சாச்சா என கிண்டலடித்தான். அனைவரும் பேருந்தை விட்டு இறங்கி அவரவர் வேலை இடங்களுக்குச் சென்றார்கள். தொழிலாளர்களை வேகமாக கம்பெனிக்கு கொண்டு வந்து விட்ட திருப்தியில் அந்த மைதானத்தில் பேருந்துகள் அமைதியாக நின்று கொண்டிருந்தன. தொழிற்சாலைகளுக்குள்ளே காணப்படும் இயந்திரங்களின் இரைச்சலும் பறக்கும் தீப்பொறிகளும் எழும் நெடிகளையும் கொட்டும் வியர்வைத் துளிகளையும் மறைத்துக்கொண்டு தொழிற்சாலைக் கூடாரம் தியானக் கூரையாய் காட்சியளித்தது. உள்ளே உற்பத்தி நடக்கிறது என்பதை வெளியுலகம் அறியச் செய்வது,தொழிலாளர்களின் வியர்வையை மென்று துப்பும் புகைப் போக்கியிலிருந்து வரும் புகை மட்டுமே.

★ ★ ★

9

காலையில் மாறனோடு உரையாடியது வேறொரு சிந்தனைத் தளத்திற்கு ஆதிராவை அழைத்துச் சென்றது. வழக்கம் போலவே அவளின் உடல் தான் கம்ப்யூட்டரின் முன் அமர்ந்து வேலை செய்துகொண்டிருக்கிறதே ஒழிய அவள் சிந்தனை அனைத்தும் காலையில் நடந்த உரையாடல் மீதே செல்கிறது. "சாதி எங்க இருக்கோ அங்கதான் அதை ஒழிக்கணும்" எனும் வார்த்தை அவளை ஆழ்ந்து யோசிக்க செய்தது. "சாதி எல்லா இடத்திலேயும் தான் இருக்கு. ஆனா அதுக்கான மூலம் இந்து மத சாஸ்தரங்கள்ல இருக்கிறதா பெரியார் சொல்றாரு. ஆதே சாஸ்திர சம்ரதாயங்கள்தான் ஆணாதிக்கத்துக்கு அடித்தளமா இருக்குன்னு சொல்றாரு. எல்லா சாதியிலேயும் இருக்கிற பெண்கள் இதனால் ஒடுக்கப்பட்டாலும் சாதியினால பிரிஞ்சே கிடக்குறாங்க. மனுஷங்க மூளையில இறுகிக் கெட்டிதட்டி கெடக்குற இந்த சாதியத்த எப்படி அழிக்கிறது. அதனால யார்யார் எல்லாம் பாதிக்கப்பட்டாங்களோ அவங்க எல்லோரும் சேர்ந்து தானே அத அழிக்கணும். இன்னொரு பக்கம் கார்ப்பரேட் கொடூரம். இந்த ஆதிக்கம் வேகமா பரவிக்கிட்டு வருது என்பது உண்மை. இத ஒழிக்கணும்னா இதனால யார் யார் எல்லாம் பாதிக்கப்பட்டாங்களோ அவங்கல்லாம் ஒன்னா சேர்ந்தாதான் அத ஒழிக்க முடியும். எப்படிப் பார்த்தாலும் விஷயம் ஒண்ணா சேருவதில் வந்து தான் முடியுது.

அப்ப ஒண்ணா சேர சாதி தடுக்குது. அப்படின்னா முதல்ல ஒழிக்க வேண்டியது சாதிய. சாதிய அழுக்கு மண்டையில் அப்பியிருக்கிற மனுஷங்கள பாத்து கேக்கணும் "நீ கார்ப்பரேட்டுக்கிட்ட நிலத்த, வணிகத்தை, தொழில இழந்து அடிமையாகப் போறியா. இல்ல சாதிய கழட்டிப் போட்டுட்டு சுதந்தரமாக வாழ போறியான்னு கேக்கணும். அதுக்கு கார்ப்பரேட் கொடூரத்தப் பத்தி நாம அவங்களுக்கு விளக்கணும். இதப்பத்தி சாயங்கலம் மாறன் கிட்ட பஸ்ல கேட்டுப்போ"' என்றெல்லாம் யோசித்தவாறே வேலை செய்து கொண்டிருந்தாள்."

மதியம் உணவருந்த தொழிலாளர்களுக்கு அரை மணி நேரம் மட்டுமே கம்பெனி ஒதுக்கும். தொழிலாளர்கள் கேண்டினுக்கு நடந்து சென்று சாப்பிட்டு நடந்து வருவதற்கே நேரம் சரியாக இருக்கும். ஒரு நொடி தாமதித்தாலும் ரோபோ வேலை செய்யத் தொடங்கிவிடும். அது வேலை செய்து முடிப்பதற்குள் பக்கத்தில் உள்ள தொழிலாளி வேலை செய்து முடித்துவிட்டிருக்க வேண்டும். இல்லையெனில் குறிப்பிட்ட நேரத்தில் அந்த லைன் மூவாகாது. இந்த செய்தி உடனே லைன் சூப்பரைசருக்கு சென்று விடும். பிறகு என்ன? வேலையை தாமதித்த தொழிலாளிக்கு லைன் சூப்பரைசரால் திட்டுதான் விழும். அந்த நேரத்தில் தென்கொரியக்காரன் எவனாவது அந்த இடத்தில் இருந்தால் சம்பந்தப்பட்ட தொழிலாளிக்கு வேலையே பறிபோகும்.

மாறனும் கருணாவும் மதிய உணவுக்கு விறுவிறு என கேண்டினை நோக்கி நடக்கிறார்கள். கேண்டினில் ஒரே நேரத்தில் சுமார் 500 தொழிலாளிகள் அமர்ந்து சாப்பிடும் அளவிற்கு இருக்கும். கேண்டினுள் பெருசாய் பேசிக் கொள்ள முடியாது. அங்கு ஒரே கூச்சல் சத்தங்களே நிரம்பியிருக்கும். இடையிடையே தட்டு, குழம்பு கிண்ணம், மோர் கிண்ணம் உட்பட பாத்திரங்களின் ஒலிகள் அதிகமாய் கேட்கும். தொழிலாளர்கள் கேண்டினில் சாப்பிட்டு வருவதற்குள் போதும் போதும் என்றாகிவிடும். முன்பெல்லாம் கம்பெனி கேண்டின் அமைதியாகத்தான் இருந்தது. ஏனெனில் அப்பொழுது நிரந்தர தொழிலாளர்களுக்கு மட்டும் தான் கேண்டினும் பேருந்து வசதியும் என்றிருந்தது. ஒப்பந்த தொழிலாளர்களுக்கு இந்த வசதி கிடையாது. ஒப்பந்த தொழிலாளர்கள் வீட்டிலிருந்து உணவு கட்டிக்கொண்டு வர வேண்டும். பகலோ இரவோ வேலை முடிந்தவுடன் ஒப்பந்த தொழிலாளர்களை கம்பெனி வெளியே தள்ளும். இவர்கள் லாரியோ வேனோ பஸ்ஸோ பிடித்து வீட்டுக்குச் செல்ல வேண்டும். இரவு நேரங்களில் பேருந்துகள் இருக்காதென்பதால் தொழிலாளர்கள் வரும் போகும் லாரிகளை நிறுத்த கையசைப்பார்கள். ஒரு சில இரக்கம் உள்ள ஓட்டுநர்கள் நிறுத்துவார்கள். பலர் நிறுத்தாமலேயே சென்றுவிடுவார்கள். அப்படி நிறுத்துபவர்களுக்கு பேருந்துக்கு என்ன பயண செலவோ அதை ஒப்பந்த தொழிலாளர்கள் கொடுத்து விடுவார்கள். பல நேரங்களில் இவர்களுக்கு லாரிகளே கிடைக்காது. அந்த நேரங்களில் கண் விழித்திருக்க முடியாமல் தொழிலாளர்கள் நடைபாதையில் கண்ணுறங்குவார்கள். அப்படி ஒரு நாள் சில தொழிலாளர்கள் உறங்கிக் கொண்டிருக்கும் போது எதிரே வந்த லாரி இவர்கள் மீது ஏறியது. அதில் சில தொழிலாளிகளுக்கு கால்களும் சில தொழிலாளிகளுக்கு உயிரும் போனது. கம்பெனியில் இந்த விபத்து நடக்கவில்லை என்பதால் கம்பெனி நிர்வாகமும் இழப்பீடு ஏதும் கொடுக்கவில்லை. இதனால் கொதிப்படைந்த

சாலமன் | 97

ஒப்பந்த தொழிலாளர்கள் வேலை நிறுத்தத்தில் ஈடுபட்டார்கள். வேறு வழியில்லாமல் கம்பெனி நிர்வாகம் பணிந்தது. அதன் விளைவாகவே ஒப்பந்த தொழிலாளர்களுக்கு கேண்டின் உணவும் பேருந்து வசதியும் கிடைத்தது. ஒப்பந்த தொழிலாளர்களோடு அமர்ந்து உண்பதும் அவர்களோடு பேருந்தில் ஒன்றாக பயணிப்பதும் நிரந்தர தொழிலாளர்களுக்கு முகம் சுளிக்க வைக்கும். இப்போதும் கேண்டினுக்குள் பல நிரந்தரத் தொழிலாளிகள் முக சுளிப்போடே உணவருந்திக் கொண்டிருக்கிறார்கள்.

மாறனும் கருணாவும் அவசர அவசரமாக சாப்பிட்டுவிட்டு பணிக்கு திரும்பினார்கள். ஒருவழியாக குறிப்பிட்ட நேரத்தில் ரோபோ வேலையை தொடங்குவதற்குள் அவர்கள் அவர்களுக்கான இடங்களுக்கு வந்துவிட்டார்கள். பல தொழிலாளர்கள் அவசர அவசரமாக தங்களின் பணி இடங்களுக்கு ஓடி வருகிறார்கள். தென்கொரிய மேனேஜர் இன்றைக்கு உற்பத்தி நடக்கும் இடங்களைப் பார்வையிட்டுக் கொண்டிருந்தான். அவனோடு தமிழ் பேசக்கூடிய சூப்பர்வைசர்கள் நின்றுகொண்டிருந்தார்கள்.

அந்த நேரம் பார்த்து சாப்பிட்டுவிட்டு தாமதமாக வந்த இரண்டு தொழிலாளர்கள் அவனிடம் சிக்கினார்கள். அவன் அந்த தொழிலாளர்களிடம் கோபமாக விசாரணை செய்துகொண்டிருந்தான். அவனுடைய கோபத்தை தமிழ் அதிகாரிகள் சம்மந்தப்பட்ட தொழிலாளிகளிடம் மொழிபெயர்த்துக் கொண்டிருந்தார்கள். சிறுது நேரம் கழித்து அவர்கள் வழக்கமாக வேலை செய்யும் இடத்தில் வேறு இரண்டு தொழிலாளர்கள் வேலை செய்து கொண்டிருந்தார்கள். சிறுது நேரம் கழித்து. அவர்களின் முகம் வாடிப் போயிருந்தது. அந்த இரண்டு தொழிலாளர்களையும் மற்ற தொழிலாளர்கள் உன்னிப்பாக கவனித்துக் கொண்டிருந்தார்கள். அந்த இரண்டு தொழிலாளர்களையும் சம்பந்தப்பட்ட சூப்ரவைசர் எங்கோ அழைத்து சென்றார். நிச்சயம் அவர்கள் ஆபிஸ் ரூமுக்குத்தான் போவார்கள். என்ன நடந்தது என்று மாலை ஆதிராவிடம் கேட்டுக் கொள்ளலாம் என மாறன் நினைத்தான். “அவ்வளவுதான் அவனுங்கள வீட்டுக்கு அனுப்பிடுவானுங்க. தூரத்துல இருக்கிற கேண்டினுக்கு போய்ட்டு சாப்டுட்டு அரை மணி நேரத்துக்குள்ள இங்க வரணும்னா எப்படி முடியும். இன்னைக்கு அவனுங்க. நாளைக்கு அது நாமாக்கூட இருக்கலாம். “ என ஒரு தொழிலாளி இன்னொரு தொழிலாளியிடம் உரத்து பேசிக்கொண்டிருப்பதை மாறனும் கருணாவும் கேட்டுக் கொண்டிருந்தார்கள்.

மதிய உணவு இடை வேளைக்குப் பிறகு வேலையிலிருந்து நீக்கப்பட்ட அந்த இரண்டு தொழிலாளிகளைப் பற்றியே மற்ற தொழிலாளர்கள் விவாதித்துக் கொண்டிருந்தார்கள். அந்த இரண்டு தொழிலாளர்களைப் பற்றிய பேச்சு மாலை தேநீர் இடைவேளையின்

போதும் தொடர்ந்தது. தொழிலாளர்கள் தங்களுடைய அழுக்கடைந்த கை க்ளோசை,ஹெல்மெட்டை கழட்டிவிட்டு வியர்வை புழுக்கத்திலிருந்தும் உற்பத்தி கொடுத்த மனப் புழுக்கத்திலிருந்தும் மீள தேநீரை சுவைத்துக் கொண்டிருந்தார்கள். தேநீரில் இருந்து ஆவி பறப்பதை போல அந்த இரண்டு தொழிலாளர்களை நிறுத்தியதால் அனைத்துத் தொழிலாளர்களின் மனங்களிலிருந்தும் கோபம் வீசிக் கொண்டிருந்தது. "இதை சும்மா விடக்கூடாது இதற்கு ஒரு முடிவு கட்டனும்" என சில தொழிலாளிகள் பேசிக் கொண்டிருந்தார்கள்.

"எல்லோரும் சொல்றா மாதிரி நாளைக்கு நமக்கும் கூட இதே கதி தானே மாறா?"

"நம்ம என்ன கம்பெனி ஓனரா என்ன ? நமக்கும் கூட இதே கதி தான். அதிலென்ன சந்தேகம்."

"எல்லா ஷாப்புக்கும் ஒரே கேண்டின் வச்சிருக்கிறத விட, ஒவ்வொரு ஷாப்புக்கும் ஒவ்வொரு கேண்டின் வச்சா நல்லாதானே இருக்கும் மாறா?"

"நல்லாதா இருக்கும் அதுக்கு நாம கம்பெனி முதலாளியா இருக்கனும்!"

"ஏன் இதுக்காக போராடக்கூடாதா?"

"ஓ போராடலாமே ஆனா அதுக்கு எல்லா தொழிலாளிங்களும் ஒத்துழைக்கணும்."

"ஏன் மாறா இந்த நல்ல விஷயத்துக்கு எல்லோரும் ஒத்துழைப்பாங்கதானே?"

"தொழிலாளிங்க எந்த அளவுக்கு ஒத்துமையா இருக்காங்கன்னு நமக்கு தெரியில கருணா ஆனா எல்லோரும் ஒன்னா சேர்ந்து கேட்டா நீ சொல்றது நடக்கும்."

"நம்ம ஆளுங்க எல்லோரும் பயந்தாங்கோளிங்களா இருக்காங்களே எப்படி ஒண்ணா சேருவானுங்க."

"தொழிலாளிகளுக்கு இருக்கிறது பயம்னு சொல்ல முடியாது. அது அவங்களோட சூழல். இப்ப இருக்கிற சூழ்நில அவங்க ஒண்ணா ஆகுற மாதிரி தெரியில. ஆனா நிச்சயமா தொழிலாளிங்க ஒண்ணா சேருவாங்க. நம்ம குடிக்கிற டீ யில இருந்து நம்ம போற பஸ் வரைக்கும் எல்லாம் தொழிலாளிங்க போராடி வாங்கினது தான். அதுக்குன்னு ஒவ்வொரு காலம் கனியும்ன்னு நினைக்கிறேன் கருணா."

"எப்பத்தா கனியுமோ. டீ டைம் முடிய போகுது. வா... லைனுக்கு போயி அந்த ரோபோ கூட போட்டிப் போடுவோம்."

அன்றைய வேலை நாள் முடிந்து தொழிலாலர்கள் வெளியே வருகிறார்கள் வழக்கமாக பேருந்தில் தான் ஆதிராவை மாறனும் கருணாவும் சந்திப்பர்கள். இப்பொழுது ஷாப்பிர்கு வெளியிலேயே சந்தித்துக் கொள்கிறார்கள்.

"ஆதிரா இன்னைக்கு ஆபீஸ் ரூமுக்கு ரெண்டு தொழிலாளிங்க வந்தாங்களா" என கருணா ஆர்வத்தோடு கேட்க...

"நெனைச்சேன் நீ இதத்தான் கேட்க வருவேன்னு எனக்கு தெரியும்."

"உன் கணிப்பெல்லாம் அப்புறம் வச்சிக்கலாம் வந்தாங்களா இல்லையானு சொல்லு."

"ஓ... வந்தாங்க கருணா. அந்த தொழிலாளிங்க லைன் சூப்பர்வைசர்கிட்ட எவ்வளோ கெஞ்சினாங்க. இனிமேல் லேட்டா வரமாட்டேன்னு சொன்னாங்க லைன் சூப்ரவைசரும் அந்த கொரியாக்காரன் கிட்டயும் பேசி பாத்துட்டாரு ஆனாலும் தென்கொரிய சப்ப மூக்குக்காரன் அதெல்லாம் சேத்துக்க முடியாதுன்னு அரகுர இங்லீஷ்ல சொல்லிட்டான். அவங்க கணக்க நான் தான் செக் பண்ணேன். அவங்க சம்பளத்த எல்லோருக்கும் சம்பளத்த பேங்க்ல போட்ற போது அவங்களுக்கும் போட்டுறதா அவங்க சூப்பரைசர் சொல்லி அனுப்பிச்சிட்டாரு. பாவம் அவங்க ரெண்டு பேரும் சோகமா போனாங்க."

"அவங்க எந்த ஊருன்னு தெரியுமா ஆதிரா" என மாறன் கேட்க...

"அதபத்தி எனக்கு தெரியில மாறா" என்றாள்.

மூவரும் பேருந்தில் ஏறினார்கள். வழக்கம் போலவே மாறனும் ஆதிராவும் ஒரே சீட்டில் அமர்ந்தார்கள்.

"மாறா காலையில ஒரு விஷயத்த யோசிச்சிட்டு இருந்தேன்."

"என்ன விஷயம் ஆதிரா. "

"கார்ப்பரேட் எப்படி நம்ப நாட்டுக்குள்ள வந்தது?"

"என்ன ஆதிரா இந்த விஷயம் சங்ககால இலக்கியத்திலியா ஒளிஞ்சி கெடக்குது. கூகுள் பண்ணி பார்த்தாலே தெரிஞ்சிடப்போகுது."

"எல்லா விஷயமும் கூகுள்ள இருக்குதான் மாறா. ஆனா அது அது அக்குவேற ஆணி வேற கெடக்கும் ஒரு தொடர்ச்சியா புரிஞ்சிக்க முடியாது. அதனாலத்தான் உன்னக் கேட்டா நீ தொடர்ச்சியா சொல்லுவியேன்னு கேட்டேன்."

"ரெண்டு உலகப் போர் நடந்திச்சின்னு நாம படிச்சிருக்கோம் தானே."

"ஆமா படிச்சிருக்கோம்."

"மூணாவது ஒரு உலகப் போர் வந்துட கூடாதுன்றதுக்காக சில அமைப்புகள பணக்கார நாடுங்கெல்லாம் சேர்ந்து இரண்டாம் உலகப்போர் நடக்கும் போதே அமெரிக்காவுல ஏற்படுத்தினாங்க. அப்படி ஏற்படுத்தின அமைப்புங்கதான் உலக வங்கி, சர்வதேச நிதியம், 'காட்'ன்னு சொல்லக்கூடிய காப்பு வரி மற்றும் வணிகம் பற்றிய பொது ஒப்பந்தம். இந்த மூணு அமைப்பையும் தாராளமயம், தனியார்மயம், உலகமயம் என்ற மூணு கோட்பாடு அடிப்படையில தான் உருவாக்கினாங்க.

"அந்த கோட்பாடு என்ன சொல்லுது மாறா... அதபத்தி அவங்க குழப்பி குழப்பி விளக்கம் கொடுத்தாலும் உலகம் முழுக்க இருக்கிற பெரிய பணக்கார முதலாளிங்க தனியாகவே உலகம் முழுக்க உள்ள நாடுகள்ள போயி வியாபாரம் பண்ணலாம்னு சொல்றது தான் உண்மை."

"நம்ம நாடு சுதந்திரம் அடையறதுக்கு முன்னாடியே இது நம்ம நாட்டுக்குள்ள வந்துடிச்சா?"

"இல்ல இது நம்ம நாட்டுல 1991 ஆம் ஆண்டு தான் வருது. ஆனா அதுக்கும் முன்னாடி பணக்காரங்களோட இந்த கொள்கையால பல நாடுங்க உலக பணக்காரங்க கைக்குள்ள போயிடுச்சி. 1991 ல் தான் நம்ம அரசு இந்த கொள்கையில கையெழுத்து இடுது. அதுக்கப்புறம் நாம ஏற்கனவே காட் ஒப்பந்தமுன்னு சொன்னோமில்ல அது 1995 ல உலக வர்த்தகக் கழகமா பெயர் மாத்திட்டாங்க."

"இந்த அரசு கையெழுத்து போட்ட பிறகுதான் வெளிநாடுக்காரங்க எல்லாம் நம்ம நாட்ல வந்தானுங்களா. இதனாலத்தான் இந்த தென்கொரியக்கார சப்ப மூக்கனுங்க எல்லாம் இங்க வந்து அராஜகம் பண்றானுங்களா?"

"ஆமாம்."

"அதுக்கப்புறம் என்ன நடந்தது?" ஆதிரா ஆவல் வயப்பட்டாள்.

"பல வெளிநாட்டுக் கம்பெனிங்க நம்ம நாட்டுக்குள்ள வர ஆரம்பித்தது. நம்ம நாட்டு முதலாளிங்களும் நம்ம விட பொருளாதாரத்துல பலகீனமா இருக்கிற நாட்டுக்குள்ள புகுந்து தொழில் பண்ண ஆரம்பிச்சாங்க. பல புரிந்துணர்வு ஒப்பந்தங்கள் நம்ம நாட்டுக்கும் வல்லரசு நாடுகளுக்கும் ஏற்பட்டுச்சி. நாடுகளுக்கு இடையில ஏற்பட்டதுன்னு சொல்றத விட பணக்காரங்களுக்கு இடையில தான் புரிந்துணர்வு ஏற்பட்டுச்சி. நம்ம கழனிகளையும் நீர் நிலைகளையும் வெளிநாட்டுக்காரங்க வளச்சிப் போட்டாங்க. தண்ணிய வியாபாரமா ஆக்கினாங்க. நம்ம ஆறுகள்ள இருக்கிற நீர உறிஞ்சினாங்க. கண்ணாடி தயாரிக்கவும் பிரம்மாண்ட கட்டிடங்கள கட்டவும் நம்ம ஆத்து மணல்கள சுரண்டினாங்க.

பாலைவனத்துல இருக்கிற கண்ணாடிக் கம்பனிங்க பாலாத்துக் கரைக்கு மேல வந்து உக்காந்தது. கழனிய அழிச்சி பெயிண்ட் கம்பெனி உருவாச்சி. சேறுபூத்த நிலங்கள அழிச்சி செல் போன் கம்பெனிங்க உருவாச்சி. ஏரிக்கரைகளை தொட்டுக்கிட்டே கார் கம்பெனிங்க மொளச்சது. ஏன்னா ஒரு கார் தயாரிக்க நாலு லட்சம் லிட்டர் தண்ணி தேவப்படுது. அதனால் அவங்களுக்கு நம்ம ஊரு ஏரிக்கரை வசதியாப்படுது.

அந்த நேரத்துல நம்ம நிலத்த மக்கள் கிட்ட ஆசை வார்த்த கூறி அடிமாட்டு விலைக்கு வெளிநாட்டு பணக்காரங்களுக்கு வாங்கி கொடுக்குற ரியல் எஸ்டேட் பிஸனஸ்ல திடீர்னு மொளச்ச பணக்காரங்க நிறைய பேரு. இப்படியே ஒரு பதினைஞ்சி வருஷம் ஓடிச்சி. அதுக்கப்புறம் சிறப்பு பொருளாதார மண்டலம்னு சொல்லி ஒரு சட்டம் வந்துச்சி அது வெளிநாட்டுக் கம்பெனிங்கக்குள்ள நம்ம நாட்டோட சட்ட திட்டம் எதுவும் செல்லாதுன்னு சொல்லிச்சி. அந்த சட்டத்து மூலமா தொழிலாளிங்கள எவ்வளவு நேரம் வேணுமுன்னா கசக்கி புழியலாம். கம்பெனிய நாம எந்த கேள்வியும் கேட்க முடியாது. அப்பத்தான் நிரந்தர தொழிலாளரே கிடையாது எல்லோரும் காண்ட்ராக்ட்ல தான் வேலை செய்யனும்னு வந்துச்சி. வேலை செய்யுறது கம்பெனிக்கிட்ட இருந்தாலும். சம்பளம், சலுகை, லீவு, இழப்பீடு எல்லாமே காண்ட்ராக்ட் கிட்டதான் கேக்கனும்னு சொல்லிட்டானுங்க. பேருக்கு நிரந்தர தொழிலாளிங்கள கொஞ்சம் பேர வச்சிக்கிட்டு இருக்கானுங்க. வெளிநாட்டுக்காரன்களோட அராஜகம் நாளுக்கு நாள் அதிகம் ஆச்சி. வெளிநாட்டுக்காரங்க சதிய புரிஞ்ச விவசாயிங்க பலபேரு விவசாயம் பொய்த்துப் போனாலும் நிலத்த ரியல் எஸ்டேட்காரனுங்களுக்கு விக்க மாட்டேனு இருந்தாங்க.”

“ஆமாம் மாறா. எங்க அப்பாவையும் நிறைய ரியல் எஸ்டேட் காரனுங்க சுத்தி சுத்தி வாராங்கன்னு எங்க அம்மாக்கிட்ட அவரு சொல்லியிருக்காறு. எங்க அம்மாதான் ‘நமக்கு இருக்கிறது ஒரே பொண்ணு நிலத்த நாம எதுக்கு விக்கணும்னு’ சொல்லிட்டாங்க. எங்க வீட்லேயும் நீ சொல்றது நடந்துச்சி.”

“விவசாயிங்களோட இந்த உறுதிய எப்படியாவது ஒடைக்கனும்னுதான் இந்த அரசு நிலம் கையகப்படுத்துற சட்டம் கொண்டு வந்துச்சி. அது வெளிநாட்டுக்காரங்க நிலத்த கேட்டா கொடுக்கணும்னு மறைமுகமா மிரட்டுச்சி. கம்பெனிங்களுக்காக நிலங்களையும் நீர் நிலைகளையும் கையகப்படுத்திக்கிட்டு இருந்த அதே நேரத்துல தான் நம்ம ஊரு சில்லரை வணிகத்துப் பக்கம் பணக்காரங்க கண்ணு வச்சாங்க. சில்லரை வணிகத்துல அந்நிய மூலதனமுன்னு சொன்னாங்க. இது சில்லறை வணிகருங்க தலையில பேரிடியா விழுந்திச்சி. பெரிய நகரங்கள்ள வெளிநாட்டுக்காரனுங்க கடைய தொறந்து தக்காளி வெங்காயம் அரிசி பருப்பு விக்க ஆரம்பிச்சாங்க. அப்பவும் நம்ம ஜனங்க அதிகம் பேரு

நம்ம ஊரு மளிகைக்கடைக்குத்தான் போனாங்க. போய் வர சிரமத்த சாதகமா பார்த்த வெளிநாட்டு முதலாளிங்க ‘உங்களுக்கு எதுக்கு சிரமம். நீங்க ஆன்லைன்ல ஆர்டர் பண்ணா போதும் நீங்க கடைக்கு போயி வாங்குற பொருள நாங்க வீடு தேடி வந்து கொடுக்கிறோம் எங்களுக்கு சர்வீஸ் சார்ஜ் மட்டும் போதும்னு’ சொன்னாங்க. இது மளிகை பொருளுக்கு மட்டும் இல்ல எல்லா பொருளுக்கும் தான். உணவும் டாக்ஸியும் கூட இப்படித்தான் ஆன்லைன் ஆகிடிச்சி. இதுல வேடிக்கை என்னன்னா. நாம் எத்தனையோ பேரு ஆன்லைன்ல பொருள வாங்குறோம், டாக்ஸிய புக் பண்றோம், சாப்பாட்ட ஆடர் பண்றோம். ஆனா இதுக்கெல்லாம் சர்வீஸ் சார்ஜ் நம்ம நாட்டுக்குள்ள இல்ல வெளிநாட்டுல எங்கையோ ஒரு மூலையில வாழ்ந்துட்டு இருக்கிற பெரிய மொதலாளிங்களுக்குத்தான் போகுது.

பிரியாணிய நம்ம பாய் சமைப்பாரு. அத ஆன்லைன்ல ஆர்டர் செஞ்சு சாப்பிட்றது நாம. அந்த சாப்பாட்ட நமக்கு டெலிவரி செய்யுறது நம்மாளுங்க ஆனா சர்வீஸ் சார்ஜ் மட்டும் எங்கோ இருக்கிற வெளி நாட்டுக்காரனுக்குத்தான் போகுது. ஏன்னா அவன் தான் அந்த தொழில பண்றான். அதுக்கான மூலதனத்த நம்ம நாட்ல அவன் போட்டிருக்கான். நாம ஏற்கனவே பேசினது மாதிரி நம்ம விவசாய நிலங்கள வெளிநாட்டு பண்ணைங்களா மாத்திடுவான். அதுக்கு ஒரு பேரையும் வச்சிடுவான். விளச்சலும் வணிகமும் அவன் கைக்குள்ள போச்சினா நாம வெளிநாட்டு முதலாளிங்க காலுல வீழ்ந்து கெடக்க வேண்டியது தான். இப்படித்தான் இன்னைக்கு நிலமும் வணிகமும் தொழிலும் வெளிநாட்டுக்காரனுங்களோட கையில இருக்கு. நிலமும் தொழிலும் மட்டுமல்ல மலையும் கடலும் கூட அவன் கைக்குள்ளதான் போயிட்டு இருக்கு.”

“ஓ இது வேறையா. மலையையும் கடலையும் கொள்ளையடிக்க அவனுங்க என்ன செஞ்சானுங்க?”

“வெரி சிம்பிள். மலைக்குள்ள இருக்கிற தாது வளங்கள கொள்ளையடிக்கணும்னா மலை மேல ஆண்டாண்டு காலமா வாழுற பழங்குடிகள விரட்டி அடிக்கணும். அப்படி விரட்டியும் போகாம வீராப்பா நிக்கிறவங்கள சுட்டுக் கொல்லணும்.”

“சுட்டு கொல்றாங்களா? என்ன மாறா சொல்ற?”

“ஆமா ஆதிரா. தண்டகாருண்ய மலைப் பகுதின்னு கிழக்கு மலைத்தொடர் இருக்கு. அந்த மலைத்தொடர் ஐந்து மாநிலங்களையும் தழுவிச் செல்லும். அந்த மலைத் தொடர்ச்சியில தாது வளம் இருக்கிறதா பெருமுதலாளிங்க கண்டுபுடிச்சிட்டானுங்க. காட்டுப் பகுதிய பாதுகாக்கிறோமுன்னு சொல்லி சில சட்டங்கள இந்த அரசு

மூலமா கொண்டு வந்து, அந்த அப்பாவி பழங்குடிகள விரட்ட பார்த்தானுங்க. ஆனா அந்த ஜனங்க இந்த அரச எதிர்த்து வீராப்பா நின்னாங்க. விளைவு,துப்பாக்கித் தோட்டாக்கள்ல அந்த மக்களோட மார்ப தொலைச்சானுங்க. வில் அம்பை கையில வச்சிட்டு அந்த மக்களால இயந்திர துப்பாக்கிய எதிர்த்து நிக்க முடியல. அருவிகள் உருவாகிற காட்டுக்குள்ள இருந்து ரத்தம் பெருக்கெடுத்திச்சி. ரத்தம் சிந்தினாலும் அவங்க கடவுளா மதிக்கிற காட்ட பாதுகாக்க இன்னுமும் அவங்க போர் செஞ்சுக்கிட்டு தான் இருக்காங்க. அதனால அவங்கள தீவிரவாதியா அறிவிக்கிறானுங்க."

"ஓ அப்படின்னா செய்தியில வர தீவிரவாதிங்க இவங்க தானா?"

"ஆமாம். வாழ்க்கையையும் இயற்கையையும் பாதுகாக்க அரசியல் ரீதியா யார் யார் எல்லாம் எதிர்த்து போராடுகிறார்களோ அவங்க எல்லாம் இந்த அரசின் அகராதியில தீவிரவாதிங்க. யார்யார் எல்லாம் இந்த நாட்டு மக்களோட வாழ்க்கையையும் இயற்கையையும் அழிக்கிறாங்களோ அவங்க எல்லாம் இந்த அரசோட அகராதியில வளர்ச்சிவாதிங்க. வளர்ச்சின்னு இவங்க சொல்ற வீழ்ச்சி தான் மக்கள ஆயுதம் தாங்க வைக்குது. மலையில வாழுற பழங்குடிகளுக்கு என்ன நிலைமையோ அதே நிலைமைதான் கடல நம்பி கரையில வாழுற மீனவர்களுக்கும். நாமெல்லாம் கழனியில விதச்சத நம்பி வாழுறவங்க. ஆனா மீனவங்க அடிக்கிற அலைய கிழிச்சி கடலுக்குள்ள போயி வலை விரிச்சி வாழுறவங்க. கடலுக்குள்ள போகுற மீனவர்களுக்கு ஒவ்வொரு நாளும் உயிருக்கு உத்தரவாதம் இல்லாத நாளுங்கதான். ஆனா இன்னைக்கு கடலும் கார்ப்பரேட் கைக்குள்ள போயிடுச்சி."

சற்று நேரம் ஜன்னலோரம் வெளியே வெறித்துப் பார்த்துவிட்டு "உனக்கு ஒண்ணு தெரியுமா ஆதிரா? நாம சுவாசிக்கிற காத்த எது கொடுக்குது?"

"மரங்கதானே கொடுக்குது."

"நாம சுவாசிக்கிற காத்துல இருக்கிற ஆக்ஸிஜன நிலத்துல இருக்கிற தாவரங்கள் பத்து சதவீதம் தான் கொடுக்குது ஆதிரா. மீதி தொண்ணூறு சதவிகித ஆக்ஸிஜன கடல் தாவரங்கள் தான் கொடுக்குது. இப்படி நம்மை உயிர் வாழ வச்சிட்டி இருக்கிற கடல்ல அழிக்கமுடியாத ஆபத்தான கழிவுகள உலகப் பணக்காரனுங்க கொட்றானுங்க. இதனால கடல் மட்டும் அழியாது. நம்ம மூச்சுக் காத்தும் சேர்ந்து அழியும். கடல்தான் பூமியிலுள்ள எல்லா உயிரினத்துக்கும் மூச்சக் கொடுக்குது. நம்ம மூச்சுக் காத்த கெடுக்கிற பணக்காரனுங்கள பார்த்தா மீனவ மக்கள் சும்மா இருக்க மாட்டாங்க அதனால அவங்கள கடலுக்குள்ள குறிப்பிட்ட தூரம் தான் போகணுமுன்னு சட்டம் கொண்டு வந்துடுச்சி இந்த அரசு.

மீறிப்போகிறவங்கள சுட்டுக் கொல்லுது. ஆயிரம் ஆயிரமாண்டு காலமா கடலையே நம்பி வாழ்ந்த மீனவங்கள கடல்ல இருந்து தூக்கி வீசப்பாக்குது."

மாறனின் இந்த பேச்சு ஆதிராவை வயல், மலை, கடல், கம்பெனி என சுற்றுலாவுக்கு அழைத்துச் சென்று வந்தது போல இருந்தது.

"ஆதிரா நம்ம ஊரு வந்துடிச்சி எழுந்துக்கலாமா?" என மாறன் கூறிய பிறகுதான் ஆதிரா சுய நினைவு அடைந்தவளைப்போல...

"ஓ அதுக்குள்ள ஊரு வந்துடிச்சா?" என கேட்க மூவரும் கீழே இறங்கினார்கள். பேருந்து இவர்களை இறக்கிவிட்டு தூர சென்று கொண்டிருந்தது. இன்னும் கொஞ்சம் நேரம் அந்த பேருந்திலேயே பயணித்திருக்கக் கூடாதா என ஆதிரா அந்த பேருந்தையே கொஞ்சம் நேரம் பார்த்துக் கொண்டிருந்தாள்."

"சரி ஆதிரா, நாளைக்கு சண்டே லீவு. திங்கள் கிழமையில இருந்து நைட் ஷிப்ட். அடுத்த வாரமும் நாம மீட் பன்ன முடியாது. அதுக்கு அடுத்த வாரம் மீட் பண்ணுவோம்" என மாறன் கூற ஆதிராவுக்கு ஒரு இனம் புரியாத சோகம் தொற்றிக் கொண்டது.

"ஒரு வாரம் இவனோடு உரையாடாமல் எப்படி இருப்பது?" என வாடிய முகத்தோடே மாறனுக்கு கையசைத்தாள்.

மாறனும் கையசைத்து விடை பெற்றான்."

மருதம் பேருந்து நிலையத்திலிருந்து கருணாவும் ஆதிராவும் ஊர் தெருவுக்கு நடக்கிறார்கள். மாலை நேரத்தில் கழனி வேலை முடித்து வரும் சேரி ஆட்கள் இவர்களுக்கு எதிரே வருகிறார்கள். அதில் பெண்களே அதிகமாக இருக்கிறார்கள். அவர்கள் சேலையில் சேறு ஒட்டியிருப்பது அவர்கள் நடவு நட்டுவிட்டு வருகிறார்கள் என்பதை சொல்கிறது. அவர்கள் சேலை மடியில் எதையோ கட்டி வைத்துக் கொண்டிருக்கிறார்கள். "அந்த செட்டியார் கடையில நின்னு கொழம்பு சாமான் வாங்கிட்டு வரதுக்குள்ள பொழுது போய்டும் போல இருக்கு" எனும் போது தான் ஆதிராவால் அவர்கள் மடியில் கட்டியிருப்பது மளிகை சாமான் என்பதை புரிந்துகொள்ள முடிந்தது. இன்னொரு பெண் "ஆம்பள எல்லோரும் கூலி வாங்கிட்டு சாராய கடைக்கு ஓட்றானுங்க. நாம கூலி வாங்கிட்டு செட்டியார் கடையில க்யூவுல நிக்கிறோம். ஆம்பளைங்க அலுப்பு தீர சரக்கு அடிக்கிறானுங்க பொம்பளைங்க அலுப்புத் தீர என்னத்த அடிக்கிறது." அதற்கு "ஆ... நீ சருக்கடிச்சிட்டு வீட்டுக்கு வர ஆம்பளைய அடி" என மற்றொரு பெண்மணி கூற அந்த பெண்கள் அனைவரும் ஒரே நேரத்தில் சிரித்தார்கள். அந்த

சிரிப்பு ஆதிராவை கடந்து செல்லும் போது அவள் அதை ரசித்துக் கொண்டே வந்தாள்.

“எவ்வளவுதான் கஷ்டம் இருந்தாலும் சந்தோஷமா வாழுறாங்கல்ல”

“யார சொல்ற ஆதிரா”

“காலனி ஆளுங்களதான் சொன்னேன். அவங்க எப்பவுமே கூடியேதான் இருக்காங்க.”

“ஆமா ஆதிரா எல்லோரும் ஒண்ணா கூடி இருந்தாலே அது ஒரு சந்தோசம் தான். தனிமை தான் துயரத்த கொடுக்கும். கூடி வாழுறது மகிழ்ச்சி தான் கொடுக்கும்.”

“ஆனா கருணா அவங்க சேரிக்குள்ள அடைபட்டுத்தானே கிடக்குறாங்க.?”

“உண்மையை சொன்னா ஊருத் தெருவுங்கதான் தன்னைத் தானே அடைச்சிக்கிட்டு இருக்கு. மாறன் சொன்னது போல இதுக்கான காரணம் இவனுங்க கையில இருக்கிற கொஞ்சம் சொத்துபத்து தான். அதுக்கு பங்கம் வரக்கூடதுன்னுதான் இவனுங்க தன்னைத் தானே அடைச்சிக்கிட்டானுங்க. ஆனா சேரி அப்படி இல்ல. சேரிக்குன்னு சொத்து இல்லனனாலும் அவங்கள சுத்தி நம்ம போல எந்த திரையும் இல்ல.”

“எப்படி சொல்ற?”

“நம்ம வீட்டுக்குள்ள காலனி ஆளுங்கள நம்ம அப்பா அம்மா உள்ள விடுவாங்களா?”

“இதுவரைக்கும் கிடையாது. வீட்டுக்கு வெளியிலதான் அவங்க கூலி வாங்குறதுக்கு நிப்பாங்க.”

“ஆனா நீ அவங்க வீட்டுக்கு போனால் நீ உள்ள உட்கார முடியும். இது சாதாரண விஷயமாக்கூட இருக்கலாம். ஆனா இந்த சாதாரண விஷயத்தக் கூட நம்மால செய்ய முடியாது. அவங்ககிட்ட இருந்து நம்மை உயர்த்திக்கிட்டாதான் நம்மால வாழ முடியும். சேரிய தாழ்த்தி ஊரு வாழுறதுக்கு சாதி தேவையா இருக்கு.”

“நம்மை தாழ்த்தவும் சுரண்டவும் தான் வெளிநாட்டுக்காரங்க வந்துட்டாங்களே. ஊர்த் தெருவுல இருக்கிரவனுங்க வெளிநாட்டுக்காரனுங்கள எந்த கதவ சாத்தி தடுப்பானுங்க ?”

“சொத்தும் அதிகாரமும் இருக்கிறவன்கிட்ட பம்மி குழஞ்சி போறதும் இது எதுவுமே இல்லாதவன ஏறி மிதிக்கிறதும் தான் நாம வாழுற ஊர் தெரு மென்டாலிட்டியே. ஏன் நம்ம ஊர்ல இருக்கிற நரசிம்ம ஸ்வாமி கோயில்ல பார்பானுங்கள மீறி நம்மாளுங்க ஏதாவது பேச முடியுமா? முடியாது. ஏன்னா கோயிலுக்குள்ள வேதம் ஓதும்

அதிகாரமும் நாட்டுக்குள்ள நீதி சொல்லும் அதிகாரமும் அவனுங்க கிட்ட தான் இருக்கு. அதனால அக்ரகாரத்துக்கிட்ட அடிபணிஞ்சி போறதும் சேரிக்கிட்ட அதிகாரத்த காட்றதும் தான் நம்ம ஊர் தெருவோட கேவலமான பொழப்பு."

"நாம எல்லோரும் ஒரே ஊருக்குள்ளேயே இருக்கிறோம். ஆனா ஒருத்துருக்கு ஒருத்தரு பேசிக்காம இருக்கிறோம். நம்ம நாட்ல இருக்கிற கண்ணுக்கு தெரியாத சாதியக் கதவு போல இந்த உலகத்துல ஏதாவது கிராமங்கள் இருக்குமான்னு தெரியல."

இருவரும் பேசிக்கொண்டே வர ஆதிராவின் வீடு வந்தது. ஆதிராவுக்கு கையசைத்துவிட்டு கருணா சென்றான்.

பொழுது மிச்சம் இருப்பதால் ஆதிரா செல்போனை எடுத்துக் கொண்டு மாடிப்படிக்குச் சென்றாள். மாறனுக்கு போன் போடலாமா வேணாவா என யோசித்தவள் மாறன் நெம்பருக்கு டயல் செய்தாள். நான்கைந்து ரிங்குக்கு பிறகு போனை எடுத்தவன் "சொல்லு ஆதிரா என்ன விஷயம்" என கேட்க...

"ஒண்ணுமில்ல சும்மாதான் போன் பன்னேன்."

"ஓ அப்படியா..."

"பக்கத்துல ஒரே சத்தமா இருக்கே எங்க இருக்க..."

"பசங்க வாலி பால் விளையாடிட்டு இருக்கானுங்க அத வேடிக்கை பார்த்துட்டு இருக்கேன்."

"கொடுத்து வச்சவன் ஜாலியா ரிலாக்ஸ் பன்ற போல."

"ரிலாக்ஸ் பண்றனா? டே ஷிப்ட்ல இது டெய்லி நடக்கறது தான். நைட் ஷிப்ட்ல வேலைக்கு போயிட்டு வந்து கொஞ்சம் நேரம் தூங்குறதுக்கே நேரம் சரியாக இருக்கும்."

"நாளைக்கு உங்க வீட்டுக்கு நான் வரட்டுமா மாறா?"

மாறனுக்கு என்ன சொல்வதென்றே தெரியவில்லை. ஆதிரா நம்ம வீட்டுக்கு வந்தா அவளுக்கு தேவையில்லாத சிக்கல்கள் வரும் என்று யோசித்துக் கொண்டிருக்க...

"என்ன மாறா அமைதியா இருக்க?"

"அது ஒன்னுமில்ல நாளைக்கு ஒரு இடம் போகலாமுன்னு இருக்கேன்."

"எங்கன்னு சொல்லு நானும் கூட வாரேன். எனக்கும் வீட்ல போர் அடிக்கும்."

ஆதிராவை வேண்டாம் என்று எப்படி சொல்வது என்று யோசித்தவன்

“நான் ப்ரண்டுங்களோட போறேன்.”

“ஏன் உன்னோட பிரண்டுங்க கூட நான் வரக்கூடாதா? பொம்பள பொண்ணு பாய்ஸாக்கூட ட்ராவல் பண்ணக் கூடாதா என்ன?”

“அதுக்கு இல்ல ஆதிரா...”என மாறன் மென்னு முழுங்க...

“அதெல்லாம் ஒண்ணுமில்ல நாளைக்கு காலையில நான் உங்க வீட்டுக்கு வருவேன்”என கூறி போனை கட் செய்தாள். மாறனும் கொஞ்சம் நேரம் யோசித்து விட்டு விளையாட்டில் மூழ்கிப் போனான்.

இப்பொழுது ஆதிரா கருணாவை போனில் அழைத்தாள். போனை எடுத்து பேசிய கருணாவிடம். “கருணா நாளைக்கு மாறன் வீட்டுக்குப் போகலாமா?”

“இல்ல ஆதிரா நாளைக்கு கொஞ்சம் வேலை இருக்கு. என்னால வரமுடியாது. வேணும்னா நீ போய்ட்டு வா.” என்றவனிடம்...

“ஏன் மாறன் வீட்டுக்கு வர உனக்கு எதாவது ப்ராப்லமா?”

“என்ன ஆதிரா எங்கிட்ட இப்படி கேட்டுட்ட. எனக்கு எந்த பார்ஷியாலிட்டியும் கிடையாது. வேலையில்லனா நான் நிச்சயம் வந்திடுவேன்.”

“சரி ஓகே கருணா. நான் நாளைக்கு மாறன் வீட்டுக்குப் போயிட்டு வரேன்.”

“ஓகே”என முடித்தான்.

ஆதிரா மாடியிலேயே உலாவிக் கொண்டிருந்தாள். அவள் வீட்டு மாடியை தொட்டுக் கொண்டு நிற்கும் தென்னை மரத்தில் பாளையும் குருத்தும் விட்டிருந்தது. மூன்று தென்னங் குலைகளும் அதில் இருந்தது. ஆதிரா வீட்டு மாடியிலிருந்தே மரத்தில் இருக்கும் தெண்ணங் குலைகளை அருத்து விடலாம். அவள் அந்த மரத்தின் அருகில் சென்றாள். துளிர்விடும் குருத்துகளையும் பாளைகளையும் அவை சிந்தும் அழகையும் பார்த்துக் கொண்டே நின்றாள். அந்த பாளையின் தூய்மை மாறனையும் அவனுடைய பேச்சுக்களையுமே நினைவூட்டியது.

“ஏண்டி ஆதிரா... எங்க இருக்க ?” என்ற மலர்விழியின் குரல் கேட்டு

ஆதிரா வீட்டுக்குள் வந்தாள்.

“என்னடி டீ வேணாவா? இந்தா குடி” என தேநீரை ஆதிராவின் கையில் கொடுத்தாள்.”

“யம்மா ஸ்னாக்ஸ் எதுவும் இல்லயா?” என ஆதிரா கேட்க பிஸ்கேட் பாக்கட்டை கொண்டு வந்து கொடுத்தாள் மலர்விழி.

“யம்மா உங்கிட்ட கொஞ்சம் பேசனும் என ஆதிரா அமர்ந்திருக்கும் சோபாவில் மலர்விழியை அமரச் செய்தாள்.”

மலர்விழி, இவள் எப்படியும் மீண்டும் சேரியைப் பற்றித் தான் கேட்பாள் என்று முடிவு செய்து கொண்டாள்.

“யம்மா காலனியில ஒரு பய்யன் இருக்கிறான் அவன் பேரு மாறன். அவன் என் கம்பனியில தான் வேலை செய்யுறான். நான் படிச்ச அதே டிகிரியைத்தான் அவனும் படிச்சிருக்கிறான்.”

“அதுக்கு என்ன இப்ப...”

அவன் ரொம்ப நல்லப் பையனா இருக்காம்மா. அவன்கிட்ட பழக மனசுக்கு இதமா இருக்குமா. நிறைய விஷயங்கள அவங்கிட்ட இருந்து நான் கத்துக்கிறேம்மா.”

ஆதிராவின் இந்த வார்த்தைகள் மலர்விழியின் எண்ணத்தை உறுதி செய்வதாய் இருந்தது.

“காலேஜில படிச்சி கத்துக்காததையா அவன்கிட்ட கத்துக்குற. என்னடி அந்த பையன லவ் பண்றையா என்ன?”

“அய்யோ யம்மா ஒரு பையன்கூட பேசினா. உடனே அதுக்கு பேரு லவ்வா. அதெல்லாம் உங்க காலம்மா. இப்ப காலம் எவ்வளவோ மாறிப்போச்சி. ஒண்ணா படிக்கிறோம் . ஒண்ணா பயணிக்கிறோம். ஒரே இடத்துல வேலை செய்யுறோம். ஒரே மாதிரியான உடைய உடுத்துறோம். உடம்பாலத்தான் ஆண், பெண்ணா இருக்கோம் உணர்வால எல்லாம் ஒண்ணு தான்னு புரிஞ்சிக்கிற தன்மை இப்ப அதிகமாயிட்டே வருதும்மா.”

மகளின் வெள்ளந்தியான வார்த்தையால் மலர்விழி கூனிப்போனாள். “இந்த புரிதல் நீ பொறக்கறதுக்கு முன்னாடி உங்க அப்பனுக்கு இருந்திருந்தா அவன் ஒரு அப்பாவிய கொலை பண்ணியிருக்க மாட்டான். என் பழக்கத்தத்தான் உங்கப்பன் தப்பா புரிஞ்சிக்கிடான். நானும் அதே தப்ப பண்ண மாட்டேன்டி ஏ செல்லமே” என மனதிற்குள்ளேயே நினைத்துக் கொண்டு “சரிடி யம்மா நான் தான் தப்பா புரிஞ்சிக்கிட்டேன். நான் வாழ்ந்த வாழ்க்கை அப்படி. என்னால அப்படித்தான் பாக்க முடியும். உங்க காலேஜி, கம்பெனி, ப்ரண்ட்ஷிப்பு இதெல்லாம் நானு புரிஞ்சிக்கிறது கஷ்டம் தான் நீ மேல சொல்லு” என்றவளிடம்...

“யம்மா நாளைக்கு நான் அவன் வீட்டுக்கு போகலாமுன்னு இருக்கேன்.”

மலர்விழியால் ஒன்றும் சொல்ல முடியவில்லை. ஒரு பக்கம் கொலைகார கணவன் மறுபக்கம் மகளோட வெள்ளந்தியான குணம்.

இன்னொரு பக்கம் அந்த அப்பாவியான பையன். இதல யாருக்கும் எந்த பிரச்சனையும் வராம பார்த்துக்கணும். மலர்விழியின் பதிலில் தான் அது இருக்கிறது. மலர்விழி கொஞ்சம் யோசித்தாள். ஆதிரா பொறந்தப்ப நான் சொன்னதுக்கு தகுந்தாப்போல ஆதிராவின் விஷயத்துல அவரு தலையிட்றது இல்ல. ஆனா இந்த விஷயத்துனால மீண்டும் அவரோட தலையீடு வருமோ? அடக்கி வைக்கிற வயசில்ல மகளுக்கு. அவ எல்லாத்தையும் தெளிவாதான் யோசிக்கிறா. அதனால அவள அடக்கவும் மனசில்ல.

"என்னம்மா யோசிக்கிற."

"சரி போய்ட்டு சீக்கிரம் வந்திடணும். இதபத்தி உங்கப்பாக்கிட்ட எதையும் உளறி வைக்காத" என மலர்விழி கூறியதில் அளவில்லா இன்பம் ஆதிராவுக்கு. சண்முகம் மோட்டார் சைக்கிள் வாசலில் வந்து நின்றது. வாடிய முகத்தோடே உள்ளே நுழைந்த அவனின் சட்டை கசங்கியும் அழுக்கு படிந்தும் இருந்தது. ஏதோ நடந்திருக்கிறது என்பதை மலர்விழியும் ஆதிராவும் புரிந்து கொண்டார்கள்.

"ஏம்பா ஷர்ட் ஒரே அழுக்கா இருக்கு. என்ன ஆச்சிப்பா" என ஆதிரா கேட்க...

அவன் சட்டைய கழட்டி "இந்த சட்டைய உடனே தொவைச்சிப் போடு" என்றவனிடம்...

"என்னங்க ஆச்சி" என மலர்விழி பதட்டத்தோடு கேட்க...

"நம்ம பெரிய தெரு குமாரசாமி காலமாயிட்டான்."

"எப்படி" என மலர்விழியும் ஆதிராவும் ஒரே நேரத்தில் கேட்டார்கள்.

"நம்ம மோகனா அக்கா அவங்க அப்பாவா?"

"ஆமா"

"தண்ணி காய வச்சிருக்கியா"

"காஞ்சிட்டுதான் இருக்கு"

"வளாவி வைய்யி. நான் குளிச்சிட்டு வந்து சொல்றேன்."

சண்முகம் வரும்வரை இருவரும் பதட்டத்தோடு காத்துக்கிட்டிருந்தார்கள்.

சண்முகத்துக்கு நெருக்கமானவர்தான் குமாரசாமி. இவங்க ரெண்டு பேரும் சின்ன வயசுல இருந்தே ஒண்ணாதான் இருப்பாங்க. மலர்விழிக்கும் ஆதிராவுக்கும் அது தெரியும். நல்லது கெட்டது எல்லாத்திலேயும் இவங்க ஒன்னாதான் இருப்பாங்க. குமாரசாமி வளத்தியான ஆளு. மாநிறம். எப்பவுமே எண்ண வச்சிதான் தலை சீவி இருப்பாரு. சட்டையையும் வேஷ்டியையும் எப்பவுமே இஸ்திரி பண்ணிதான்

போடுவாரு. எப்பவுமே முழங்கை சட்டைய கை முட்டிக்கு மேலதான் மடிச்சிவிட்டுப்பாரு. சுருக்கம் இல்லாம அவர் கட்டிட்டு இருக்கிற வேஷ்டிய பார்த்தா உள்ள இருக்கிற நீல நிற கோடு போட்ட அரை கால் அண்ட்ராயர் லேசாய் தெரியும். சவரம் பண்ணாம வெளியில வரமாட்டாரு. தலை முடியும் தாடியும் நரைத்து போயிருந்தாலும் ஒரு நரை முடி கூட வெளியில தலகாட்டாத அளவுக்கு கரு மை பூசியிருப்பர். ரெண்டு வப்பாட்டிங்க இருக்கிறதா ஊருக்குள்ள பேசிப்பாங்க. இளம் வயசுல சண்முகமும் குமாரசாமியும் தான் ஊரு மைனருங்க என எல்லோரும் சொல்ல மலர்விழி கேட்டிருக்கிறாள். குமாரசாமி பத்து ஏக்கருக்கு சொந்தக்காரு. ரெண்டு பொண்ணு ஒரு பையன். பெரிய பொண்ணு ஈஸ்வரிய பன்னிரெண்டாவது வரையில படிக்க வச்சி ஐம்பது சவரன் நகை போட்டு தடபுடலா கல்யாணம் பண்ணாரு. சின்ன பொண்ணு மோகனாவ இஞ்சினியரிங் படிக்கவச்சி பெரிய பொண்ணுக்கு செஞ்ச மாதிரியே ஐம்பது சவரன் நகை போட்டு கூடவே ஒரு காரையும் கொடுத்து தடபுடலா போன வருஷம் தான் கல்யாணம் பண்ணி கொடுத்தாரு. சென்னைக்கு போயி நகை எடுக்கவும் காஞ்சிபுரம் போயி சேலை எடுக்கும் போதும் உறவினர்களோட உறவினரா மலர்விழியும் போனாள். ஒரு வகையில் சண்முகத்திற்கு குமாரசாமி பங்காளி முறை ஆகுது. சென்னையில நடந்த மோகனா கல்யாணத்துக்கு சண்முகம் காரு வச்சி குடும்பத்தோட போய்ட்டு வந்தாரு. ஆதிராவும் மோகனாவும் பெரிய நட்பு இல்லன்னாலும் போன்ல பேசிக்கிற அளவுக்கு அறிமுகம். குமாரசாமி கொஞ்ச நாளுக்கு முன்னாடி வரைக்கும் டெய்லி மலர்விழி கையாலா காபி குடிச்சிட்டுத்தான் போவாரு. பல நேரங்களில் சண்முகம் கட்டில் போட்டு உட்கார்ந்துட்டு இருக்கிற கழனிமோட்டு புங்க மரத்தடியில இவரையும் பார்க்கலாம். சாதிப்பித்து புடிச்சவரு. வாழ்க்கையில எத விட்டுக் கொடுத்தாலும் சாதிய மட்டும் விட்டுக் கொடுக்க மாட்டாரு. சாதிக்கொரு பிரச்சனை வந்தா இவருதான் முன்னாடி போயி நிப்பாரு. நிலமற்ற விவசாயிங்க கூலி உயர்த்தி கேட்டாலோ முதலியாருங்கள மதிப்புக் குறைவா அவங்க பேசிட்டாலோ அத தீத்து வைக்கறதும் தண்டனைக் கொடுக்குறதும் இவர் தான். கிட்டத்தட்ட ஊர் நாட்டாண்மைன்னு சொல்லலாம்.

சண்முகம் குளித்துவிட்டு உடையை மாட்டிக்கொண்டு வீட்டு ஹாலுக்கு நடுவே உள்ள ஈச்சர் சேரில் சாய்ந்து படுத்தான். நிமிர்ந்து உட்காரக்கூடிய நாற்காலியை போல இல்லாமல் முழுவதுமாய் கால் நீட்டி படுக்கக்கூடிய கட்டில் போல இல்லாமலும் சாய்ந்து படுக்கக்கூடிய அளவுக்கு மெத்தைக்கும் நாற்காலிக்கும் இடையில் உள்ளது தான் ஈச்சர் சேர். சண்முகம் ஈச்சர் சேரில் வந்து சாய்ந்ததும் மலர்விழியும் ஆதிராவும் அவன் அருகில் வந்து அமர்ந்தார்கள். மலர்விழி தன்

கையிலுள்ள காபியை அவனிடம் கொடுத்தாள். ஈச்சர் சேரிலேயே அமர்ந்து அவன் காபியை கொடுத்துக் கொண்டிருக்க. "என்னங்க எப்படி ஆச்சி?" என மலர்விழி கேட்க ஆதிராவும் சண்முகத்தின் பதிலுக்காக காத்துக் கிடந்தாள்.

"பூச்சி மருந்த குடிச்சிட்டான்" இத சொல்லும் போது சண்முகத்தின் இதழ்கள் தழதழத்தது. துக்கம் அவன் தொண்டையை அடைத்தது. கண்களில் நீர் முட்டிக்கொண்டு நின்றது. கணவனின் இந்த சோகத்தைக் கண்ட மலர்விழி அவனுக்கு முன்பாகவே கண்ணீரை சிந்தினாள். ஆதிராவுக்கும் கண்கள் கலங்கியது. கண்களை துடைத்துக் கொண்ட சண்முகம் மேலும் தொடர்ந்தான். "அவனுக்கு கடன் தொல்லை அதிகமாயிடுச்சி. பொண்ணுங்க கல்யாணத்துக்கு அடமானம் வச்ச நிலத்தையும் ட்ராக்டரையும் மீட்க முடியல. ட்ராக்டர பேங்க்காரனுங்க எடுத்துட்டுப் போயிட்டானுங்க. நெலத்துக்கும் நோட்டிஸ் அனுப்பிட்டானுங்க. ஒவ்வொரு கந்தாய வெளச்சல்லேயும் கொஞ்சம் கொஞ்சமா எல்லாத்தையும் மீட்டுடலாம்னு தயிரியத்துல இருந்தான். அங்க இங்க கடன் வாங்கி நிலத்துல விதச்ச விதையும் தண்ணியில்லாம மொளைக்கல. மீறி மொளைச்ச பயிரும் காஞ்சி போச்சு. அவன் பொண்ணுங்களுக்கு போட்ட நகைய அடமானம் வச்சி ஆழ போர் போட்டாலும் தண்ணி வரல. நிலத்தடி நீரு அவன ஏமாத்திடுச்சி. நகையயும் மீட்க முடியல. இதனால பொண்ணுங்க வீடுகள்லையும் பேச்சு வார்த்த இல்ல. நகைய மீட்க வீட்டையே ஒரு தனியார் பேங்குல அடமானம் வச்சிட்டான். அந்த கடத்தையும் கட்ட முடியில. பேங்குக்காரன் வட்டிமேல வட்டி போட்டுட்டே போனான். கடன கட்ட சொல்லி பல முறை நோட்டீஸ் அனுப்பினான்.

அப்பவும் கட்ட முடியாம போனதால ஜப்தி நோட்டிச வீட்டுக் கதவுல ஒட்டிட்டானுங்க. இதனால மனசு ஒடஞ்சி பூச்சி மருந்த குடிச்சிட்டு வரப்பு மேல செத்துக் கெடந்தான். இத பாத்துட்டு ஆள்காரங்க வந்து சொன்னப்ப அவன தூக்கிட்டு ஆஸ்பித்திரிக்கு போனோம். அங்க அவன் ஏற்கனவே செத்துட்டானு சொல்லிட்டாங்க. இந்த கந்தாய்த்துல வந்த நெல்லு மூட்ட காசு ரெண்டு லட்ச ரூபாயையும் கொடுத்து உதவினேன். மேல வேணும்னாலும் வந்து கேளுடான்னு சொல்லி அனுப்பினேன். மேல கேட்டா மரியாதை இருக்காதுன்னு செத்துட்டான் மானஸ்தே" எனக் கூறி குலுங்கி அழுதான். இதைக் கண்ட மலர்விழியும் ஆதிராவும் அவனோடு சேர்ந்து அழுதார்கள்.

"இப்ப எங்கங்க வீட்லையா வச்சிருக்காங்க" என மலர்விழி அழுது கொண்டே கேட்டாள்.

“இல்ல. கடன்ல செத்ததுனால எல்லாருக்கும் தெரிஞ்சா அசிங்கமா போகுமுன்னு அவனோட ரெண்டு மருமகனுங்களும் சொன்னதால நெருக்கமான சொந்தக்காரங்கள மட்டும் சுடுகாட்டுக்கு வர சொல்லிட்டு அங்கையே எல்லாத்தையும் முடிச்சிட்டோம். அந்த வீடு சுடுகாட்டு அமைதியை சுமந்து நிக்குது.”

ஆதிரா விவசாயி மரணத்தை இப்போது தான் அனுபவிக்கிறாள்.

“ஊருக்கே சோறுபோட்ற விவசாயிங்க கடனால தற்கொலை செஞ்சுக்கிறாங்கன்னு பேஸ்புக்குலேயும் சினிமாவிலேயும் பாக்குறோம். ஆனா அத அனுபவிக்கும் போது தான் அந்த கொடூரத்தை உணரமுடியுது. இந்த வேதனையே நம்மால தாங்க முடியலையே லட்சக் கணக்கான விவசாயிங்க தற்கொலைக்கு தள்ளப்பட்றாங்கன்னு செய்திகள் வருதே. அத்தனை குடும்பங்களும் எவ்வளவு கஷ்டங்கள அனுபவிச்சிருக்குமோ.”

“விவசாயத்த எப்படி கொஞ்சம் கொஞ்சமா கார்ப்பரேட் அழிச்சுதுன்னு இன்னைக்குதான் மாறனோட பேசிக்கிட்டு வந்தோம். ஒரு பொழுதுக்கூட கடக்கல ஆனா அதுக்குள்ள நமக்கு நெருக்கமானவரே இறந்துட்டாரு. இன்னும் எத்தனை எத்தனை விவசாயிங்க இறக்கப் போறாங்களோன்னு தெரியலையே. இது எல்லாத்தையும் விட கொடுமை விவசாயிங்க இறக்கிறதுக்கு யார் காரணம்னே தெரியாம எல்லோரும் இருக்கிறதுதான். இதுக்கான காரணம் தெரிஞ்சிருந்தா கௌரவத்தக் காப்பாத்தறோம்னு அவர வீட்டுக்குக் கூட கூட்டிட்டு வராம சுடுகாட்டில்லேயே பொதச்சிடுவாங்களா?” துயரமும் ஆத்திரமும் கலந்த ஓர் உணர்வில் மாடியில் உலாவிக் கொண்டிருந்தாள் ஆதிரா,சேரியின் மின் விளக்குகள் இன்னும் எரிந்து கொண்டிருந்தன. நாளை மாறன் வீட்டிற்கு அங்கேதான் செல்லப் போகிறோம். எரிகிற அந்த மின் ஒளி விளக்குகளில் மாறன் வீட்டு மின் விளக்கொளி எதுவென்று தேடினாள். மாறனுக்கு போன் போடாள்.

“சொல்லு ஆதிரா”

“மாறா உனக்கு ஒன்னு தெரியுமா. எங்க இடத்துல எனக்கு பெரியப்பா முறையாகுற குமாரசாமின்னு ஒருத்தரு இறந்துட்டாரு.”

“அப்படியா... எப்படி?”

“கடன் தொல்லையால அவரு மருந்து குடிச்சிட்டாரு. இது வெளியில தெரிஞ்சா கவுரவப் பிரச்சனையாகிடுமுன்னு அவர் உடம்பக்கூட அவங்க சொந்தக்காரங்க வீட்டுக்கு கொண்டு வரல. சுடுகாட்டுலேயே புதச்சிட்டாங்க.”

“ரொம்ப சோகமான சம்பவம் தான் ஆதிரா. அவங்க குடும்பம் தான் ரொம்ப கஷ்டப்படும்.”

“அவர் எங்கப்பாவுக்கு நல்ல ப்ரண்ட். சின்ன வயசுல இருந்தே ரெண்டு பேரும் ஒண்ணாதான் இருப்பாங்க. இதனால் எங்க அப்பாவும் ரொம்ப சோகமா இருக்காரு.”

“பாத்துக்கோ அதிரா...”

“மாறா விவசாயிங்க கொலைங்க நம்ம கிராமம் வரைக்கும் வந்துடிச்சே மாறா. இன்னைக்கு ஒருத்தரு. நாளைக்கு எத்தனை பேரோ அத நினச்சாலே பயமா இருக்கு.”

“அப்படியெல்லாம் ஒண்ணும் நடக்காது ஆதிரா. அப்படி நடக்காம நம்மால முடிந்தத செய்வோம். “

“சரி. மாறா நாளைக்கு உங்க வீட்டுக்கு வாரேன். நேரடியா சந்திச்சி பேசுவோம்.”

“ஓகே ஆதிரா...”

சண்முகம் ஈச்சரில் சாய்ந்தவாறே குமார சாமியோடு பழகிய பழைய சிந்தனையில் ஆழ்ந்து போனான். சிறுவயதிலேயே அம்மாவை இழந்த சண்முகத்திற்கு நட்புதான் எல்லாமும் ஆகிப் போனது. ஒரே பள்ளியில் படித்தது வயக்காட்டில் ஒன்றாக சுற்றியது. திருமணம் நடக்கும் வரையில் இணைபிரியாமல் கிடந்தது. உரையடலிலும் உறவாடலிலும் ஒன்றாகப் பின்னிப் பிணைந்தது பற்றியெல்லாம் நினைத்துக்கொண்டு நினைவலையில் மிதந்தான்.

இவர்களுக்கு அப்போது வயது இருபது இருக்கும். விவசாய பொருப்புகள் இவர்களின் கைகளில் வந்த காலம் அது. அந்த கந்தாயத்தின் அறுவடை முடித்த திருப்தில் இருவரும் கிடந்தார்கள். அந்த கந்தாயத்தில் நல்ல விளைச்சல் கிடைத்தது. இதனால் கிராமத்தில் இவர்களுக்கு பேரும் கொஞ்சம் மதிப்பும் கிடைத்தது. அதை இருவரும் கொண்டாட முடிவெடுத்தார்கள். குமரசாமி கழனியில் வேலை செய்யும் ஆள்காரர் மூலமாக சாராயம் வாங்கிவரச் சொன்னார்கள். அதுவரையில் அவர்களுக்கு குடிப்பழக்கம் கிடையாது. ஆனாலும் “டேய்... நல்ல சரக்கா வாங்கிட்டு வாடா” என ஆள்காரனிடம் சொல்லியனுப்ப அவனோ தண்ணி கலக்காத காய்ச்சின சாராயத்தை மோர் கொண்டுவரும் தூக்கில் கொண்டு வந்து கொடுக்க. இவர்களும் எப்படி அதை குடிக்கனும்னு தெரியாம “டேய் சண்முகம் அப்படியே கிளாஸ்ல ஊத்திக் குடி”

“டேய் தண்ணி கலந்துத்தானடா குடிப்பாங்க”

“பிராந்தியிலதாண்டா தண்ணிய கலப்பாங்க.” என குமாரசாமி கூறி இருவரும் அதை குடிக்க...

”டேய் குமார சாமி தொண்ட எரியுதுடா”

"நாமன்னா சோடாவா குடிக்கிறோம்? சாராயத்த குடிச்சா தொண்ட எரியத்தாண்டா செய்யும் போதை சும்மாவே தலைக்கேறிடுமா?" தொண்டை எரிச்சலையும் கூட பொருட்படுத்தாமல் இருவரும் மோர் தூக்கில் இருந்த எல்லா சாரயத்தையும் குடித்துவிட்டார்கள். தள்ளாடியவாறே வீடு வந்து சேர்ந்தார்கள். அன்றிலிருந்து இருவரும் சாரயம் குடிக்கும் போது இந்த கதையை சிரிப்பால் கடக்காமல் இருக்கமாட்டார்கள். சண்முகம் இன்னும் எதையெதையோ நினைத்துக் கொண்டிருந்தான். குமாரசாமியோடு சண்முகம் பகிர்ந்து கொள்ளாத ஒரே விஷயம் மாரிமுத்துவை கொலை செய்தது மட்டும் தான். அதைப் பற்றி சந்தர்ப்பம் கிடைத்தால் சொல்லலாமென்று இருந்தான். அதற்குள் அவன் இறந்துவிட்டான். ஆனால் சேரிக்குள்ள மாரிமுத்துவ சண்முகமும் குமாரசாமியும் சேர்ந்து தான் கொன்னுட்டானுங்கன்னு இன்னுமும் பேசிக்கொள்கிறார்கள். தன் நெஞ்சம் சுமந்து கொண்டிருக்கிற பாரத்தை இறக்கிவைக்க ஆளில்லையே என்ற சோகத்தில் அன்றைக்கு நீண்ட நேரம் கண்விழித்துக் கொண்டிருந்தான்.

★★★

10

LDITறனுடைய வீடு அரசு தொகுப்பு வீடு. இரண்டே அறைகள் தான். ஒரு அறையில் அனைவரும் படுத்துறங்குவார்கள் இன்னொரு அறையில் சமையில் பாத்திரங்களும் கேஸ் அடுப்பும் இருக்கும். வாசலிலும் ஒரு அடுப்பங்கரை இருக்கும். கேஸ் தீந்து போவது போல இருந்தால் வாசலில் உள்ள அடுப்பங்கரையில் தான் அமிர்தம் சமையல் செய்வாள். படுத்துறங்கும் அறையின் மூலையில் புத்தகங்கள் தரையில் அடுக்கப்பட்டிருக்கும். அதற்கு அருகில் டேபிள் விளக்கு இருக்கும். இந்த வீட்டை இடித்துவிட்டு மாடி வீடு கட்டுவது தான் மாறன் குடும்பத்தவரின் எண்ணம். அதற்காகத்தான் ஏழுமலை,அமிர்தம்,மாறன் மூவரும் சம்பாதிக்கும் பணத்தை மிச்சம் பிடித்து வைத்திருக்கிறார்கள். அமிர்தம் இரண்டு லட்சம் ரூபாய் சீட்டு போட்டு வைத்திருக்கிறாள். இன்னும் சில மாதங்களில் வரும் அந்த சீட்டு பணத்தை வைத்து மாடி வீடு கட்ட இருக்கிறார்கள். மாறன் அவனுடைய வாசலில் சேர் மீது அமர்ந்து செல்போன் பார்த்துக்கொண்டிருந்தான். அவனுடைய சில நண்பர்களும் அவனருகில் அமர்ந்து கொண்டிருந்தார்கள். ஏழுமலை இன்றைக்கு போதையில் வந்தார். கூடவே சாமுவேலும் இருந்தார். அவரும் போதையில் தான் இருந்தார்.

“எப்பா மாறா சாப்டியா?”

“யப்பா இன்னைக்கும் குடிச்சிட்டு வந்துட்டியா.”

“அடப்போடா, நான் குடிக்கிறத கணக்கெடுக்கிறது தான் உனக்கு பொழப்பு. மாடு கணக்கா உழைச்சிட்டு வர உங்கப்பனோட ஒடம்பலுப்பு சாராயம் குடிச்சாத்தான் போகும். அப்பத்தான் நாளைக்கு நான் கழனி மோட்டுமேல போயி வேலை செய்ய முடியும்.”

“பெரிப்பா நீயும் இவரோக்கூட சேந்து கூத்தடிக்கிறியா” என சாமுவேலை பார்த்து மாறன் கேட்க

“அது ஒண்ணுமில்லடா மாறா. இன்னைக்கு நாங்க கொஞ்சம் சந்தோசமா இருந்தோம். அதனால தான் குடிச்சோம்.

ஏழுமலை சட்டையை கழட்டி தரையில் வைத்துவிட்டு வெளிச்சுவரில் சாய்ந்தபடி அமர்ந்தார். சாமுவேலும் ஏழுமலையின் அருகிலேயே அமர்ந்தார்.

"உங்களுக்கு என்ன அப்படி சந்தோசம்?"

"ஒரு கொலகார படுபாவி செத்துட்டான். அதனாலத்தான் நாங்க மூக்க முட்ட குடிச்சோம்."

"யாரு" என மாறன் கேட்க...

"ஊர் தெருவுல இருக்கிற குமாரசாமின்னு ஒரு கொலகாரன்."

மாறனுக்கு ஆதிரா கூறியது நினைவிற்கு வந்தது.

சாமுவேல் பேசத் தொடங்கினார் "மாறா... உங்க சித்தப்பா மாரிமுத்துவ கொன்னதுல இவனும் ஒரு ஆளு. விளையிற பயிற உயிரா நெனச்சி வாழ்ந்த என் தம்பிய கொன்னவனுங்க இன்னும் சித்ரவதப் பட்டுதான் சாவானுங்க நீ வேணும்னா எழுதி வச்சிக்க. வாழ்க்கையில எந்த சொகத்தியும் காணாதவன் என் தம்பி. அவன் வேர்வை வெத மாதிரி அது கொட்டன எடமெல்லாம் மொளைக்கும். என் வெதைய தின்னுட்டானுங்களே..." என தலையில் அடித்துக் கொண்டு அழுதார்.

"யப்பா அந்த ஆளுதான் கொன்னான்னு உனக்கு எப்படி தெரியும்.?"

இந்த முறை சாமுவேல் பேசினார். "கண்ணு உனக்கு ஒன்னும் தெரியாது. நம்ம ஊர்ல நடேசன் தாத்தான்னு ஒருத்தரு இருந்தாரு. எப்பேர்பட்ட மனுஷன் தெரியுமா அவரு. சுத்துபட்டு சேரிக்கு ஒண்ணுன்னா மொத ஆளாவும் ஒத்த ஆளாவும் போயி நிப்பாரு. அஞ்சாவது வரைக்கும் தான் படிச்சிருக்கிறாரு ஆனா அவரு கையில அம்பேத்கர் புஸ்தகம் எப்பவும் இருக்கும். அப்ப நம்ம சேரியில பேப்பர் படிக்கிற ஒரே ஆளு அவருதான். தோளுமேல நீலக் கலர் துண்டு சைக்கிள் கேரியர்ல அம்பேத்கர் புஸ்தகம். இது தான் அவரோட அடையாளம். நம்ம தெருவுல சின்ன குடிசையில தனியாளா ஒல வச்சி வாழுதே சாரதா கெழவி. அவரோட வீட்டுக்காரர் தான் நடேசன். நாங்க இன்னைக்கு செருப்புப் போட்டு நடக்குறோம். டீக் கடையில டீ குடிக்கிறோம். இன்னைக்கு கூலி பத்தலன்னா கூலி ஒசத்தி கேக்கிறோம். அதெல்லாம் எங்களுக்கு சொல்லி கொடுத்தது நடேசன் தாத்தாதான். அவருக்குன்னு கொழந்தைங்க இல்ல ஆனா எல்லா சேரியிலையும் இருக்கிற இளவட்டங்கள எல்லாம் தன் கொழந்தையா பாத்துப்பாரு. அவரால படிச்சி முன்னேறுனவங்க எத்தனையோ பேரு. அவருக்கு கம்யூனிஸ்டுக்காரங்க நெறையப் பேரு நண்பருங்க. கம்யூனிஸ்டுக்காரங்க திடீர்னு வருவாங்க திடீர்னு போவாங்க. அவங்க போயி கொஞ்சம் நேரத்திலியே போலிஸ் ஜீப்பு நடேசன் தாத்தா வீட்டு முன்னாடி வந்து நிக்கும். வீட்டுக்குள்ள நுழைஞ்சி சாமான எல்லாம் கலைச்சு எதையோ தேடுவானுங்க. சில நேரங்கள்ல நடேசன்

தாத்தாவையும் கூட்டிட்டு போயிடுவானுங்க. கொஞ்சம் நாளைக்கு ஜெயில்ல இருந்துட்டு வருவாரு. வந்தவரு சும்மா இருக்க மாட்டாரு. நம்ம ஊருக்கு தெற்கு புறமா இருக்குல்ல மாரியாத்தா கோயிலு. அந்த கோயில ஒட்டி போற தாய் வரப்புதான் நம்ம ஆளுங்க கழனி வேலைங்களுக்கு போறதுக்கான வழி. மாரியாத்தா கோயிலு மோட்டு மேல இருக்கும் அத ஒட்டி அதுக்கு கீழதான் தாய் வரப்பு போகும். அந்த வரப்புமேல போற கூலி ஆளுங்கள காலையிலேயே நிறுத்திடுவாரு.

"என் பாட்டாளி சொந்தங்களே... கால்கள்ல செருப்பப் போட்டுட்டு நடங்க. ஊருத் தெருக்குள்ள போனா நாம செருப்புப் போட்டுட்டுதான் போகணும். நாம பட்ற கஷ்டத்துக்கு தகுந்தா போல கூலி கேக்கணும்.

செத்த மாட்ட நாம தூக்கக் கூடாது. அவனுங்க வீட்டுப் பின்னாடி நாம சாணி அள்ளக் கூடாது. அவங்களுக்கு கையில்லையா? செத்தமாட்டையும் சாணியையும் அவனுங்களே தூக்கட்டும் அள்ளட்டும். நாமும் அவனுங்கள போல மனுஷங்கதான். நம்ம பெரியவங்கள ஊர் தெரு சின்னப்பசங்க பேர் சொல்லி கூப்பிட்டாலோ சாதி பேர சொல்லி திட்டினாலோ அந்த இடத்திலேயே அவனுங்கள ஒதைங்க. நாம வேர்வ சிந்தினா தான் அவனுங்களுக்கு சோறு சொகம் எல்லாம். நாம சிந்துற ஒரு சொட்டு வேர்வதான் அவனுங்களுக்கு ஒரு மூட்ட நெல்லு ஆகுது. நாம ஒண்ணும் அவனுங்களுக்கு அடிமை கிடையாது. நாம ஒழைக்கலன்னா அவனுங்களுக்கு வாழ்க்கையே கிடையாது. இன்னும் என்னன்னவோ பேசுவாரு." மாறனும் அவனது நண்பர்களும் சாமுவேல் கூறியதை கூர்மையாக கேட்டுக் கொண்டே இருந்தார்கள்.

"நம்ம ஊர்லையும் இப்படிப்பட்ட ஆளுங்க இருந்தாங்களா" என மாறனுடைய நண்பன் ஒருவன் கேட்க...

"கண்ணு, அவங்க இருந்ததனாலதான் நாம இப்ப இங்க இருக்கோம்."

"பெரிப்பா நீங்க மேல சொல்லுங்க அப்புறம் என்ன ஆச்சு."

அவரு சொல்றத்த நம்ம ஜனங்கல்லாம் காதுல வாங்கிப்பாங்க. ஆனா "நமக்கு எதுக்கு ஊர்த் தெரு பகைன்னு" பேசாம இருந்துடுவாங்க.

"அவரு கழனி வேலை செய்யமாட்டாறா" என மாறனின் அதே நண்பன் குறுக்கிட்டு கேட்க

"நடேசன் தாத்தாவுக்கு எல்லா கழனி வேலையுமே அத்துப்படி. ஒரு நாள் நெல்லுக் களத்துல அம்பாரத்துல இருந்து கோணிங்களுக்கு மரக்காவுல நெல்ல அளந்து போட்டுட்டு இருந்தாரு. மரக்காவ நெல்லு அம்பாரத்துக்கிட்ட வச்சாவே நெல்லு அதுபாட்டுக்கு சரிஞ்சு வந்து மரக்காவுல முக்கால் பாகம் விழும். மீதிய இரண்டு கையாலையும் வாரி அணைச்சபடி அள்ளிக் கொட்டி மரக்காவுக்கு மேல கோபுரமா

குவிப்பாங்க. அது சரிஞ்சி கொட்றதுக்குள்ள கோணிப்பய்யில அந்த நெல்லு போயி விழும். மரக்காவுல நெல்ல அளந்து போடும் போது கவனமா இருக்கனும். ஒவ்வொரு முறை நெல்ல அளந்து போடும் போது ஒண்ணு... இரண்டு... மூனு... என ராகம் இசத்தபடியே எண்ணுவாங்க. எண்ணிக்கைய விட்டுட்டாங்கன்னா கோணியில இருக்கிறத திரும்பவும் கொட்டி அளக்கனும். எப்பவுமே கவனமா எண்ணுற நடேசன் தாத்தா அன்னைக்கின்னு எண்ணிக்கைய விட்டுட்டாரு. அதனால கோணியில இருந்து திரும்பவும் அளக்க வேண்டியது ஆயிடிச்சி. அங்க இருந்த ஆம்பாரத்துக்கு சொந்தக்காரனான ஊர்த்தெரு சின்ன பைய்யன் ஒருத்தன் இவர 'டேய் நடேசா ஒழுங்கா அளந்து கொட்டுன்னு' சொல்லிட்டான். அப்புறம் என்ன அந்தப்பய்யனை பொளந்து கட்டிட்டாரு. அவனுக்கு வக்காலத்துக்கு வந்த அவங்க அப்பனையும் ஓடஓட அடிச்சாரு. அந்தப் பையன் வேறு யாருமில்ல இப்ப செத்துப் போனானே குமாரசாமி அவன் தான்."

"அதுக்கப்புறம் ஊர்த்தெருவுல இருக்கிற மோலியாரெல்லாம் சேர்ந்து இவர வேலைக்கே கூப்படக் கூடாதுன்னு சொல்லிட்டாங்க. அதல இருந்து அவரு கழனி பக்கமே வரது இல்ல. அவருக்கு குடிசைக் கட்ற தொழிலு நல்லா தெரியும். அதனால அவரு சேரிகள்ல இருக்கிற குடிசைகள கட்டிட்டு அதுல வர கூலியில வாழ்க்கைய ஓட்டினாரு. அவரு குடிச கட்றத ஒருத்தன் உன்னிப்பா கவனிச்சா போதும் அடுத்த நாளே அவனும் மேஸ்திரி ஆகலாம். குடுச கட்ட யாராவது இவருக்கிட்ட வந்தாங்கன்னா இவரே கடைக்குப் போயி மூங்கில் நடு சாரத்தையும் மூங்கில் துண்டுகளையும் ஒழுங்கா பொறுக்கி எடுப்பாரு. ஓலை ஒழுங்கா இருக்கிற பன மரங்கள இவரே தேர்ந்தெடுப்பாரு. அந்த ஓலைங்கள அழகா காய வச்சி இவரே ஒழுங்கு பாப்பாரு. தென்னங் கீத்துன்னாலும் அப்படித்தான். பன மட்டையில இருந்து நாரு உரிக்கிற அழகும்,வைக்கோல் பிரி விட்ற அழகும் அவ்வளவு அற்புதமா இருக்கும். வெக்கா பிரிய செய்ய இவரு ஆளுங்கள வைக்க மாட்டாரு. சின்ன பசங்கள வச்சே அத செஞ்சிடுவாரு."

"வெக்கா பிரின்னா என்ன பெரியப்பா?" என மாறன் கேட்க

"இந்த காலத்து புள்ளைங்களுக்கு அது தெரியாது தான். அது ஒண்ணுமில்ல கண்ணு. அத வைக்கோல் கயிறுன்னு சொல்லலாம். வெக்காவ கொஞ்சம் எடுத்து நடேசன் தாத்தா புடிக்க, வெக்காவின் நடுவுல ஒரு அடி குச்சிய வச்சி முறுக்கிக் கிட்டே போகனும். முறுக்க முறுக்க கயிறு மாதிரி ஆகுற வெக்காவின் நுனியில உதிரி வைக்காவை சொருகிக் கிட்டே வரணும். அது ஒரே சீரா இருக்கனும். நடேசன் தாத்தா விட்ற பிரிய முறுக்க பல சிறுசுங்க நான் நீன்னு போட்டி போடுங்க. அப்பவும் அவரு பிரச்சாரத்த தொடங்கிடுவாரு. 'கண்ணுங்களா நல்லா

படிக்கனும்டா உங்க அப்ப ஆத்தா மாதிரி ஊர்த்தெரு வாசல்ல நீங்களும் போயி நிக்காதீங்க. உங்கள பாக்க அவனுங்க கவருமண்டு ஆபீசுக்கு வரணும் அதுக்கு நீங்க பெரிய ஆளா வரனும். நம்ம தலைவரு அம்பேத்கர் மாதிரி வரணும்னு' சொல்லுவாரு. நடேசன் தத்தான்னாலே சிறுசுகளுக்கு உசுறு. வெக்கா பிரிய முறுக்குற சிறுசுகளுக்கு உடைச்சக் கடலையும் வெல்லமும் கலந்து தருவாரு. சிறுசுங்க அதவாங்கி சந்தோசமா தின்னுக்கிட்டே போகுங்க. அதபார்த்து அவரு ரசிப்பாரு. பள்ளிக்கூடம் போகாத சிறுசுகள அன்பா பேசி பள்ளிக்கூடம் கூட்டிட்டுப் போவாரு. அவரு எதிர்ல யாரும் சிறுசுகள அடிக்கக் கூடாது. அதப் பாத்துட்டாருன்னா ரொம்ப கோபப்படுவாரு. அந்த கொழந்தைங்களோட அப்பா அம்மாவே அடிச்சாலும் கோபப்படுவாரு. "இப்பவே அவன் தயிரியத்தை எல்லாம் அடிச்சே அடக்கிடுங்க நாளைக்கு அவனும் வாய பொத்திக்கிட்டு ஊர்த்தெருவுல போயி நிப்பான்" என பிள்ளைங்கள ஏன் அடிக்கக்கூடாதுன்னு நியாயத்தை சொல்லுவாரு. இப்படியே போயிட்டிருந்த அவரு வாழ்க்கையிலதான் செத்து போன படுபாவி குமாரசாமி குறுக்கிட்டான்."

"ஒரு நாள் அவரு மூங்கில் துண்டுகள பார்த்துட்டு வர பக்கத்து டவுனுக்கு சைக்கிள்ள போய்டு வரும் போது டவுன்ல இருக்கிற நம்ம ஆளுங்களையே வச்சி பயங்கரமா அடிச்சிட்டான். அடி எல்லாமே உள் காயம் தான். அன்னைக்கு படுத்தப் படுக்கையா ஆனவரு தான் கொஞ்ச நாளுல செத்துப் போயிட்டாரு. நம்ம ஜனங்க மேல உசுரையே வச்சிருந்தவரு உசுர உட்டுட்டாரு."

"டேய் சாமுவேலு, அவரு உசுர உடலடா, அவரோட உசுற எடுத்துட்டான் இந்த குமாரசாமி." என ஆதங்கத்தோடு கூறினார் ஏழுமலை. இந்த கதையை கேட்ட மாறனும் அவனது நண்பர்களும் சோகத்திலும் ஆத்திரத்திலும் ஆழ்ந்து போனார்கள். அங்கிருந்த அனைவரும் உறங்கப் போனார்கள். இரவு நடேசன் தாத்தாவின் சோகத்தை சுமந்து நகர்கிறது.

★★★

11

காக்கைகள் சிறகு விரிப்பதற்கு முன்பாகவே ஆதிரா கண் விழித்தாள். சண்முகமும் மலர்விழியும் இன்னமும் உறங்கி கொண்டிருக்கிறார்கள். அவள் அறையில் விளக்கு போட்டு இன்றைக்கு கிளம்புவதற்கான துணிகளை தேர்ந்தெடுத்துக் கொண்டிருந்தாள். வெள்ளை நிற பட்டேலாவும் நீல நிற சுடிதாரும் அதற்கு மேலே போடுவதற்கு வெள்ளை நிற ஷாலும் தேர்ந்தெடுத்து அயர்ன் செய்து மடித்து வத்தாள். வராண்டாவில் வந்து அமர்ந்தாள். பறவைகள் கூட்டுக்குள் சிறகை படபடத்து கொஞ்சி விளையாடும் ஒலிகள் கேட்கிறது. பகல் கொஞ்சம் கொஞ்சமாய் கண் திறக்கிறது. நான்கு வீடு தள்ளி குழந்தையின் அழுகுரல் கேட்கிறது. இயற்கையின் எழிலை ருசிக்க மாடிக்கு செல்கிறாள். புலரும் பகலில் தென்னையின் பாளை மேலும் தூய்மையாய் தெரிவதாய் தோன்றுகிறது. அவள் வீட்டு மாடியில் இருந்து தென்கிழக்கு திசையில் கூவம் ஏறி தெளிவாய் தெரிகிறது. அது தூரத்தில் பெரிதாய் படர்ந்திருக்கும் வெண்ணிற தாமரையாய் தோற்றம் அளிக்கிறது. ஏரியை ஒட்டி இருக்கும் வயல்களின் பசுமை தரையில் தவழும் பச்சை வானமாய் தோற்றமளிக்கிறது. அந்த பச்சை வானத்தில் நிலமற்ற விவசாயிகள் நடந்து கொண்டிருக்கிறார்கள். வானம் மேலும் வெளுக்கிறது. பறவைகள் வானில் இரை தேடிப் பறக்கிறது. பசுமையும் குளுமையும் அந்தக் காலைப் பொழுதில் எங்கும் படர்ந்திருக்கிறது.

“ஆதிரா… ஆதிரா…” என மலர்விழியின் குரல் கேட்கிறது. ஆதிரா வீட்டிற்குள் செல்கிறாள்.

“எங்கடி போன?”

“மாடி மேல தாம்மா இருந்தேன்.”

“உங்கப்பாவுக்கு என்ன வேணும்னு கேளு. ஒரு மாதிரியாக இருக்காரு பாரு.” மகள் அருகில் இருந்தால் சண்முகத்தின் சோகம் குறையும் என மலர்விழி நினைத்தாள்.

சண்முகம் கழனிப்பக்கம் போகாமல் வீட்டுக்குள்ளையே இருந்தான். நேற்றைய சோகத்தின் சுவடு இன்னும் அவன் முகத்தை அப்பியிருந்தது.

“என்னப்பா இன்னும் அதையே நினைச்சிட்டு இருக்கியா?”

“அவன் நெனப்பு என்ன விட்டு போறதுக்கு இன்னும் கொஞ்சம் நாளு ஆகும்மா?”

“கழனிப்பக்கமாவது ரிலாக்ஸா போயிட்டு வாயேம்பா”

“அந்தப் பக்கம் போனாதாம்மா அவன் நெனப்பு அதிகமா வரும். நாங்க ரெண்டு பேரும் ஊருக்குள்ள இருந்தத விட கழனி மோட்டுமேல இருந்தது தான் அதிகமா இருக்கும். எந்த வெரப்பு மேல நடந்தாலும் அவன் பின்னாடியே நடந்து வரா மாதிரி இருக்கும். அதனாலதா இன்னைக்கு நானு கழனிப்பக்கமே போகல.”

“ஒண்ணும் வருத்தப்படாதப்பா. குமாரசாமி பெரிப்பா எப்பவும் உங்கூடவே இருப்பாரு.”

“செத்தாலும் அவன் எங்கப் போகப்போறான். கழனிக் காட்ல எங்கூடத்தான் ஆவியா உலாத்திக்கிட்டு இருப்பான். அவனுக்கும் என்ன விட்டா யாரும் கிடையாது.” என இறந்தவனின் நினைவுகளை ஆவியாக்கிக் கொண்டான்.

ஆதிரா சேரிக்கு கிளம்பிக் கொண்டிருக்கிறாள். ஆதிராவுக்கு அந்த நீல நிற சுடிதாரும் வெள்ளை நிற பட்டேலாவும் ஷாலும் அழகாகவும் கச்சிதமாகவும் இருந்தது.

மலர்விழிக்கோ மனசுக்குள் திக் திக்கென அடித்துக் கொள்கிறது.

“ஏண்டி நாளைக்குத்தான் போயேண்டி. அந்த மனுஷன் தான் சோகத்துல இருக்காருல்ல.”

“இல்லம்மா நான் வாரேன்னு சொல்லிட்டேன். போகலன்னா நல்லா இருக்காது.”

“ஏதோ செய்” என சலித்துக் கொண்டே மலர்விழி சென்றாள். ஆதிராவும் கிளம்பினாள்.

“அப்பா போயிட்டு வர்ரேன்.”

“இன்னைக்குத்தான் ஞாயித்துக் கிழமையாச்சே. லீவு தானம்மா?”

“ப்ரண்ட் வீட்டுக்கு வரைக்கும் போயிட்டு வரம்பா.”

“சரி பாத்து பத்திரமா போ.”

ஆதிரா சண்முகத்தை விட்டு கிளம்பிய போது தான் மலர்விழிக்கு நிம்மதியே வந்தது.

தான் பிறந்ததிலிருந்து இதுவரையில் சேரியைக் கடந்து தான் போயிருக்கிறாளே ஒழிய சேரிக்குள் இதுவரையில் அவள் சென்றதில்லை. இன்று தான் முதல் முறையாக அவள் நுழைகிறாள். தெருவின் மூன்றாவது வீட்டில் பெண்கள் கும்பலாக அமர்ந்து கொண்டிருக்கிறார்கள்.

"யாருடி இது புதுசா போறது. அதுவும் கிராப்பு வெட்டிட்டு இருக்கிறா. யாரு வூட்டு பொண்ணு இவ." என ஒருத்தி கூற "அதுக்கு என்ன இப்ப, கேட்டுட்டா போச்சி... யம்மா கிராப்புக்காரி. யாரு வூட்டுப் பொண்ணு நீ" என கேட்க ஆதிராவுக்கு என்ன சொல்வதென்றே தெரியவில்லை.

"சண்முகம் வீட்டுப் பொண்ணு" என ஆதிரா சொல்ல.

"சண்முகம் வீட்டுப் பொண்ணா? எந்த சண்முகம்?" என அதே பெண் கேட்க இவள் பதிலை மாற்றினாள்.

"நானு மாறன் வீட்டுக்குப் போறேன்."

"எந்த மாறண்டி எம்மா" இன்னொரு பெண் கேட்க . அவளுக்குள்ளேயே இருந்த இன்னொருத்தி

"ஏண்டி நம்ம ஏழுமல அண்ணன் இருக்காருல்ல அவரோட பையன்."

இவர்களுக்குள் பேசிக்கொண்டிருக்கும் போதே ஆதிரா அவர்களைக் கடந்து போய்விட்டாள். எதிரில் வந்த ஒரு இளைஞனிடம் "இங்க மாறன் வீடு எங்க இருக்கு?" என ஆதிரா கேட்க...

"ஸ்டைட்டா போனீங்கன்னா இங்கருந்து அஞ்சாவது கம்பத்துக்கு பக்கத்துலதான் மாறனோட வீடு." என கூறி சென்றுவிட்டான்.

அமிர்தம் வெளியில் உள்ள விறகு அடுப்பில் சமையல் செய்து கொண்டிருக்கிறாள். ஆதிரா வருவதை பார்க்கிறாள். ஆதிரா வருவதை உற்றுப் பார்க்கிறாள்.

"யாரும்மா ? யாரு வேணும்."

"மாறன் இருக்கிறாரா?"

"யப்பா மாறா யாரோ வந்திருக்காங்கடா" என்று அமிர்தம் சொல்லிக் கொண்டிருக்கும் போதே ஆதிரா மாறன் உள்ளே உட்கார்ந்து கொண்டிருப்பதை பார்த்துவிட்டாள்.

"வா ஆதிரா உள்ள வா!"

ஆதிரா செருப்பை கழட்டிவிட்டு உள்ளே சென்றாள். அவள் உட்கார சுவரின் மூலையில் சுருட்டி வைத்திருந்த பாயை எடுத்துப் போட்டான். ஆதிராவும் உட்கார்ந்தாள். அவன் அமர்ந்திருக்கும் சுவரின் ஓரத்தில் புத்தகங்கள் தரையில் அடுக்கி வைக்கப்பட்டிருந்தன. அதை பார்த்தவள்

“இவ்வளவு புத்தகமா?” என பிரமித்தாள்.

“இது கொஞ்சம் தான் ஆதிரா. மீதி சென்னையில இருக்கிற என் ப்ரண்ட் அறையில இருக்கு. வீடு கட்டிட்ட பிறகு தான் அதை கொண்டு வரணும்.”

“என்ன மாறா வெளியில கிளம்புறேன்னு சொன்ன, இந்த மூலையில சுருண்டுகிடக்குற பாயப்போல நீயும் சுருண்டு கிடக்குற”

“இல்ல ப்ரோக்ராம் கேன்சல் ஆயிடுச்சி. அதனால வீட்லியே உட்கார்ந்து படிச்சிட்டு இருக்கேன்.”

“என்ன புத்தகம் படிக்கிற?”

புத்தகத்தின் அட்டைப்படத்தை மாறன் காண்பிக்க. அட்டைப் படமாக லெனினுடைய படமும் **அரசு** எனும் தலைப்பும் இருந்தது.

“ஓ லெனின் புத்தகமா? இவரு ருஷ்ய தலைவருதானே?”

“இல்ல. இவரு உலக உழைக்கும் மக்களுக்கான தலைவர். மார்க்ஸிய தத்துவத்தை ருஷ்யாவில் செயல்படுத்தியவர். ”

“இந்த புத்தகம் எதை பற்றி சொல்லுது?”

“இந்தா இந்த புத்தகத்தை நீயே வச்சிக்க!”

“நீ படிக்கலையா மாறா?”

“நான் படிச்சிட்டேன். நீயும் படி. அம்பேத்கரையும் பெரியாரையும் புரிஞ்ச உனக்கு இதுவும் புரியும்.”

இவர்கள் பேசிக் கொண்டே இருக்க அமிர்தம் டீ போட்டுக் கொண்டு வந்தாள்.

“இந்தாம்மா டீய எடுத்துக்கோ.”

“கூப்டு இருந்தன்னா நானே வந்திருப்பன்லமா?”

“பரவாயில்ல குடிம்மா” ஆதிராவின் முகத்தையே கொஞ்சம் நேரம் பார்த்திருந்த அமிர்தம் “எம்மா நீ எந்த ஊரு கண்ணு”

“இதே ஊரு தாம்மா.”

“இதே ஊரா ? உன்ன நான் பார்த்ததே இல்லையே?” அமிர்தத்தின் இந்த கேள்விதான் ஆதிரா சேரிக்குள் நுழைந்ததும் விசாரித்தது. உருவங்கள் தான் வேறுவேறு ஆனால் கேள்வி ஒன்றுதான். ‘இருக்காதா பின்ன. பல நூறு வருஷமா பிரிஞ்சிகிடக்குற இடத்துல இருந்து ஒருத்தி வந்தா இந்த கேள்வி வரத்தானே செய்யும்’ என மனதிற்குள் நினைத்துக் கொண்டு

“நான் ஊர்த்தெருவில் இருக்கிறேமா” ஆதிரா சொன்னதும் அமிர்தத்தின் பார்வை ஆதிராவின் மீது குவிந்தது.

"யாரு பொண்ணு நீ"

"எங்க அப்பா பேரு சண்முகம்."

"இந்த மோட்டுக் கழனி சண்முகம் மோலியாரா?"

"ஆமாம்மா."

அமிர்தத்திற்கு மேற்கொண்டு பேசுவதற்கு வார்த்தைகள் வரவில்லை. இவளின் பார்வை மாறனின் பார்வைப் பக்கம் திரும்பியது. மாறனும் அமிர்தத்தைப் பார்த்தான். இவர்களின் சில நொடி பார்வையில் கடந்த கால கசப்புணர்வுகளை பகிர்ந்து கொள்வதும் ஏழுமலையின் உருவில் வரப்போகும் கஷ்டத்தையும் பகிர்ந்து கொண்டன. அமிர்தம் அடுப்படியில் போய் அமர்ந்து கொண்டாள். அடுப்பில் மாட்டுக் கறி கொதித்துக் கொண்டிருந்தது. 'காலையில கறிய வாங்கியாந்து கொடுத்துட்டு இந்த மனுஷன் வேற நாத்துப்பறிக்க போயிருக்காரு. சாயங்காலம் சாராய நெடியோடத்தான் வருவாரு. அதுவரைக்கும் இந்த புள்ள இங்க இருந்தா. அந்த மனுஷன் இந்த புள்ள மனசு நோகாரா மாதிரி ஏதாவது சொல்லிடுவாரோ. அதனால மாறன் வருந்துவானோ' என்றெல்லாம் நினைத்துக் கொண்டிருந்தாள். அடுப்பிலிருந்து புகையும் கறிக்குண்டானிலிருந்து வாசனையும் எழும்பிக் கொண்டிருந்தது. அடுப்புப் புகை அதுபாட்டுக்கு மேலே போய் கொண்டிருந்தது. ஆனால் கறி குண்டானின் வாசனை அக்கம்பக்கத்தினரின் நாசிகளை தேடித் தேடி நுழைந்தது.

"மாறா நேத்து எங்க பெரியப்பா குமாரசாமி இறந்துட்டாருன்னு சொன்னேன்ல..."

"ஆமா சொன்னையே ஆதிரா..."

"அதனால எங்க அப்பா கழனி பக்கம் கூட போகாம ரொம்ப வருத்தப்பட்டுட்டு வீட்லையே இருக்காரு. பாவம் விவசாயிங்க கடன் அவங்க கழுத்த நெறிக்குது. ஆனா அதுக்கான காரணம் கார்ப்பரேட்டு தான்னு அவங்களுக்கு தெரியமாட்டிங்குது."

"அதுக்கு கொஞ்சம் நாளு ஆகும்னு நினைக்கிறேன்."

"அதுக்குள்ள எங்க பெரியப்பா போல எத்தன பேரு கழனியில விஷம் குடிச்சி இறந்து கெடப்பாங்களோ தெரியில."

"காலம் இப்படியே போகாது ஆதிரா. காலம் மாறும். எந்த ஒரு காலமும் ஒரு பாறையப் போல அங்கையே கெடக்கறது கிடையாது. அது காத்து போல ஒரே இடத்துல அடச்சி வைக்க முடியாது. ஒவ்வொரு முறையும் ஒவ்வொரு காலம் இருந்துட்டு வருது. அத மக்கள் எல்லாம் சேர்ந்து மாத்தவும் செய்யுறாங்க."

“ஆமாம் ஆமாம். காலம் காத்துப் போலத்தான். அதனாலத்தான் அது என்னை அடிச்சிட்டு வந்து இங்க பாய் மேல உக்கார வச்சிருக்கு.” என சொல்லி சிரித்தாள். மாறனும் புன்னகைத்தான்.

“மாறா வெளியில போய்ட்டு வரலாமா?” ஆதிராவின் இந்த கேள்விக்கு மாறனால் என்ன சொல்வதென்றே தெரியவில்லை. ‘இவளோடு வெளியில் சென்று வருவதற்கு எனக்கொன்றும் பிரச்னை இல்லை. ஆனால் இதனால் ஆதிராவுக்குத்தான் நிறைய பிரச்னைகள் வரும். அதை இந்த வெள்ளந்தி எப்படி சமாளிப்பாள். அதற்கு நாமே எப்படி காரணமாக முடியும்.’ என்று யோசித்தவாறே...

“வேணாம் ஆதிரா வீட்லையே இருப்போமே.”

“கழனிப்பக்கம் ரிலாக்ஸா போயிட்டு வரலாம் மாறா.

கழனிப் பக்கம் சாமுவேலும் இருப்பார். சண்முகமும் வந்தாலும் வரலாம். அதனால் என்ன சொல்வதென்றே தெரியாமல் முழித்துக் கொண்டிருந்தான்.

“என்ன மாறா யோசிக்கிற...”

“மோட்டுப் பக்கம் போக வேணாம். கூவம் ஆத்துப் பக்கம் இருக்கிற கழனிக்கு போவோம்” என்றான்.

“நானும் அதத்தான் நெனைச்சேன் மாறா. மோட்டுப் பக்கம் தான் எங்க கழனி. நான் அங்க நிறைய முறை போயிட்டு வந்துட்டே. ஆனா கூவம் ஆத்துப் பக்கம் இருக்கிர கழனிங்க பக்கம் தான் இன்னும் போகல.”

மாறன் இவளோடு தனியாக கழனிப்பக்கம் செல்வதற்கு யோசித்தான். அதனால் சிறுசுகளை அழச்சிட்டு போலாம் “இங்கையே இரு ஆதிரா கொஞ்சம் நேரத்துல வந்துட்றேன்.” என்று கூறி போனவன் இரண்டு பெண் சிறுவர்கள் மூன்று ஆண் சிறுவர்களோடு வந்தான். இவர்கள் பெரும்பாலும் ஐந்தாம் வகுப்பு ஆறாம் வகுப்புப் படிக்கக் கூடியவர்கள்.

“ஆதிரா இவங்களும் நம்ம கூட வருவாங்க.”

“ஓ குட்டிஸ்ங்க நம்ம கூட வந்தா ஜாலியாத்தான் இருக்கும்.” எல்லோரும் கிளம்பினார்கள். காலை உணவே இன்னும் மாறன் உண்ணவில்லை. மகனை சாப்பிடக் கூப்பிட வேண்டும் போலத்தான் இருந்தது அமிர்தத்திற்கு. ஆனால் கொதிப்பது மாட்டுக் கறிக் குழம்பு. ‘ஊர்த்தெரு பொண்ணு எப்படியும் மாட்டுக் கறி சாப்பிடாது. அந்த பொண்ண வச்சிக்கிட்டு இவனுக்கு மட்டும் எப்படி சாப்பாடு போட்றது.’ என நினைத்தவள் மாறனை உன்ன அழைக்கவே இல்லை.

அனைவரும் இப்போது கூவம் ஆற்றுக்குள் இறங்குகிறார்கள். ஆற்றில் வேலிக்காத்தான் செடிகள் நிறைய முளைத்திருக்கிறது. மரத்திற்கும்

செடிக்கும் இடைப்பட்ட அளவில் அவை வளர்ந்திருக்கிறது. மணல் பரப்புகளே தெரியாத அளவுக்கு சிறு காட்டுப் பகுதியை கடப்பது போல ஆற்றைக் கடக்க வேண்டியிருக்கிறது.

இதைக் கண்ட ஆதிரா "என்ன மாறா ஆறு காடா மாறியிருக்கு!"

"இது பின்னாடி பெரிய அரசியலே இருக்கு ஆதிரா."

"இதுலையும் அரசியலா? என்ன சொல்ற?"

"நம்ம நாட்டுக்கு சுதந்தரம் கெடச்சதா நாம சொல்றோம். உண்மையில நம்ம நாட்டுக்கு சுதந்திரம் கெடைக்கல. பிரிட்டிஷ்காரன் தான் வெளியேறினான். அவனுடைய மூலதனம் எல்லாம் இங்கையே தான் இருந்துச்சி. அது இன்னும் இருக்கிற உலக பணக்காரன்களோட கூட்டு வச்சி இங்க மூலதனத்த போட்டுச்சி. இந்த உலகப் பணக்காரன்களோட மூலதனம் சுதந்திரம் அடைஞ்சதா சொல்லப்பட்ற ஆண்டுக்கு அப்புறம் பத்து ஆண்டிலேயே நம்ம நாட்ல பல்வேறு வழிகளில பஞ்சத்த ஏற்படுத்த பாத்துச்சி. அப்ப அந்த சதி திட்டத்துக்கு தலைமை வகிச்சது அமெரிக்கா. மண்ணுக்கும் வானத்துக்குமான காத்துவழி நீர் வரத்தப் பறிக்க சில விதைகள மண்ணுல தூவுச்சி. அதுல முளைச்சதுதான் இந்த வேலிக்காத்தானும் பார்த்தீனியம் செடிகளும். இந்த மரத்துக்கு மேல பெரும்பாலும் பறவைகள் கூடு கட்டாது. இந்த மரத்துக்குக் கீழ எதுவுமே வளரமுடியாது. இந்த மரத்தோட வேர் பத்து அடியிலிருந்து முப்பது அடி வரை மண்ணுக்குள்ள போயி நிலத்தடி நீர உறுஞ்சும். நம்ம நிலத்தடி தண்ணீர உறுஞ்சுற கொடிய விஷத்த நாம ஆத்திலேயே வளக்குறோம். அமெரிக்காவுல இந்த மரத்துக்கு தடை விதிச்சிருக்கானுங்க. ஆனா அவனுங்கதான் இந்த மரத்த நம்ம நாட்டுல விதைச்சவனுங்க. தண்ணிய அணை கட்டி மாநில பிரச்சனைய உருவாக்கினானுங்க. நம்ம கூவம் ஆத்துல தண்ணி வராம இருக்க காரணம். மழை பெய்யாம போனதால இல்ல. பெய்த மழைய அணை கட்டி தடுத்து வச்சதாலத்தான். அங்க அணை கட்டினதுக்கும் நம்ம ஆத்து கரைய ஒட்டி கம்பெனி வந்ததுக்கும் நெருங்கிய தொடர்பு உண்டு. மழை நீர தடுத்து வச்சிருக்கிற அணைக்கும் ஆத்தங்கரைய ஒட்டி இருக்கிற கம்பெனிக்கும் இடையில இருக்கிற வறட்சிதான் அவங்களோட மூலதனமே. கூவம் ஆத்துக்கரைய ஒட்டியிருக்கிற மக்களுக்கு வறட்சிய வரவழைத்தால் தான் அந்த மக்கள் கம்பெனிக்கு வர வைக்க முடியுமுன்னு அவன் போட்ட கணக்கு நிஜமாயிடுச்சி. ஆத்துல தண்ணி வராம விவசாயம் பொய்த்துப் போச்சி வருமானத்துக்காக நம்ம ஜனங்க கம்பெனிகளுக்கு புலம் பெயர்ந்துச்சி. காத்து வழி தண்ணிய உறிஞ்சி ஆத்து வழி தண்ணிய அடைச்சி வறட்சிய ஏற்படுத்துனானுங்க."

சாலமன் | 127

“விதையும் திட்டமும் அவனுங்களோடதா இருந்தாலும் விட்டவனுங்க நம்ம ஆளுங்க தானே.”

“அதுல சந்தேகமே இல்ல. ஆனா ஒரு சின்ன மாற்றம்.”

“என்ன மாறா?”

“விட்டவனுன்ங்க இல்லை. நம்ம மண்ணை வித்தவனுங்க” ஆதிரா வாய்விட்டு சிரித்தாள். இப்போது இவர்கள் ஆற்றையும் கரையையும் கடந்து விட்டு வயல் வரப்பில் நடக்கிறார்கள். அந்த கழனி சேடை அடிக்கப்பட்டு நடவு செய்வதற்கு தயாராக இருக்கிறது. உள்ளே உழுது பக்குவப்படுத்தப்பட்ட சேறும் அதற்கு சற்று மேலே தெள்ளிய நீரும் இருக்கும் நிலை தான் சேடை என்பார்கள். நடவு செய்வதற்கு பொருத்தமான நிலை இது. அந்த நீரின் தெளிவில் முகம் பார்த்துக் கொள்ளலாம். இந்த சேடைக் கழனிக்கு அருகே உள்ள தென்னை மரங்கள் கிழக்கிலிருந்து மேற்கு நோக்கி நகரும் சூரிய ஒளியின் உதவியால் இந்த சேடையில் நிழலாய் விழுந்து முகம் பார்த்துக் கொள்கிறது. தென்னங்கீற்றுகளில் ஆடும் சிட்டுக் குருவிகளும் நீர்க் கண்ணாடியில் தாமும் தெரிவது கண்டு மகிழ்ச்சி ஒலியெழுப்புகிறது.

ஆதிராவும் மாறனும் ஒருவர் பின் ஒருவராக முன் செல்ல சிறுவர்களும் அதே போல் பின் தொடர்கிறார்கள். நிழலின் சுகம் சுவைக்க தென்னையின் அடியில் மாறனும் ஆதிராவும் அமர்கிறார்கள். மரத்தின் கீழே சிறுவர்களும் மரத்தின் மேலே குருவிகளும் கொஞ்சி விளையாடிக் கொண்டிருக்கின்றன.

“நீ மேல சொல்லு மாறா” என கூறி மாறனின் பேச்சை ஆதிரா தொடரச் செய்தாள். சற்று நேரம் குழந்தைகள் விளையாடுவதை உற்றுப் பார்த்துவிட்டு மாறன் தொடர்ந்தான்

“நிலத்தடி தண்ணியையும் காத்துத் தண்ணியையும் விதத்தூவி மரம் வளர்த்து உருஞ்சின உலகப் பணக்காரனுங்க நம்ம மண்ணையும் கெடுக்க நெனச்சானுங்க பசுமை புரட்சினு ஒண்ண இந்த அரசு மூலமா கொண்டு வந்து நிலத்த அழிச்சானுங்க.”

“மண்ண அழிச்சானுங்களா? எப்படி அழிச்சானுங்க?”

“இரண்டாம் உலகப் போர்ல மீதமாகிப் போன ரசாயன குண்டுகள உரமா தயாரிச்சு அத வளரும் நாடுகளுக்கு பூச்சி மருந்தா வித்துட்டானுங்க அமெரிக்காக்காரனுங்க.”

“இதையெல்லாம் எதுக்காக செய்யுறானுங்க?”

“இன்னைக்கு தண்ணிய காசு கொடுத்து வாங்கி குடிக்கிறோம். நம்ம அப்பா காலத்துல அல்லது தாத்தா காலத்துல இந்த நிலைமை கிடையாது.

அது போலத்தான் பூச்சிக் கொல்லிய கொட்டி மண்ண கெடுத்துட்டா வெளச்சல்ல இருந்து வெதைய நாம எடுக்க முடியாது. அதுக்கப்புறம் விதைக்கும் அவன்கிட்ட கையேந்தணும் கையும் ஏந்துறோம். நிலம் மட்டும் தான் இப்ப நம்மகிட்ட இருக்கு. நிலமும் அவன் கைக்குள்ள போயிடுச்சின்னா நாம உணவுக்கும் அவங்கிட்ட கையேந்த வேண்டியது தான். உணவுக்கு கையேந்துற நிலைமை வந்துட்டுதான் இருக்கு. அதன் அறிகுறி தான் விவசாயிகளோட தற்கொலைகள்."

விவசாயிகளோட தற்கொலை என்றதும் ஆதிராவுக்கு குமாரசாமியின் நினைவு வந்துவிட்டது.

"முதல்ல அவனுங்க பயிருக்கான விதைய அழிச்சானுங்க அப்புறம் மனித உயிருக்கான விதைய அழிக்கிறானுங்க. மனித உயிருக்கான விதை விவசாயிங்கதானே மாறா?"

"ஆமா"

"அப்புறம் ஏன் விவசாயிகளால வெளிநாட்டுக்காரன்கள எதிர்த்து ஒண்ணும் பண்ண முடியல?"

"மீண்டும் மீண்டும் அதே இடத்துக்குதான் வர வேண்டியிருக்கு ஆதிரா." என சொல்லும் போதே மாறனின் நினைவில் நடேசன் தத்தாவின் நினைவு வந்துவிட்டு போனது. அதனால் சற்று நேரம் அமைதியாய் இருந்தான் மாறன்.

"மீண்டும் அதே இடம்னா ஒண்ணும் புரியிலையே மாறா?"

"சாதியைத் தான் சொல்றேன் ஆதிரா. விவசாயின்னு நாம சொல்லும் போது நிலத்துக்கு உரிமையாளர மட்டும் தான் கணக்குல எடுத்துக்குறோம். ஆனா கழனியில உழைக்கிற ஒவ்வொருத்தரும் விவசாயிங்கதானே என்ற நெனப்பு நமக்கு வராது. விவசாயத்தோட ஒவ்வொரு அணுவிலேயும் கலந்திருக்கிற நிலமற்ற விவசாயிகளான சேரி மக்கள எல்லோரும் புறம் தள்ளுற வரைக்கும் எப்படி ஒத்துமை வரும். நிலத்த உழுறது,வெரப்ப கழிக்கிறது,விதைய தூவரது,தண்ணிய பாய்ச்சுவது,களை பறிப்பது,அறுவடை செய்வது,அதை அரைத்து அரிசியாக்குவது என எல்லாவற்றிலும் சேரி ஜனங்களோட உழைப்பு பிரதானமானது. ஆனா அவங்க விவசாயிங்க இல்ல. கூலிக் காரங்கன்னு தான் நாம சொல்றோம். அவங்களுக்கான எந்த உரிமையும் மரியாதையும் நிலத்துல இல்ல. வெளிநாட்டு முதலாளிங்களோட சதி ரெண்டாவது தான் நெலத்த சொந்தம் கொண்டாடுற சாதியவாதிகளோட சதி தான் முதலாவது. நெலத்துல சேரி ஜனங்க அனுபவிச்ச கொடுமைகள் ஏராளம். . அரை படி நெல்ல கூலியா ஒசத்தி கேட்டதுக்காக நாப்பத்தி நாலு அப்பாவி சேரி ஜனங்கள பெண்கள் குழந்தைகளோட ஒரு

குடிசையில சாத்தி எரிச்சே கொன்னா கோபால கிருஷ்ண நாயுடு. . கீழ் வெண்மணி படுகொலைன்னு நீ கூகுல் செய்து பார்த்தாவே விக்கிபீடியாவிலேயே அந்த கொடூர வரலாறு இருக்கு."

"இரு மாறா நான் பாத்துட்றேன்." ***கீழ் வெண்மணி படுகொலைகள்*** என தமிழில் கூகுல் செய்து பார்த்தாள். சிறுவர்கள் இன்னும் தென்னை மரத்தை சுற்றி விளையாடிக் கொண்டிருந்தார்கள். மாறன் அமைதியாக வயல் வெளியையே உற்றுப் பார்த்துக் கொண்டிருந்தான். ஆதிரா கீழ்வெண்மணி வரலாற்றைப் படித்துக் கொண்டிருக்கிறாள். அவள் கண்களில் கண்ணீர் முட்டி நிற்பதை மாறன் பார்க்கிறான். செல் போன் திரையிலேயே அவளின் கண்ணீர் துளிகள் விழுகின்றன. அவள் அந்தக் கண்ணீர்த் துளிகளை துடைத்துவிட்டு படித்துக் கொண்டிருக்கின்றாள். படித்து முடிக்கிறாள். பேசுவதற்கு அவளுக்கு வார்த்தை இல்லை. உழுத நிலங்களையும் சேடைப்பாச்சிய நிலங்களையும் உற்றுப் பார்த்துக் கொண்டிருக்கிறாள். 'உழைச்சி வாழுறவங்கள தீ வச்சி எப்படி கொன்னானுங்க படுபாவிங்க எரிச்சி கொன்னவனுங்க சும்மா சாகக் கூடாது' என மனதிற்குள் நினைத்துக் கொண்டு "அந்த கோபால கிருஷ்ண நாயுடு செத்துட்டானா இருக்கிறானா மாறா?" என தழதழத்தக் குரலில் கோபத்தை உள்ளடக்கிக் கேட்டாள்.

"அவன நக்ஸல்பாரி கம்யூனிஸ்டுகள் கண்டந்துண்டமாக வெட்டி கொன்னுட்டாங்க ஆதிரா."

"நக்ஸல்பாரிங்கன்னா தீவிரவாதிங்கதானே?"

"இல்ல ஆதிரா. அவங்க மக்களுக்கானவங்கதான். ஆயுதப் போராட்டம் இல்லாமல் அரசியல் விடுதலையையும் சமூக விடுதலையையும் கொண்டு வர முடியாதுன்னு நம்பறவங்க. அவங்கதான் கோபால கிருஷ்ண நாயுடுவ கண்டம் துண்டமா வெட்டிக் கொன்னாங்க. அது ஒரு நீதிக்கான ரத்த வரலாறு. இதப்பத்தியெல்லாம் அப்புறம் பேசுவோம் ஆதிரா."

"ஆமாம்! இதபத்தி இன்னொரு நாள் பேசுவோம். நீ மேல பேசு மாறா" என சேரியின் துயர கனத்தை கவனமாகக் கேட்கத் தயாரானாள்.

"வேலூர் பக்கத்துல இருக்கிற கொளப்பாடி கிராமத்தில உள்ள கிணத்துல சேரி பசங்க குளிக்கக் கூடாதுன்னு கிணத்துக்கு சொந்தக்காரன் சாதிவெறிபுடிச்சி கிணத்து தண்ணியில கரண்ட் வச்சிட்டான். குளிக்கப் போன சிறுசுங்க கூட்டம் செத்து மெதந்தது." ஆதிரா தங்கள் அருகில் விளையாடிக் கொண்டிருக்கும் சிறுவர்களை அந்த சிறுவர்களோடு ஒப்பிட்டுப் பார்க்கிறாள்.

“நீரும் நெலமும் காத்தும் காவாயும் யாருதுன்னே தெரியாத சின்ன புள்ளைகள கொல்றதுக்கு அவனுக்கு எப்படி மாறா மனசி வந்திருக்கும்?”

“சாதி மனுச பண்புகள எல்லாத்தையும் அழிச்சி அவன மிருகமாக்கிடும். சாதியாலத்தான் அவனுக்கு நிலமும் கிணறும் வந்ததுன்னு அவன் நினைக்கிறான். அத சேரி ஜனங்க அனுபவிக்கவும் பருகவும் குளிக்கவும் துவைக்கவும்கூடாதுன்னு நினைக்கிறான். அதை மீறினா கொலை செய்யவும் துணியிறான். கண்ணுக்குத் தெரியாம இருக்கிற சாதிய அவன் சுவைக்கிறான். அது அவனுக்கு அதிகாரத்தைக் கொடுக்குது. பரம்பரை பரம்பரையா நெலத்த கைமாத்திக் கொடுக்குது.”

“சாதியில பெரிய ஆளா நினைச்சிக்கிட்டாலும் ஏழையா இருக்கிற ஜனங்களுக்கு என்ன கொடுக்குது மாறா?”

“இதப் பற்றிதான் ஏற்கனவே பேசினோமே ஆதிரா. ஒண்ணுமில்லாதவங்களுக்கு சாதிய பெருமை கௌரவத்தை கொடுக்குது. அதை அவன் சந்தோசமா அனுபவிக்கிறான். அந்த சந்தோசத்த விட்டுக் கொடுக்க அவன் ஒரு போதும் தயாரில்ல.”

“ஆமாம் மாறா இதப்பற்றி ஏற்கனவே பேசியிருக்கிறோம்.”

“நில உரிமைக்காகவும் நீர் உரிமைக்காகவும் கூலி உயர்வுக்காகவும் சேரி மக்கள் சிந்திய ரத்தமும் செய்த தியாகங்களும் ஏராளம். இன்னைக்கு உங்க பெரியப்பா குமாரசாமி இறந்துட்டாரு. உண்மையிலேயே உன்னப் போலவே நானும் அதுக்கு வருந்துறேன். ஆனா உங்க பெரிப்பா குமாரசாமி போலவே சேரிக்குள்ள என்னோட உறவினருங்க கடன் தொந்தரவு தாங்கமுடியாம, கடனால வீட்ல எழும் பிரச்சனையை சமாளிக்க முடியாம இறந்திருக்கிறாங்க. ஆனா இந்த தேசம் அவங்களோட மரணத்த எப்படிப் பாக்கும் தெரியுமா? ‘கணவனுக்கும் மனைவிக்கும் இடையே தகராறு. மருதம் கிராமத்தில் ஒருவர் தற்கொலைன்னு வரும்.’ ஆனால் அதே காரணத்துக்காக ஊர்த்தெருவில் அந்த மரணம் நிகழ்ந்தால் ‘கடன் பிரச்சனையால் விவசாயி மரணம்’ என செய்தி வரும். கடன் சுமையாலும் வேலையின்மையாலும் தற்கொலைக்குத் தள்ளப்பட்ட நிலமற்ற விவசாயிகளையும் விவசாயிகளா அங்கீகரித்து கணக்கெடுப்பு நடத்தினா இந்த உலகத்தையே அச்சமூட்ற வகையில் எண்ணிக்கை இருக்கும். சேரி மக்களை என்றைக்கு சகஜீவியாக, விவசாயிகளாக பார்க்கிற ஒரு நிலைமை இங்கு வருதோ அப்பொழுது தான் விவசாய மரணங்கள் இங்க நிற்கும்.” மாறன் பேசி முடித்து அமைதியானான்.

தென்னையின் மடியில் விளையாடிக் கொண்டிருந்த சிறுவர்கள் “மாறா அண்ணா வா வீட்டுக்குப் போகலாம்” என அழைத்தவுடன் “ஆதிரா போகலாமா?” என மாறன் அழைக்க ஆதிராவும் அவர்களோடு கிளம்பிச் சென்றாள். மீண்டும் இவர்கள் ஒன்றன் பின் ஒருவராக

வெரப்பில் நடந்து ஆறெனும் காட்டை கடந்து மாறனின் வீட்டிற்கு செல்கிறார்கள். வீட்டருகில் மற்ற பெண்களோடு பேசிக் கொண்டிருந்த அமிர்தம் இவர்களை பார்த்து வீட்டிற்கு வருகிறாள்.

"யம்மா சோறு ஆக்கிட்டியா ?"

அமிர்தம் தயங்கியவாறே "எப்போ ஆக்கி வச்சிட்டண்டா."

"வாம்மா எங்களுக்கு சோறு போடும்மா" என்று சொல்லி விட்டு ஆதிராவுக்கு கை கழுவ தண்ணீர் கொண்டு வந்தான். சாப்பிடுவதற்கு புத்தகம் இருக்கும் பக்கத்திலேயே பாய் போட்டான். மாறனும் ஆதிராவும் அதில் அமர்ந்தார்கள்.

'இந்த புள்ள மாட்டுக் கறி சாப்பிடும் போல. அதனாலத்தான் மாறன் நம்மக்கிட்ட ஒண்ணும் சொல்லல' என்று நினைத்துக் கொண்டு இவர்கள் முன்னால் தட்டுகளையும் சாப்பாட்டையும் குழம்பையும் குடிக்கத் தண்ணியையும் கொண்டு போய் வைத்து விட்டு இருவருக்கும் சாப்பட்டை தட்டில் போட்டாள். குழம்பை முதலில் மாறனுக்கு ஊற்றினாள். அப்பொழுது தான் மாட்டுக் கறி குழம்பு என மாறனுக்கு புரிந்தது. "யம்மா ஆதிராவுக்கு இந்த குழம்பு ஊத்தாத இரு" என்றவன் "ஆதிரா மாட்டுக் கறி சாப்பிடுவியா?"

"ஓ சாப்பிடுவேன் மாறா. ஹாஸ்டல்ல ப்ரண்ட்ஸ் கூட வாரத்துக்கு ஒரு முறையாவது பீப் பிரியாணியும் வறுத்தக் கறியும் சாப்பிடுவேன். என்னை கேட்டா ஆட்டுக் கறி, கோழிக் கறியை விட மாட்டுக்கறிதான் சுவையா இருக்கும். நான் ஹாஸ்டல்ல விரும்பி சாப்பிடுவேன். ஆனா எங்க வீட்ல அது தெரியாது." ஆதிரா உணவை ரசித்து சுவைத்து சாப்பிட்டாள். "அம்மா குழம்பு நல்ல சுவையா இருந்துச்சு" என அமிர்தத்தை புகழ்ந்தாள்.

"சரி மாறா கிளம்புறேன். இதோட அடுத்த வாரம் டே ஷிப்ட்ல தான் நாம பார்க்க முடியும்."

"ஆமாம் ஆதிரா நிச்சயம் அடுத்த வாரம் நிறைய பேசுவோம்." இந்தா அது வரைக்கும் இந்த புத்தகத்தப் படி. 'லெனினுடைய **அரசு** புத்தகத்தை அவளுடைய கையில் கொடுத்தான்.

"வா ஆதிரா உன்ன அந்த தெரு முனையில வரைக்கும் கொண்டு வந்து விட்டுட்டு வரேன்." என ஆதிராவை தெரு முனையில் விட்டு விட்டு வீட்டிற்கு திரும்பினான். வீட்டில் அமிர்தம் இருந்தாள்.

"மாறா அந்த பொண்ணு நல்லப் பொண்ணா இருக்குது. நம்ம வீட்டுக்கு வந்துட்டு போறது அவங்க அப்பனுக்கு தெரிஞ்சா சொம்மா விடமாட்டானேடா"

"எனக்கும் அதுதாம்மா கவலையா இருக்கு. நான் எவ்வளவோ விலகிப் போனாலும் அந்த பொண்ணா வந்து பேசுதும்மா. சாதி புத்தியெல்லாம் இல்லாத நல்ல பொண்ணுமா. அதனாலத்தான் நானும் அந்தப் பொண்ணு கூட பழகுறேன்."

"உன்ன அந்த பொண்ணு விரும்புதாடா?"

"அப்படியெல்லாம் ஒண்ணும் இல்லம்மா. நல்ல ப்ரண்டாதாம்மா பழகுது."

"ஏதோ மாறா. உங்கப்பனுக்கு தெரிஞ்சா என்ன சொல்லுவாரோன்னு எனக்கு திக் திக்குன்னு இருக்கு."

"ஒண்ணும் கவலப்படாதம்மா. அப்பாவ நான் பாத்துக்கிறேன்."

ஆதிரா வீட்டுக்குள் நுழைகிறாள். சண்முகம் இபொழுது வராண்டாவில் சேர் போட்டுக் கொண்டு அமர்ந்திருக்கிறார்.

"என்னம்மா உன் ப்ரண்ட பார்த்துட்டியா"

"ஆ பார்த்துட்டம்பா"

வீட்டுக்குள் இருக்கும் மலர்விழி ஆதிரா வருவதைப் பார்த்து மகிழ்ச்சி அடைந்தாள். "சாப்பாடு போடட்டுமாடி" என கேட்க...

"இல்லம்மா சாப்டுட்டு வந்துட்டேன்" என ஆதிரா சொன்னது மலர்விழிக்கு ஒரு மாதிரியாக இருந்தது. ஆதிராவின் அருகில் சென்று

"அவங்க வீட்லியா சாப்ட்ட?"

"ஆமாம்மா அங்கதான் சாப்டேன்."

"என்ன சாப்ட்ட" அம்மா எதற்காக கேட்கிறாள் என்பதை ஆதிரா உணர்ந்து கொண்டாள்.

"ம்மா நீ நினைக்கிறா மாதிரி மாட்டுக் கறியெல்லாம் சாப்படல. அவங்க சாம்பார் வச்சிருந்தாங்க அதத்தான் சாப்பிட்டேன்."

"பொய் சொல்லாதடி..."

"உண்மையதாம்மா சொல்றேன்."

ஆதிரா லெனினுடைய **அரசு** எனும் அந்த சிறு புத்தகத்தை முழுவதுமாய் அன்றே படித்து முடித்தாள். இந்த புத்தகம் அவளுக்கு அரசு என்றால் என்ன அது யாருக்காக இருக்கிறது . அது வரலாற்றில் எப்படியெல்லாம் மாறி வந்திருக்கிறது என்பதை பற்றியெல்லாம் சுருக்கமாக தெரிந்து கொண்டாள். 'எங்கெங்கெல்லாம் வர்க்கப் போராட்டம் நடக்கிறதோ அங்கெல்லாம் அரசு உதித்தெழும்' என்ற வார்த்தையின் பொருள் அவளுக்கு புரிவதற்கு சற்று கடினமானதாக இருந்தது. மாறனுக்கு

போன் செய்யலாமா என நினைத்தாள். அவனோடு நிறைய பேசிவிட்டு தான் அங்கிருந்து வந்தோம். மீண்டும் அவனை தொந்தரவு செய்ய வேண்டாம் என நினைத்து விட்டுவிட்டாள்.

இரவு பரவுகிறது நிலவொளி புவியில் ஒழுகுகிறது. நட்சத்திரங்கள் இரவின் எழிலுக்கு விதவித வடிவங்களில் வான் திரையில் தோன்றி தலை அசைத்து நடித்துக் காட்டுகிறது.

ஏழுமலையும் சாமுவேலும் வீட்டிற்கு வருகிறார்கள் கூடவே சாராய நெடியும் வருகிறது. நேற்றி இரவு அமர்ந்திருந்த அதே இடத்தில் அதே நண்பர்களோடு மாறன் அமர்ந்திருக்கிறான். “ரெண்டு பேரும் இன்னைக்கும் சாராய போதையில வராங்க. இன்னைக்கு என்ன கத இருக்குன்னு தெரியல” என மாறனோட நண்பன் கூற...

“எப்படியும் காலையில ஆதிரா வந்த கதை அவருக்கு தெரிஞ் சிருக்கும். அதப்பத்தி தான் இன்னைக்கு பேசுவாங்க” என்றான் மாறன். எப்பொழுதும் இவர்கள் இருவரும் அமரும் இடமான சுவரில் சாய்ந்து அமர்ந்தார்கள். சாமுவேல் பீடியை புகைத்துக் கொண்டு ஆழ்ந்த யோசனையில் இருந்தார்.

“யப்பா மாறா... கலையில மோட்டுக் கழனிக்காரன் சண்முகம் பொண்ணு வூட்டுக்கு வந்துதாமே.”

“ஆமாம்பா அது எங்கூட வேல செய்யுது. இன்னைக்கு லீவு. அதனால சொம்மா வீட்டுப் பக்கம் வந்தது.”

“பாத்து இருந்துக்க ராசா. அவன் அப்பன் பொல்லாதவன். அவன் பொண்ணோட பேசறதுக்காக உன்னப் பழி வாங்கிடப் போறான். ஏ தம்பியத்தான் வுட்டுட்டேன். உன்ன வுடமாட்டேன். அவன கொலை பண்ணிட்டு இந்த முற ஜெயிலுக்கு போயிடுவேன்.”

“யப்பா இது ஒரு சாதாரண விஷயம்பா. இதுக்குப் போயி இல்லாதது எல்லாம் பேசிட்டு இருக்கிற.” என மாறன் கூற...

பீடி நெருப்பை தரையில் அணைத்துவிட்டு வாயிலிருந்து புகையை விட்டபடியே சாமுவேல் பேசினான். “கன்னு மாறா உனக்கு அவனுங்கள பத்தி தெரியாது. எதையெல்லாம் நாம சாதாரண விஷயமா நினைக்கிறோமோ. அது தான் அவனுங்களுக்கு ரொம்ப பெருசு. அவனுங்க பம்ப் செட் தண்ணியில பொழங்குனாவே அதுல கரண்ட் வச்சி நம்மள கொன்னுடுவானுங்க. அவன் பொண்ணோட பொழங்குனா வுட்ருவானுங்களா? ஜாக்கறதையா இரு கண்ணு... அவனுங்க ஜாதி விஷம் தலைக்கேறினவனுங்க. எதசெய்யவும் துணிவானுங்க. நம்மதான் ஜாக்கரதையா இருக்கனும்.” என மாறனிடம் கூறிவிட்டு “டேய்

மாறனாக்கூடவே இருங்க. எங்க போனாலும் ஒண்ணா போங்க" என மாறனின் நண்பர்களிடம் கூறினார்.

"யப்பா மாறா நீ ஒண்ணும் சின்ன புள்ள இல்ல. நான் உனக்கு புத்திமதி சொல்ல. நாலுப் பேருக்கு நியாயம் சொல்ற அளவுக்கு இப்ப நீ வளந்துட்ட. நாம நல்ல துணி போட்டாவே அவனுங்களுக்கு புடிக்காது. அவன் பொண்ணுங்களோட பேசனா நம்ம உயிர் வாழுறதே அவனுங்களுக்கு புடிக்காது. ஜாக்கரதையா இரு. அவ்வளவுதான் அப்பனால சொல்லமுடியும் என ஏழுமலை கூறி வீட்டுக்குள் செல்ல சாமுவேலும் அவர் வீட்டிற்கு சென்றுவிட்டார். கொஞ்சம் நேரம் பேசி இருந்துவிட்டு மாறனும் அவனது நண்பர்களும் கூட சென்றுவிட்டார்கள்.

அந்த இடத்தில் உலாவும் இரவின் அமைதியை நிலவும் வான் திரையில் மிளிரும் நட்சத்திரங்களும் நிரப்பிக் கொண்டிருக்கின்றன.

★ ★ ★

12

கருத்தொற்றுமைக்குத் தான் எவ்வளவு பலம். ரத்த பந்தத்தை மீறி கருத்து பந்தம் மானுட உணர்வு அனைத்திலும் தன்னைப் பிணைத்துக் கொள்கிறது. கொண்ட கருத்திற்காக உயிரையும் தியாகம் செய்கிறது. இத்தகைய உயிர்த்தியாகம் செய்வது அனைத்து தரப்பு கருத்தாளர் மத்தியிலும் உண்டு. உழைப்போரின் விடியலை விரும்புகின்ற கருத்தாளர்கள் இதில் தனி வகை. அவர்களின் நியாயமான கருத்துக்கு விஞ்ஞான ரீதியான பார்வையை பலர் தொகுத்தளித்து இருக்கிறார்கள். அந்த விஞ்ஞானத் தொகுப்பு இவர்களின் நியாயமான கருத்தை பற்றிக் கொள்ளும்போது அவர்கள் புரட்சியாளராய் உருமாறுகிறார்கள். அது ஒரு இனிய பயணம். இந்த பயணத்தில் உடன் வரும் தோழமைகள் ரத்த உறவுகளைவிட மேலானவர்களாகத் திகழ்கிறார்கள். இந்த பயணத்தில் சறுக்கியவர்கள் துரோகிகளாக தூற்றப்படுகிறார்கள். உலகை மாற்றும் பயணமும் அதில் வரும் தோழமையும் வாழ்வில் மிக இனிது. இந்த இனியதை இப்பொழுது தான் சுவைக்கத் தொடங்கியிருக்கிறாள் ஆதிரா. மாறனும் கருணாவும் இல்லாத விடியற்காலை பேருந்து நிறுத்தத்தில் தொழிற்சாலை பேருந்திற்காக ஆதிரா காத்துக்கொண்டிருக்கிறாள். மற்ற தொழிலாளர்கள் சுற்றி இருந்தாலும் அவர்கள் இருவரும் இல்லாதது ஆதிராவுக்கு வெற்றிடமாய் இருக்கிறது. மாறனோடு பேசும் போது கொஞ்ச நேரத்திலேயே முடியும் பேருந்துப் பயணம் இப்பொழுது நீண்ட நேரம் ஆகிறது. இந்த வாரம் அப்படித்தான் ஆதிராவுக்கு நகர்ந்தது.

சனிக்கிழமை மாலை வேலையை முடித்துவிட்டு அவள் பேருந்தில் அமர்ந்தாள். மற்ற தொழிலாளர்களும் பேருந்தில் வந்து அமர்கிறார்கள். பேருந்து தொழிற்சாலையின் உள் மைதானத்தில் நின்று கொண்டிருக்கிறது. இரண்டு தொழிலாளர்கள் பேருந்தில் ஏறினார்கள். அவர்கள் பேருந்தில் இருபுறமும் சீட்டில் அமர்ந்திருந்த தொழிலாளிகளுக்கு விறுவிறுவென துண்டறிக்கைகளை வினியோகித்துக் கொண்டு வருகிறார்கள். ஆதிராவுக்கும் வினியோகித்தார்கள். ஆதிரா துண்டறிக்கைகளை வாங்கிவிட்டு மற்ற பேருந்துகளையும் பார்த்தாள்.

அங்கேயும் சில தொழிலாளர்கள் துண்டறிக்கைகளை கொடுத்துக் கொண்டிருக்கிறார்கள். ஆதிரா அந்த துண்டறிக்கையைப் பார்த்தாள். அதில்

“தொழிற்சாலையில் அதிகரிக்கும் அராஜகம்” என தலைப்பிடப்பட்டிருந்தது. இந்த தலைப்பைப் பார்த்ததும் ஆதிராவுக்கு ஆர்வம் பற்றிக் கொண்டது. மேலும் படித்தாள்.

“அன்பிற்குரிய தொழிலாளர்களே...

நமது தொழிற்சாலையில் இரண்டாயிரத்திற்கும் மேற்பட்ட தொழிலாளர்கள் வேலை செய்கிறோம். இதில் பெரும்பான்மையானவர்கள் ஒப்பந்தத் தொழிலாளர்களே! ஒப்பந்தத்தொழிலாளர்களாகிய நாம் ஒவ்வொரு நாளும் பல்வேறு இன்னல்களை அனுபவித்து வருகிறோம். நமக்கான அடிப்படை உரிமைகளும் வசதிகளும் இங்கு மறுக்கப்படுகின்றது. எட்டு மணி வேலை நேரத்திற்குப் பதிலாக நிர்வாகம் நினைத்தால் எத்தனை மணி நேரம் வேண்டுமானாலும் சுரண்டலாம் என்கிற கொடூரம் இங்கே நிலவுகிறது. நமது உழைப்பை உறிஞ்சுவதில் கவனம் செலுத்தும் நிர்வாகம் நமது அடிப்படை உரிமைகளை மறுக்கிறது.

கடந்த வாரம் மதிய உணவு இடைவேளையில் உணவருந்திவிட்டு சில நிமிடங்கள் தாமதமாக வந்த இரண்டு ஒப்பந்தத் தொழிலாளர்களை பணியிலிருந்து நீக்கியிருக்கிறது இந்த ஆலை நிர்வாகம். இது போன்ற இவர்களின் அராஜகப் போக்கு நாளுக்கு நாள் அதிகரித்து வருவதை பார்க்கும் போது நம்மைப் பன்னாட்டு கம்பெனிகள் அடிமையாய் நினைக்கிறது என்பது உறுதியாகிறது. நாம் அடிமை அல்ல இந்த தேசத்தின் புதல்வர்கள் என்பதை நிருபிக்கவும் நமது அடிப்படை உரிமைகளை பாதுகாக்கவும் வரும் திங்கள் அன்று நமது வேலையை புறக்கணிப்போம்!

தொழிலாளர் ஒற்றுமையை உயர்த்திப் பிடிப்போம்!

நமக்கான உரிமையை நாமே வென்றெடுப்போம்!

இந்தத் துண்டறிக்கையை முழுதாய் படித்து முடித்தவுடன். ஆதிராவுக்கு அளவில்லா மகிழ்ச்சி. வியர்வையில் நனையும் தொழிலாளர்கள் போராடியதை அவள் கேட்டிருக்கிறாளே ஒழிய அதை இது வரையில் அவள் பார்த்ததில்லை. இந்தத் துண்டறிக்கையை மற்ற தொழிலளர்கள் படிக்கிறார்களா என சுற்றிலும் பார்த்தாள். தொழிலாளர்களும் அந்த துண்டறிக்கையை ஆழ்ந்து படித்துக் கொண்டிருக்கிறார்கள். “திங்கட்கிழம நம்ம கம்பெனியில ஸ்ட்ரைக்கா. அப்ப செம ஜாலி.” என ஒரு தொழிலாளி உற்சாக மிகுதியால் பேசியதை ஆதிராவால் கேட்க முடிந்தது. ஒரு வேளை இந்த துண்டறிக்கையை மாறன்

எழுதி இருப்பானோ என்ற சந்தேகம் இவளுக்கு எழுந்தது. மாறன் எழுதியிருந்தால்தான் நம்மிடம் சொல்லியிருப்பானே. என்று எழுந்த சந்தேகத்திற்கு அவளே விடையளித்துக் கொண்டாள். திங்கள் கிழமை என்ன நடக்கும்? தொழிலாளர்கள் எந்த இடத்தில் கூடுவார்கள்? அவர்கள் எப்படிப் போராடுவார்கள்? என்ற கேள்விகள் அவள் மனதில் ஒவ்வொன்றாய் எழுந்தது. பேருந்தில் வரும் போதும் வீட்டிற்கு வந்த பிறகும் அதே சிந்தனையே அவள் மனதில் ஓடிக்கொண்டிருந்தது. துண்டறிக்கையை ஒளிப்படம் எடுத்து வாட்சப்பில் மாறனுக்கும் கருணாவுக்கும் அனுப்பினாள். நாளை ஞாயிற்றுக் கிழமை. மாறனை அவனுடைய வீட்டில் போய் சந்திக்கலாமா என்று யோசித்தாள். அவன் நைட் ஷிப்ட் பார்த்துவிட்டு தூங்கிக் கொண்டிருப்பான் அவனை தொந்தரவு செய்யக்கூடாது என நினைத்துக் கொண்டாள். ஞாயிறு முழுவதும் நடக்கப் போகும் போராட்டத்தைப் பற்றிய சிந்தனையிலேயே கழிந்தது.

யாவருக்கும் முன்னதாக இன்றைக்கு பேருந்தில் நிலையத்தில் நின்று கொண்டு கருணாவுக்கும் மாறனுக்கும் காத்துக் கொண்டிருக்கிறாள். ஒவ்வொரு தொழிலாளர்களாக பேருந்து நிலையத்திற்கு வருகிறார்கள். மாறனும் கருணாவும் வரும் பாதையின் மீது இவளின் பார்வை படர்ந்திருக்கிறது. ஊர்த்தெரு பாதையிலிருந்து கருணாவும் சேரித்தெரு பாதையிலிருந்து மாறனும் வருவது தூரத்தில் தெரிகிறது. இருவரும் அருகில் வந்து நின்ற போது தான் ஆதிராவுக்கு படபடப்பு தீர்ந்தது.

"என்ன ஆதிரா. உங்க வீட்டாண்ட நீ இல்ல. இன்னைக்கு நீ லீவோன்னு நெனச்சேன். ஆனா எனக்கு முன்னாடியே இங்க வந்து நிக்குற." என கருணா கேட்க...

"அது எப்படி கருணா இன்னைக்கு நான் லீவு போடுவேன். இன்னைக்குதா நம்ம கம்பெனியில ஸ்ட்ரைக்காச்சே."

"ஸ்ட்ரைக்ல நீ என்ன பண்ண போற!"

"எப்படி நடக்குதுன்னு வேடிக்கை பாக்கப் போறேன்."

"ஸ்ட்ரைக்க வேடிக்க பாக்கிறதா சொல்றதும் நல்ல வேடிக்கைதான்." என மாறன் கூற மூவரும் சிரித்தார்கள்.

"மாறா நான் உனக்கு அனுப்பிய நோட்டிஸ பார்த்தியா?"

"பார்த்தேன். அந்த நோட்டிஸ எங்க ஷிப்ட்லையும் கொடுத்தாங்க."

"யாரு மாறா இந்த ஸ்ட்ரைக்க நடத்துறது?"

"அதப் பற்றி ஒண்ணும் தெரியல. நேரடியாகப் போனால் தான் தெரியும்."

இவர்கள் பேசிக் கொண்டே இருக்க பேருந்து வந்து நின்றது மூவரும் வழக்கமான இடங்களில் ஏறி அமர்ந்தார்கள்.

"மாறா நீ இது வரைக்கும் ஏதாவது ஸ்ட்ரைக்குல கலந்துட்டு இருக்கியா?"

"இல்ல ஆதிரா ,ஏன் கேக்குற?"

"நீயும் கருணாவும் தான் சேர்ந்து இந்த ஸ்ட்ரைக்குக்கு ஏற்பாடு செஞ்சீங்களான்னு நினைச்சேன்."

"நாங்க ஏற்பாடு பண்ணியிருந்தா உனக்கு தெரியாம இருக்குமா ஆதிரா."

இருவரும் முகநூல் பார்த்துக்கொண்டே வந்தார்கள். இன்னும் கொஞ்சம் நேரத்தில் தொழிற்சாலையை பேருந்து நெருங்கப் போகிறது. ஆதிராவுக்குள் பதட்டம் அதிகமாகிறது. வெளியில் குளிர்ந்த காற்று தவழ்ந்தாலும் மனப் பதட்டம் இவளுக்கு புழுக்கத்தையே அளிக்கிறது. பேருந்தின் முன் கண்ணாடி வழியே தொழிற்சாலையின் நுழைவாயிலை பார்க்கிறாள். அந்த பிரமாண்ட நுழைவாயில் கண்ணுக்குத் தெரியாதபடி தொழிலாளர்கள் கூட்டம் நெரிசலாக நிற்கிறது. இவர்கள் செல்லும் பேருந்தை தொழிலாளர்கள் ஆரவாரம் செய்து நிறுத்துகிறார்கள். தொழிலாளர்களை வாசலிலேயே இறக்கிவிட்டு பேருந்தை மட்டும் கம்பெனிக்கு உள்ளே செல்ல அனுமதிக்கிறார்கள். ஆயிரக்கணக்கான தொழிலாளர்கள் நெரிசலாய் நின்று கொண்டிருக்கிறார்கள். பெண் தொழிலாளர்களும் அதில் சரிபாதி இருக்கிறார்கள். பெண்கள் தனியாகவும் ஆண்கள் தனியாகவும் அல்லாமல் இருவரும் ஒன்றாகவே நின்று கொண்டிருக்கிறார்கள். தொழிலாளர்களின் கூட்டத்தை உந்தித் தள்ளிக் கொண்டு இவர்கள் மூவரும் கூட்டத்தின் மையத்திற்கு செல்கிறார்கள். பிரம்மாண்ட நுழைவாயிலுக்கு முன்பாகவும் அதை ஒட்டியுள்ள கம்பெனி சுவரின் ஓரமாகவும் ஆயுதமேந்திய போலீஸ்காரர்கள் நின்று கொண்டிருக்கிறார்கள். போலீஸ்காரர்கள் அணிந்திருக்கும் இளம்பச்சை உடையும் கையில் இருக்கும் நவீன துப்பாக்கிகளும் இவர்கள் உள்ளூர் போலீஸ்கார்கள் அல்ல என்பதை கூறுகிறது. "டேய் கம்பெனிக்காரன் ரிசர்வ் போலீஸ இறக்கிட்டாண்டா" என்று ஒரு தொழிலாளி மற்ற தொழிலாளர்களிடம் கூறுவதிலிருந்து ஆதிராவால் புரிந்துகொள்ள முடிந்தது. உள்ளூர் போலீஸ்காரர்களில் உயரதிகாரிகள் கூட்டத்திற்கு நடுவேயும் கடை நிலை போலீஸ்காரர்கள் ஒரு கையில் லத்தியோடும் மறு கையில் பிரம்புக் கொம்பால் செய்யப்பட்ட கவசத்தோடும் நின்று கொண்டிருந்தார்கள். இரண்டு வகையான போலீசிலும் பெண் போலீஸ்கள் சரிபாதி இருக்கிறார்கள். உத்தரவு கிடைத்தால் சுட்டுக் கொல்லவும் தடியால் அடிக்கவும் தயாராய் இருப்பதாய் அவர்களின்

தோரணை ஆதிராவுக்குப் பட்டது. கூட்டத்துக்கு சற்று தள்ளி பத்து தனியார் பேருந்துகள் தொழிலாளர்களை எப்பொழுது வேண்டுமானாலும் கைது செய்து ஏற்ற தயாராய் நின்றது.

தொழிலாளர்கள் ஆரவாரமாய் கூச்சலிட்டுக் கொண்டிருந்தார்கள். கூட்டம் ஒழுங்குப்படுத்தப்படாமல் இருந்தது. ஒரு தொழிலாளி நடுவில் வந்து நின்றான். அவன் உயரமாகவும் ஒல்லியாகவும் மாநிறத்திலும் இருந்தான். அவன் தாடி கரடு முரடாய் இருந்தாலும் அது அவனுக்கு அழகாய் இருந்தது. "தொழிலாளர் தோழர்களே அமைதியாய் இருங்கள்... அமைதியாய் இருங்கள்." என சத்தமாகக் கூறினான். ஆனாலும் அவனது குரல் அவனை சுற்றியிருப்பவர்களைத் தவிர அங்கு ஆர்ப்பரித்திருந்த மற்ற தொழிலாளர்களுக்கு கேட்கவே இல்லை. கூட்டத்தை தள்ளிக் கொண்டு சில தொழிலாளர்கள் ஒரு பிளாஸ்டிக் சேர் கொண்டு வருகிறார்கள். அதை கூட்டத்தின் நடுவே போடுகிறார்கள். நாற்காலியின் மீது இப்போது அந்த தொழிலாளி ஏறி நிற்கிறார். "தொழிலாளர்களே... தொழிலாளர் தோழர்களே என மீண்டும் முன்பைவிட சப்தமாக அழைக்கிறார். ஆர்ப்பரிப்பு சப்தம் கொஞ்சம் கொஞ்சமாய் அடங்கி நிசப்தம் ஆகிறது. அந்த தொழிலாளி பேசத் தொடங்கினான்.

"தொழிலாளர்களே... நாம் நமது உரிமைக்காகத்தான் இங்கே கூடி இருக்கிறோம். பல நாட்களாக இந்த தொழிற்சாலையில் நாம் சித்திரவதைகளை அனுபவித்துக்கொண்டு வருகிறோம். நமக்கான அடிப்படை வசதிகளைக் கூட இந்தத் தொழிற்சாலை நிர்வாகம் நமக்கு செய்து தரவில்லை. ஒவ்வொரு நொடியும் இவர்கள் நம்மை கசக்கிப் பிழிகிறார்கள். ஆனாலும் நாம் இந்த தொழிற்சாலையில் நிரந்தரமாக்கப்படவில்லை. ஒவ்வொரு நொடியும் இந்த தொழிற்சாலைக்காகவே உழைத்துக் கொண்டிருக்கிற நாம் அற்ப காரணங்களுக்காக இந்த தொழிற்சாலையிலிருந்து விரட்டப்படுகின்றோம். உணவு இடைவேளையின் போது அரை கிலோமீட்டர் நடந்து தான் நாம் கேண்டினுக்கு சென்றுவர வேண்டியிருக்கிறது. அங்கு போய் வருவதற்கு சில நிமிடங்கள் தாமதித்தாலும் நாம் வேலையிலிருந்து நிறுத்தப்படுகின்றோம். சென்ற வாரம் இதே காரணத்திற்காகத்தான் இரண்டு தொழிலாளர்கள் வேலையிலிருந்து துரத்தப்பட்டார்கள். ஒவ்வொரு நாளும் ஏதாவது ஒரு தொழிலாளி அற்பக் காரணங்களுக்காகத் துரத்தப்பட்டுக் கொண்டே இருக்கிறார். இதைப் பற்றியெல்லாம் எதிர்த்துக் கேள்வி கேட்டால் நாமெல்லாம் ஒப்பந்தத் தொழிலாளர்கள் நமக்கு எந்த உரிமையும் இல்லை என்கிறார்கள். நாம் ஒப்பந்தத் தொழிலாளி என்பதை காரணம் காட்டி நாளை நம்மில் ஒருவர் கூட விரட்டப்படலாம்." இப்போது தொழிலாளர்கள் சப்தமாய் கத்துகிறார்கள்.

"ஆமாம்... ஆமாம்... நாமும் விரட்டப்படலாம்."

அவன் மீண்டும் பேச்சை தொடர்ந்தான். "தொழிலாளர்களே... இனிமேலும் இவர்களுடைய அராஜகத்தை நாம் பொறுத்துக் கொண்டிருக்கக் கூடாது. இதற்கு முடிவு கட்டத்தான் நாம் இங்கு கூடியிருக்கிறோம். நமது கோரிக்கைகளுக்கு கம்பெனி தரப்பு ஒப்பக்கொள்ளும் வரையில் நாம் தொழிற்சாலையின் உள்ளே சென்று நமது வேலைகளை தொடங்கக் கூடாது" என அவன் சொல்லி கீழே இறங்கினான். அடுத்து அந்த ப்ளாஸ்டிக் சேர் மீது ஒரு பெண் தொழிலாளி ஏறி நின்றாள். அவள் வட்ட முகமாகவும் அழகிய கரு நிறத்திலும் இருந்தாள். அவளின் கூர்மையான புருவங்கள் வட்டமுகத்திற்கு எடுப்பாய் இருக்கிறது. அவளுடைய கூந்தல் அவள் போட்டுக் கொண்டிருக்கும் வெளிர் நீல நிற கம்பெனி சட்டைக்கு கீழே தொங்குகிறது. அவளின் அடர்த்தியான கூந்தல் அழகாய் பின்னப்பட்டிருக்கிறது. "தொழிலாளர்களே..."என இப்போது அவள் பேசத் தொடங்கினாள். அவளின் அந்த குரல் அனைவரையும் கவர்ந்தது. கூட்டம் முன்பு இருந்ததை விட அதிக அமைதியானது. தொழிலாளர்கள் அவளின் பேச்சை கூர்மையாய் கேட்கத் தொடங்கினார்கள்.

"தொழிலாளர்களே... இந்த தொழிற்சாலையில் ஆண்கள் எந்த அளவிற்கு உழைக்கிறார்களோ அதே அளவுக்குப் பெண்களும் உழைக்கிறார்கள். ஆண்களுக்கு என்னென்ன பிரச்சினைகள் இருக்கிறதோ அதே அளவிற்கு பெண்களின் பிரச்சினைகளும் இருக்கிறது. சொல்லப்போனால் ஆண்களை விட கூடுதலாக பெண்களுக்கு பிரச்சினை அதிகமாக இருக்கிறது என்று சொல்லலாம். பெண்களின் மாதவிடாய் காலத்தின் போது அவர்களை கொஞ்சம் நேரம் கூட ஓய்வெடுத்துக் கொள்ள இந்தத் தொழிற்சாலை அனுமதிப்பதில்லை. பெண்களை சக மனுஷிகளாக அல்லாமல் வெறும் உழைப்பை செலுத்தும் ஒரு இயந்திரமாக மட்டுமே இந்த தொழிற்சாலை நிர்வாகம் கருதுகிறது. பெண்கள் கழிவறைக்கு செல்லும் நேரங்களைக் கூட துல்லியமாக கணக்கிலெடுக்கிறது. பல நேரங்களில் ஆண்களைப் போலவே அதிக நேரம் உழைப்பதற்கு பெண்கள் கட்டாயப்படுத்தப் படுகிறார்கள். இதனால் அவர்கள் உடல் ரீதியிலும் சமூக ரீதியிலும் அனுபவிக்கும் கொடுமைகள் ஏராளம். இந்த பிரச்சனைகளோடு இன்னும் இருக்கிற ஏராளமான பிரச்சினைகளுக்கு இன்று முற்றுப்புள்ளி வைக்க வேண்டும். அது வரையில் நாம் வேலைக்குச் செல்லக்கூடாது." என ஆவேசமாக அவள் பேசி முடித்ததும் கரவொலிகளும் விசில் சப்தங்களும் விண்ணைக் கிழித்தன. போலீஸ்காரர்களின் கைகளில் இருக்கும் ஆயுதங்களின் கண்கள் தொழிலாளர்களையே உற்றுப் பார்த்துக் கொண்டிருக்கிறது. ஆதிரா அந்த ஆயுதங்களின் முனைகளையும் தொழிலாளர்களின்

ஆரவாரங்களையும் மாற்றி மாற்றி பார்க்கிறாள். ஆயுதங்களுக்கு அஞ்சாத தொழிலாளர்களின் ஆரவாரங்கள் அவளுக்கு ஆச்சரியத்தை ஏற்படுத்துகிறது. 'எப்படி ஆயுதங்களுக்கு அஞ்சாமல் இவர்களால் ஆரவாரிக்க முடிகிறது? இங்கு இருப்பது போல நாடு முழுக்க வியர்வைக் கூட்டம் ஆர்ப்பரித்து எழுந்தால் அநீதிகள் அனைத்தும் இவர்களின் ஆர்ப்பரிப்புக்கு முன்னால் நிச்சயம் மண்டியிடும்' என மனதிற்குள் நினைத்துக் கொண்டாள். மீண்டும் தொழிலாளர்கள் ஒரு ஒழுங்கற்று கூச்சலிட்டுக் கொண்டிருந்தார்கள். முன்பு பேசிய ஆண் தொழிலாளி "தொழிலாளர்களே நீங்கள் யாராவது நம்முடைய கோரிக்கைகளை ஆதரித்துப் பேச வேண்டும் என்றால் இங்கே இந்த சேர் மீது நின்று பேசலாம்." என்றவுடன் தொழிலாளர்கள் அங்கு வந்து பேசுவதற்கு தயங்கினார்கள். ஆதிராவும் கருணாவும் கூட்டத்தில் மாறனை பேசச் சொல்லி கட்டாயப்படுத்தினார்கள். மாறனும் அதற்கு சம்மதித்து அந்த சேர் மீது ஏறி நின்று சப்தமாக பேசத்தொடங்கினான்.

"தொழிலாளர்களே... நாமெல்லாம் ஒரே தொழிற்சாலையில் வேலை செய்கிறோம். இந்த தொழிற்சாலையில் தயாரிக்கப்படும் ஒவ்வொரு கார் தயாரிப்பிலும் நம்முடைய அனைவரின் உழைப்பும் இருக்கிறது. கூட்டம் அவன் கூறியதை ஏற்கும் வகையில் "ஆமாம்.. ஆமாம்" என சப்தமாக எதிரொலிக்கிறது. "இது நாள் வரையில் நாம் ஒவ்வொருவரும் தனித்தனியாக பிரித்து வைக்கப்பட்டிருந்தோம். ஒவ்வொரு ஷாப்பிற்குள்ளும் அடைத்து வைக்கப்பட்டிருந்தோம். அதனால் இதுநாள் வரையில் நாம் சந்திக்க முடியாமலேயே போனது. இப்பொழுது நாம் சந்தித்துக் கொள்வதோடு மட்டுமல்லாமல் நமது உரிமைக்காகப் போராடவும் செய்கிறோம். நம்மை இந்த போராட்டக் களத்தில் சந்திக்க வைத்த அந்த துண்டறிக்கையை வினியோகித்த நண்பர்களை நான் மனதார பாராட்டுகிறேன். நாம் பிரிந்து கிடப்பதனால் தான் அவர்களுடைய அராஜகம் கோலோச்சுகிறது. நாம் ஒன்றுபட்டால்தான் அனைத்தையும் வென்றெடுக்க முடியும். நம்முடைய உழைப்பை அவர்கள் அற்பக் கூலியில் அதிக நேரத்திற்கு உறிஞ்சுகிறார்கள். நம்முடைய வாழ்க்கையில் அதிக நேரங்களை நாம் இவர்களின் உற்பத்திக்காகவே செலவிடுகிறோம். அதற்கு பதிலாக இவர்கள் தரும் சொற்பக் கூலியில் நாம் பிழைக்கக் கூட முடியவில்லை. ஆனால் நம் கண்ணுக்கே தெரியாத இந்த தொழிற்சாலை முதலாளி மேலும் மேலும் ஆலைகளை பெருக்கிக் கொண்டே போகிறான். இதனால் அவனுடைய சொகுசு வாழ்க்கை மேலும் விரிவாகும். அனால் நாமோ இந்த காலத்தின் அவசியத் தேவையான இருசக்கர வாகனத்தையும் செல்போனையும் கூட கடனில் தான் வாங்குகிறோம். இந்த ஆலையினுடைய முதலாளி நம் உழைப்பை அதிக நேரத்திற்கு உறிஞ்சி மேலும் மேலும் பணக்காரர் ஆகிறார்.

ஆனால் நாமோ உழைப்பைப் பறிகொடுத்துவிட்டு மேலும் மேலும் கடன்காரர்களாகவும் நோயாளிகளாகவும் மாறுகிறோம். நமக்கான வருங்கால வைப்பு நிதியோ,தொழிலாளர் காப்பீட்டு நிதியோ நம்மில் பல பேருக்கு செலுத்தப்படுவதில்லை. அது எல்லாம் நம்முடைய ஒப்பந்ததாரர்களால் திருடப்படுகிறது. ஆனால் நாமோ கடன்காரர்களுக்கு தவணைத் தொகையை கட்ட முடியாமல் தத்தளிக்கிறோம்.

சில நேரங்களில் தவிர்க்க முடியாமல் விடுமுறை எடுத்தால் கூட தொழிற்சாலை நிர்வாகம் நம்மை வேலையிலிருந்து துறத்துகிறது. பல ஆண்டுகாலமாக நாம் இந்த தொழிற்சாலையில் வேலை செய்திருந்தாலும் நாமெல்லாம் ஒப்பந்த தொழிலாளர்கள் என இந்த தொழிற்சாலை நம்மை நிரந்தரம் ஆக்காமலேயே வைத்திருக்கிறது. ஆனால் நம்முடைய உழைப்பை மட்டும் அதிக நேரத்திற்கு சுரண்ட ஆசைப்படுகிறது. ஒப்பந்த தொழிலாளர் முறை என்பது நவீன காலத்தின் கொத்தடிமை முறைதான். எங்கிருந்தோ கடல்கடந்து வாழும் தென்கொரிய முதலாளியின் சுகபோகத்துக்காக நாம் கொடூரமாக சுரண்டப்படுகின்றோம். வெளிநாட்டு முதலாளிகளுக்கோ பல சலுகைகள் கிடைக்கிறது. ஆனால் நமக்கோ அடிப்படை வசதிகள் கூட கிடைப்பதில்லை. நம்முடைய அடிப்படை பிரச்சனை நமக்கும் கம்பெனிக்கும் ஆனது மட்டுமல்ல நமக்கும் இந்த அரசுக்கும் ஆனதும் கூட. அவர்களுக்கு சுகங்களையும் நமக்கு துன்பங்களையும் கொடுப்பது இந்த அரசினுடைய திட்டங்கள் தான். நம்மை ஆள்பவர்களை நாம் தாம் தேர்ந்தெடுத்தோம். ஆனால் அவர்கள் வெளிநாட்டு முதலாளிகளுக்காக மட்டும் தான் உழைக்கிறார்கள். மீண்டும் கூறுகிறேன் இது நமக்கும் தொழிற்சாலைக்குமான பிரச்சனை மட்டுமல்ல. நாம் தேர்ந்தெடுத்த ஆட்சியாளர்களுக்கும் நமக்குமான பிரச்சனையும் கூட."

மாறன் இதைப் பற்றி பேசும் போது அங்கு நின்றிருந்த போலீஸ் துறையின் உயரதிகாரிகள் சிலரின் பார்வை மாறனை உற்று நோக்கியது. அதை ஆதிராவும் கவனித்தாள். மாறன் பேச்சை தொடர்ந்தான் "தொழிலாளர்களே... ஒவ்வொரு தொழிற்சாலையும் தொழிலாளர்களின் வியர்வையால் தான் வாழ்கிறது. வெளிநாட்டுக்காரன் இல்லாமல் இங்கு உற்பத்தி நடக்கும் ஆனால் தொழிலாளர்களாகிய நாம் இல்லாமல் இங்கு உற்பத்தி நடக்காது. அதனால் இந்த் அரசுக்கு நாம் தாம் முக்கியமானவர்கள். நாம் தேர்ந்தெடுத்த பிரதிநிதிகள் இங்கு வர வேண்டும். நமக்காக வேலை செய்யக்கூடிய இந்த துறைக்கு பொறுப்பான அரசு அதிகாரிகள் வரவேண்டும். அவர்களின் முன்னிலையில் தான் நாம் பேச்சுவார்த்தையை தொடங்க வேண்டும்." மாறன் பேசும் பேது கூட்டம் ஆர்பரித்தது "ஆமாம்... ஆமாம்... ஆட்சியாளர்களும் அதிகாரிகளும் இங்கு வரவேண்டும்."

“தொழிலாளர்களே... அவர்கள் வரும் வரையில் நாம் போராட்டத்தை தொடர்வோம்.” என மாறன் பேசி முடிக்க, மீண்டும் விசில் சப்தங்கள் விண்ணைக் கிழித்தன. சூரியன் மெல்ல மெல்ல வானின் உச்சிக்கு வந்து கொண்டிருக்கிறது. வெப்பம் அதிகமாகிறது. வியர்வை சொட்டச் சொட்ட தொழிலாளர்கள் தரையில் அமர்ந்திருக்கிறார்கள். இவர்களின் போராட்ட உணர்வுகளை சூரிய வெப்பம் துளியும் குலைக்கவில்லை.

ஒரு தொழிலாளி மீண்டும் சேர் மீது ஏறுகிறார். “தொழிலாளர்களே... நமக்கான தண்ணீர், பிஸ்கட், தேநீர் வாங்க உங்களிடம் உள்ள பணத்தை கொடுங்கள். ஒரு தொழிலாளி உங்களிடம் கைக்குட்டை ஏந்தி வருவார். அவரிடம் உங்களால் முடிந்த பணத்தைக் கொடுங்கள்” என பேசி முடித்ததும். கூட்டங்களுக்கு இடையில் ஒரு தொழிலாளி கைக்குட்டை ஏந்தி செல்கிறார். தொழிலாளர்கள் அவர்களால் முடிந்த பணத்தை கைக்குட்டையில் போடுகிறார்கள். அந்த பணத்தில் தொழிலாளர்களுக்கு தண்ணீர் பிஸ்கட் பாக்கட், தேநீர் வாங்கி வந்து கொடுக்கப்படுகிறது. இவர்கள் ஒவ்வொரு நடவடிக்கைகளும் நேரலையாக சமூக வலைதளங்களில் பரப்பப்படுகிறது. நாடு முழுக்க சமூக வலை தளம் மூலமாக இவர்களுக்கு ஆதரவு அதிகரிக்கிறது. முகநூலிலும் ட்விட்டரிலும் ஆட்சியாளர்களுக்கும் சம்மந்தபட்ட மாவட்ட ஆட்சியருக்கும் போராட்ட நிகழ்வுகள் டேக் செய்யப்படுகின்றன. மாறன் பேசி முடித்ததும் அவனுடைய பேச்சை அந்த ஆண் தொழிலாளியும் பெண் தொழிலாளியும் புகழ்ந்தார்கள். அவர்கள் மாறனோடு அறிமுகம் செய்து கொண்டார்கள். அந்தப் பெண் தொழிலாளி தன்னுடைய பெயர் அர்ச்சனா என்றும் அந்த ஆண் தொழிலாளி தன்னுடைய பெயர் பிரேம் என்றும் அறிமுகம் செய்து கொண்டார்கள். மாறன் ஆதிராவையும் கருணாவையும் அவர்களுக்கு அறிமுகம் செய்து வைத்தான். ஐவரும் அவரவர் செல்போன் எண்களை பரிமாறிக் கொண்டார்கள்.

கம்பெனியின் பிரம்மாண்ட நுழைவாயிலை திறந்து கொண்டு ஒரு தென்கொரிய அதிகாரியும் உள்ளூர் அதிகாரிகள் நால்வரும் வருகிறார்கள். ஆயுதம் தாங்கிய ரிசர்வ் படையும் போலீஸ்படையும் அவர்களுக்கு பாதுகாப்பு கொடுக்க அவர்கள் அவர்கள் அருகில் போய் நிற்கிறது. அவர்கள் சில தொழிலளர்களை அழைக்கிறார்கள். தொழிலாளர்களிடையே பேசிய அர்ச்சனா,பிரேம் மாறனோடு இன்னும் ஒரு பத்து பேர் அவர்களிடம் சென்று பேசுகிறார்கள். `தென்கொரியக்காரன் அமைதியாக நின்றிருக்க உள்நாட்டு அதிகாரியில் ஒருவன் பேசத் தொடங்கினான்” கம்பெனி ஆபீஸ் ரூமுக்கு உங்கள்ல ஒரு ஐந்து பேர் மட்டும் வந்து ஜென்ரல் மேனேஜர்கிட்ட உங்களுடைய கோரிக்கைகளை சொல்லுங்க” என்று கூறியதற்கு, பிரேம் “அதெல்லாம் முடியாதுங்க இந்த தொகுதி எம். எல். ஏ. அல்லது எம். பி. யும் அவர்கூட மாவட்ட

ஆட்சித் தலைவரும் இங்க வரனும். அவங்க முன்னிலையில் தான் நாங்க பேச்சுவார்த்தையை தொடங்குவோம். அந்த பேச்சுவார்த்தை எல்லா தொழிலாளர் முன்பாகவும் நடக்க வேண்டும்." என கறாராக பேசினான். இவர்கள் பேசுவதை மற்றத் தொழிலாளிகள் கூர்ந்து கவனித்துக் கொண்டிருந்தார்கள்.

"இங்க பாருங்க கலெக்டர் வரதோ எம். எல். ஏ., எம். பி. வரதோ எங்க கையில இல்ல. அவங்க எல்லாம் இங்க வரமாட்டாங்க. இது கம்பெனியோட ப்ராப்ளம்."

இந்த முறை மாறன் பேசினான் "இது கம்பெனியோட ப்ராப்ளம் மட்டுமில்லீங்க இது இந்த நாட்டோட ப்ரப்ளம். அதனால அவங்க இங்க வந்தே ஆகனும். அதுவரைக்கும் நாங்க வேலைக்கு வரமாட்டோம்." இந்த பேச்சுக்களையும் தொழிலாளர்கள் முகநூல் நேரலையில் போட்டுக் கொண்டிருந்தார்கள். இனி இவர்களிடம் பேசிப்பயனில்லை என கம்பெனி நிர்வாகத்தினர் மீண்டும் கம்பெனிக்குள் சென்றனர்.

கம்பெனி அதிகாரிகளோடு என்ன பேசினோம் என்பதை அறிவிப்பதற்காக அர்ச்சனா சேர் மீது ஏறினாள்.

"தொழிலாளர்களே... கம்பெனி நிர்வாகம் நம்மிடம் பேச்சு வார்த்தைக்கு வர தயாராகவே இருக்கிறது. ஆனால் அது நமக்கு முக்கியமல்ல. இந்த பேச்சுவார்த்தை இந்த அரசினுடைய பிரதிநிதிகள் முன்னிலையிலும் அரசு அதிகாரிகள் முன்னிலையிலும் நடக்க வேண்டும் என கூறியிருக்கிறோம். இந்த அரசை சார்ந்தவர்கள் நம்மை வந்து சந்திக்கும் வரை நம்முடைய போராட்டத்தை நேரலையாக பகிர்ந்து கொண்டே இருங்கள்." என அவள் பேசி முடித்ததும் மீண்டும் மீண்டும் தொழிலாளர்கள் ஆரவாரம் செய்கிறார்கள். பேச்சு வார்த்தைக்கு தொழிலாளர்கள் உடன் படாததால் முன்பிருந்ததை விட போலீஸ் படை இப்போது அதிகரிக்கப்பட்டிருந்தது.

காற்றில் உள்ள ஈரங்களை உறிஞ்சி வியர்வையை தொழிலாளர்கள் மீது பொழிகிறது சூரியன். ஆனாலும் அவர்கள் இன்னும் உற்சாகத்தோடே இருக்கிறார்கள். நேரம் கழிகிறது மாலை மூன்று மணி ஆகிறது.

காவலர்கள் முன்னைவிட இப்போது விரைப்பாய் நிற்கிறார்கள். ஏதோ நடக்கப்போகிறது என்ற எண்ணம் தொழிலாளர்களிடையே பரவுகிறது. இரண்டு இனோவா கார்களும் கூட ஜீப்களும் வருகின்றன. அதிலிருந்து அந்த தொகுதியின் எம். எல். ஏ. வும் மாவட்ட ஆட்சித் தலைவரும் இறங்குகிறார்கள். அவர்கள் தொழிலாளர்களின் கூட்டத்திற்கு மத்தியில் வருகிறார்கள். அவர்களுக்கான நாற்காலிகள் கொண்டு வரப்படுகின்றது. அவர்கள் அதில் அமர்கிறார்கள்.

“என்னப்பா பிரச்சனை” என எம். எல். ஏ. வே பேச்சு வார்த்தையை ஆரம்பிக்கிறார்.

சேரின் மீது ஏறி பிரேம் இப்பொழுது பேசுகிறான். “ஐயா, எங்களுக்கான அடிப்படை வசதிகள் கூட இங்கு செய்து கொடுக்கல. கேண்டினுக்கு போகக் கூட அரை கிலோ மீட்டர் நடக்க வேண்டியிருக்கு. அதுல கொஞ்சம் லேட் ஆனாக்கூட எங்கள வேலைய விட்டு நிறுத்திட்றாங்க. இந்த அரசாங்கம் அறிவிச்சிருக்குற இ. எஸ். ஐ., பி. எப். கூட இவங்க எங்களுக்கு ஒழுங்கா கட்றதில்ல. இவன் பேசிக் கொண்டிருக்கும் போதே அர்ச்சனா குறைகளை சொல்ல ஆரம்பித்தாள் “சார், பெண் தொழிலாளிங்க மென்சஸ் டைமின் போது கூட ரெஸ்ட் எடுக்க இங்க தனியா ரூம் இல்ல. பல வருஷங்களா வேலை செஞ்ச தொழிலாளிங்க கூட காண்ட்ராக்ட் லேபர்னு சொல்லி இன்னும் பர்மனண்ட் செய்யப்படாம இருக்காங்க. எட்டு மணி நேரத்துக்கு மேல வேலை வாங்குறாங்க. வேலை செய்ய மறுத்தா நிரந்தரமா நிறுத்துறாங்க. ஒவ்வொரு நாளும் இது போல பல கொடுமைகள் நடக்குது.”

இந்த முறை கலெக்டர் பேசினார். “எம்மா... இதுல நாங்க என்ன செய்ய முடியும்? இது உங்களுக்கும் கம்பெனிக்கும் உள்ள பிரச்சனை இதை நீங்க தீர்த்துக்கணும்னா லேபர் கோர்ட்டுக்குத்தான் போகணும்.” என அதிகார தோரணையில் பேசினார்.

அதை எதிர்க்கும் விதமாக மாறன் பேசினான். “சார் இந்த கம்பெனியில் அடிப்படை வசதிகள் கூட இல்லன்னு சொல்றோம். எங்கள அடிமையப் போல நடத்துறாங்கன்னு சொல்றோம். ஆனா நீங்க லேபர் கோர்ட்டுக்கு போக சொல்றீங்க. ஏற்கனவே லேபர் கோர்ட்டுக்கு போன தொழிலாளிங்களோட நெலம எங்க எல்லோருக்கும் நல்லாவே தெரியும். இங்க தொழிலளர் நல சட்டம் எல்லாம் காணம போயி ரொம்ப நாளு ஆகுது. அத லேபர் கோர்ட்டுன்னு சொல்றதவிட கார்ப்பரேட் கோர்ட்டுன்னு சொல்லலாம். நாங்க ஓட்டுப் போட்டு தேர்ந்தெடுத்த மக்கள் பிரதிநிதியும் எங்க வரிப்பணத்துல சம்பளம் வாங்குற கலக்டரோட அதிகாரம் எந்த அளவுக்கு எங்கள பாதுகாக்குதுன்னு நாங்க தெரிஞ்சிக்க வேணாமா?”

எம். எல். ஏ. மாறனை உற்றுப் பார்த்துவிட்டு “தம்பி அதுவெல்லாம் உலக விவகாரம். எங்க அதிகாரம் எல்லாம் இந்த கம்பெனிக்குள்ள செல்லாது. அவங்க நம்ம நாட்டுக்குள்ள வரும் போதே சில கண்டிஷன்ஸ வச்சிட்டு தான் இங்க வந்து தொழில் நடத்துறாங்க. அவங்கள கேள்வி கேட்கிற அதிகாரம் எங்களுக்கோ அல்லது கலக்டர் சாருக்கோ கிடையாது.”

கூட்டத்திலிருந்து “அப்ப எதுக்கு நாங்க உங்களுக்கு ஓட்டுப் போடணும். எங்க வரிப் பணத்துல உங்களுக்கு சம்பளம் கொடுக்ணும்.

இங்க இருந்து பேசாம எழுந்து போங்கையா நாங்க பாத்துக்குறோம்.'' என ஒரு தொழிலாளி ஆவேசமாக பேச அவரை நோக்கி காக்கிக் கூட்டம் பாய வந்தது. அந்த தொழிலாளிக்கு அரணாக பல தொழிலாளிகள் நின்றார்கள். சில தொழிலாளிகள் போலீஸை எதிர்த்து பாய்ந்தார்கள். கூட்டத்தில் சலசலப்பு ஏற்பட்டது.

மாறன் அந்த கூட்டத்தை சமாதான படுத்திவிட்டு ''இங்க பாருங்க சார்... உங்களுக்கு அதிகாரம் இருந்தா கம்பெனி நிர்வாகத்தை கூட்டி பேச்சு வார்த்தை நடத்துங்க. உங்களுக்கு அதிகாரம் இல்லைனா நீங்க கிளம்பி போகலாம். எங்களால முடிஞ்ச அளவுக்கு நாங்க போராடுவோம்.'' என்றார்.

இப்போது எம். எல். ஏ. வும் கலெக்டரும் கிசுகிசுவென பேசிக் கொள்கிறார்கள். கலெக்டர் போலீஸ் உயரதிகாரியை அழைத்து ''கம்பெனி தரப்பிலிருந்து வர சொல்லுங்க'' எனக் கூறியனுப்ப அந்த போலீஸ் உயரதிகாரி கம்பெனி செக்யூரிட்டி மூலமாக நிவாகத்தினரை வரச்சொல்லி சொல்லியனுப்புகிறார். சிறிது நேரம் அங்கே நிசப்தம் நிலவுகிறது.

காலையில் வந்த தென்கொரியக்காரனும் அதே உள்ளூர் அதிகாரிகளும் நுழைவாயிலை கடந்து கூட்டத்தின் நடுவே வருகிறார்கள். தென்கொரியக்காரனுக்கு நாற்காலி போடப்படுகிறது. உள்ளூர் அதிகாரிகள் அவன் அருகில் நின்றுக் கொண்டிருக்கின்றனர்.

''உங்க அதிகாரிக்கு இங்லீஷ் தெரியுமா?'' என கலெக்டர் கேட்டார்.

''இல்லை அவருக்கு தெரியாது. நீங்க எங்கிட்ட தமிழுல பேசுங்க நான் அவர்கிட்ட கொரிய மொழியில் சொல்கிறேன்'' என்றதும் கூட்டத்திலிருந்து ''நம்ம மொழியக் கத்துக்கல ஆனா நம்மல சொரண்ட மட்டும் கத்துக்கிட்டான்'' என ஒரு தொழிலாளி கூற பல தொழிலாளர்கள் சிரித்தார்கள். ''ஏம்பா அமைதியா இருங்கப்பா'' என வேறொரு தொழிலாளி கூறினார்.

''சார், அவங்க அவங்க ஷாப்புக்கு பக்கத்திலேயே கேண்டின் வசதி கேக்குறாங்க. பெண்களுக்கு மென்சஸ் டைம்ல ஓய்வு அறை கேக்குறாங்க. சின்ன காரணங்களுக்காக வேலையை விட்டு நிறுத்தக் கூடாதுன்னு சொல்றாங்க. இ. எஸ். ஐ., பி. எப். எல்லாம் ஒழுங்கா பிடித்தம் பண்ண சொல்றாங்க.'' என கலெக்டர் பேசி முடித்ததும் உள்ளூர் அதிகாரி அந்த தென்கொரியக்காரனுக்கு மொழி பெயர்த்து சொல்லிக் கொண்டிருந்தான். அதையெல்லாம் இறுக்கமான முகத்தோடே அமைதியாக அவன் கேட்டுக்கொண்டு, மீண்டும் அந்த அதிகாரியிடம் ஏதோ கூற...

“இன்னும் கொஞ்சம் நாளுல அதுக்கான வேலைய கம்பெனி தொடங்கும்னும், இ. எஸ். ஐ. பி. எப் கட்டாத காண்ட்ராக்ட்ட கேன்சல் பண்றதாகவும் சொல்றாரு.

“காண்ட்ராக்ட் லேபரே வேணாம்னு சொல்றோம் இவன் காண்ட்ராக்ட தூக்கிட்டு வேறொரு காண்ட்ராக்டத்தான் வைப்பான். சார், ஒரு வருஷம் வேலை செஞ்ச காண்ட்ராக்ட் லேபர்ஸ் எல்லோரையும் பர்மணண்ட் பண்ணச் சொல்லுங்க.” என கலெக்டரிடம் சொல்ல...

இந்த முறை கலெக்டருக்காக காத்திருக்காமல் அந்த உள்ளூர் அதிகாரி தென்கொரியகாரனிடம் இது பற்றி கூற... “நோ... நோ...” என இங்லீஷில் ஆரம்பித்து தென்கொரிய மொழியில் ஏதோ சொல்ல “சார் அதுவெல்லாம் இவருக்கு அதிகாரமில்லையாம். அதுவெல்லாம் அவங்க நாட்ல இருக்கிற ஹெட் ஆபிஸ் தான் முடிவு பண்ணுமாம். இப்போதைக்கு மத்தக் கோரிக்கையை இவங்க செய்யுறாங்களாம். என கலெக்டரிடம் கூறினர்.

கலெக்டர் தொழிலாளர்களை பார்த்தார். காலையில பேசிய ஆண் தொழிலாளி “சார் நாங்க கொஞ்சம் தொழிலார்களோட பேசிக்கிறோம் என்று கூறிவிட்டு மீண்டும் அந்த ச்சேர் மீது ஏறினான் “தொழிலாளர்களே... நமது கோரிக்கைகளில் பலவற்றை அவர்கள் செய்து கொடுப்பதாய் ஒப்புக் கொண்டார்கள். இன்னும் உள்ள கோரிக்கைகளுக்காக நாம் அடுத்து அடுத்து போராடுவோம்!” என கூற மீண்டும் கூட்டத்திலிருந்து ஒரு தொழிலாளி. “சரி இப்போது ஒப்புக்கொள்ளலாம். ஆனால் போராடின தொழிலாளிங்கள யாரையும் கம்பெனி நிர்வாகம் பழி வாங்கக் கூடாது. அதுக்கும் அவங்கள உத்தரவாதம் கொடுக்க சொல்லுங்க.” எனக் கூற அந்த விஷயமும் தென்கொரியன் காதுகளுக்கு போக அவன் சரி என்பதாக தலை அசைத்தான். தொழிலாளிகள் ஆரவாரித்தார்கள். மீண்டும் ஒரு முறை விசில் சப்தம் விண்ணைக் கிழித்தது. ஒரு பெண் தொழிலாளி கூடத்தின் மத்தியில் வந்தார் இப்பொழுது மணி நான்கு மணி ஆகிறது. எங்களை கம்பெனி பஸ் தான் வீடுகளுக்கு கூட்டிச் சென்று விட வேண்டும் என்று கோரிக்கை வைத்தார். அதுவும் ஏற்றுக்கொள்ளப்பட்டது. தொழிலாளர்கள் ஆரவாரம் தொடர்ந்து கொண்டே இருந்தது. அர்ச்சனா சேர் மீது ஏறினாள்...

“தொழிலாளர்களே... இப்போது நாம் அமைதியாக கலைந்து செல்வோம். நாளை மீண்டும் அவரவர் பணியிடங்களில் சந்திப்போம். நமது கோரிக்கை நிறைவேறிய திருப்தியில் அனைத்து தொழிலாளர்களும் பாதுகாப்போடு வீட்டுக்கு செல்லுங்கள்.” என்று அவள் பேசி முடித்ததும் தொழிலாளிகள் ஆர்ப்பரித்து மகிழ்ச்சியோடு கலைகிறார்கள். தொழிலாளர்களை சிறைபிடிக்க போலீசால் கொண்டுவரப்பட்ட பேருந்துகள்

அதிருப்தியோடு கிளம்பிச் செல்கின்றன. ஆதிரா, அர்ச்சனா, மாறன், பிரேம், கருணா அகிய ஐவரும் கைகுலுக்கி விடை பெறுகின்றனர்.

மாறன் பேருந்திற்குள் ஏறும் போது சக தொழிலாளிகள் கைதட்டி கூச்சலிட்டு வரவேற்கிறார்கள். ஆதிராவும் மாறனும் அதே இருக்கையில் அமர்கிறார்கள். கருணா பின் இருக்கையில் அமர்கிறான்.

"நடந்ததெல்லாம் கனவு போல இருக்கு மாறா. நான் எந்த போராட்டத்தையும் இவ்வளவு பக்கத்துல இருந்து பார்த்ததே இல்லலை. காலேஜ் காலத்தில கூட அடிக்கடி ஸ்ட்ரைக் நடக்கும் ஆனா நான் அதுல எதலையும் கலந்துகிட்டது இல்ல. இன்னைக்கு பலவிஷயங்கள நேரடியாவே கத்துக்கிட்டேன். நீ குடுத்தியே லெனினோட **அரசு** புத்தகம் அதுல ஒரு வாக்கியம் வரும். அந்த வாக்கியம் எனக்கு அவ்வளவா புரியல ஆனா அதுக்கான அர்த்தம் இன்னைக்குதான் புரிஞ்சிக்கிட்டேன். ஆக்சுவலா அதப்பத்தி ஊங்கிட்ட கேட்டுத் தெரிஞ்சிக்கலாம்னுதான் இருந்தேன். ஆனா இன்னைக்கு பார்த்தே தெரிஞ்சிக்கிட்டேன்."

"என்ன விஷயம் ஆதிரா?"

"அது தான் மாறா லெனின் சொல்லுவாரே 'எங்கெங்கெல்லாம் வர்க்க போராட்டம் நடக்கிறதோ அங்கெங்கெல்லாம் அரசு உதித்தெழும்.' அது உழைப்போரை ஒடுக்குகின்ற ஒடுக்குமுறை கருவி என்பாரே மாறா."

"ஆமாம் சொல்லுவாரு ஆதிரா..."

"அதைத்தான் இன்னைக்கு நான் நேரடியாக பார்த்து புரிஞ்சிக்கிட்டேன். கையில துப்பாக்கி வச்சிட்டு இருக்கிற போலீசையும் சரி எம். எல். ஏ., கலெக்டரும் சரி கம்பெனிக்காரனைத்தான் காப்பாத்துறாங்களே தவிர தொழிலாளிங்களுக்கு அவங்க சாதகமா நடந்துக்கல. இன்னைக்கு நடந்த போரட்டத்த இன்ச் இன்ச்சா கவனிச்சிட்டு இருந்தேன். அப்பவெல்லாம் என் கண்ணு முன்னாடி வந்து போனது லெனினுடைய **அரசு** புத்தகம் தான். அப்புறம் முக்கியமான விஷயம் என்னன்னா,நீ இது கம்பெனிக்கும் நமக்குமான பிரச்சனை மட்டுமல்ல இந்த அரசுக்கும் நமக்குமான பிரச்சனைனு சொன்னது. அப்ப இந்த போலீஸ் அதிகாரிங்க எல்லோரோட பார்வையும் உன் மேல தான் விழுந்தது மாறா!"

"ஆமா ஆதிரா அந்த விஷயம்தான் முக்கியமான விஷயமே. கம்பெனிக்கும் நமக்கும் பிரச்சனையின்னா அது சாதாரண கூலி உயர்வு பிரச்சனையோ கேண்டின் பிரச்சனையோ அல்ல அதற்கும் அரசியலுக்கும் ரொம்ப நெருக்கம் இருக்கு ஆதிரா. கம்பெனியில நாம கேட்கிற எந்த ஒரு கோரிக்கையும் நாம அரசியலோட கலந்து தான் கேக்கனும். அப்பதான் அந்த விஷயம் அடுத்த கட்டத்துக்கு நகரும். ஆனா நம்ம நாட்டுல பெரும்பாலும் அது நடக்குறதா இல்ல. கிட்டத்தட்ட ஒரு

நூற்றாண்டு காலம் தொழிலாளர்களுக்கும் கம்பெனிக்கும் நடக்கிற பிரச்சனை இந்த ரெண்டு பேரோட பிரச்சனையா மட்டும்தான் சுருக்கி பார்த்துச்சி தொழிற்சங்கங்க. அதனாலத்தான் தொழிற்சங்கம் நம்ம நாட்டில பெரும்பாலும் சீரழிஞ்சியோ அல்லது அழிஞ்சியோ போச்சி. மீண்டும் தொழிற்சங்க இயக்கம் நம்ம நாட்டுல புத்துயிர்ப்போடு இயங்கணும்னா அது அரசியலைப் பேசனும் . நம்ம நாட்ல குறிப்பா சமூகவியல பேசணும்."

"சமூகவியல பேசனுமா? புரியலையா மாறா."

"கூலி உயர்வு போராட்டம் சமூகப் போராட்டமா மாறணும் ஆதிரா."

"இன்னும் கொஞ்சம் புரியிற மாதிரி சொல்லேன்."

"கம்பெனியில தொழிலாளர் உரிமைக்காக நாம நடத்துற போராட்டம் வெறும் தொழிலாளர் நலன் சார்ந்தது மட்டுமல்ல. அது சமூகம் சார்ந்ததும் கூட. அதனால கம்பெனியில தொழிலாளருங்க நடத்துற போராட்டத்துல அது தொடர்பான சமூக மக்களும் கலந்துக்கணும் ஆதிரா."

"சமூகம்னா யாரு கொழப்பாம சொல்லு மாறா!"

"தொழிலாளர்களுடைய குடும்பமும் அவர்களுடைய உறவினர்களும் தொழிற்சாலையைச் சுற்றி இருக்கிற கிராம மக்களும் தொழிலாளர் பிரச்சனையை தொழிலாளர் பிரச்சனையாக பார்க்காமல் அதை இந்த தேசத்தினுடைய பிரச்சனையாக பார்க்கணும். இங்க தொழிலாளர் பிரச்சனையை அவர்களுக்கான பிரச்சனையாக மட்டுமே அனைவரும் பார்க்கிறார்கள். அதுதான் சிக்கலே."

"இந்த சிக்கல போக்க என்ன பண்ணனும்?"

"அனைவரும் ஒண்ணா சேரனும்."

"ஓ... மீண்டும் சாதி பிளவை சொல்ல வரையா மாறா?"

"ஆமாம்!"

"இன்னைக்கு கம்பெனியில நடந்த போரட்டத்துல எல்லா சாதி தொழிலாளர்களும் தான் கலந்துக்கிட்டாங்க. இந்த இடத்துல சாதிய சிக்கலே இல்லையே."

"நீ சொல்றது போல இன்னைக்கு கம்பெனியில நடந்த போராட்டத்துல தொழிலாளருங்க கலந்துக்கிட்டாங்களே ஒழிய ஒண்ணா சேரல. கலந்து கொள்வது என்பது வேறு. ஒன்னா சேருவது என்பது வேறு. கலந்துக் கொள்றதுல ஒரு சுய நலம் இருக்கு. ஆனா ஒண்ணா சேருவது என்பது சமூக நலன். இன்னும் தெளிவா சொல்லணும்னா ஒரு போராட்டத்துல கலந்துக்கிட்டா அங்க சாதி கலையாது. ஆனா ஒன்னா சேரனும்னா சாதி கலைஞ்சே ஆகனும்."

"இது கிராமத்துல நடக்குற போராட்டம்னா சொல்லலாம். கம்பெனியில நடக்குற போராட்டத்துல எப்படி நாம சாதி ஒழிச்சிட்டுதான் எல்லோரும் ஒண்ணா சேரனும்னு சொல்றது மாறா."

"சாதி ஒழிப்ப கிராமங்களில இருந்து தான் தொடங்கணும். இன்னும் கூட கிராம உற்பத்தி முறை சாதியமாகத்தான் இருக்கு. அந்த கிராமத்து உற்பத்தி முறை தான் ஊரு சேரிய உருவாக்குது. தனி சுடுகாடுகளை உருவாக்குது. சாதிய மனிதர்கள உருவாக்குது. கிராம உற்பத்தியில சாதி இருக்கிற வரைக்கும் நகரங்களில இருக்கிற அடுக்கு மாடிகளிலும் கூட சாதி இருக்கும்."

பேருந்து சென்றுகொண்டே இருக்கிறது. ஆனால் இவளின் சிந்தனை சாதிய முடிச்சுகளை அவிழ்ப்பதற்கும் ஏகாதிபத்தியத்தை அழிப்பதற்கும் ஆழ்ந்து செல்கிறது. பேருந்தில் உள்ள தொழிலாளர்களை சுற்றிலும் பார்த்தாள். அவர்கள் இன்றைய போராட்டம் வெற்றியடைந்த மகிழ்ச்சியில் இருக்கிறார்கள். அனால், அது சில நேரங்களுக்கே மகிழ்ச்சியாக அவளுக்கு பட்டது. தொழிற்சாலையில் சில கோரிக்கைகளில் வெற்றியடைந்ததாக களிப்பில் இருக்கும் இவர்கள் அடுத்து கிராமங்களுக்கு சென்று சாதிய சிறையில் அடைபட்டுப் போவார்கள். கிராமத்தின் சாதியச் சிறையிலிருந்து கம்பெனி சிறைக்கு தினந்தோறும் வந்து செல்லும் மானுட பறவைகளாக தொழிலாளர்களை அவள் கற்பனை செய்து பார்த்தாள். உழைப்பை மட்டுமே நம்பி வாழும் தொழிலாளர்களுக்கு சாதியமும் கம்பெனியும் சிறைதான். ஆனால் இங்கு மாறன் கூறியது போல இங்கே தொழிலாளர்கள் சாதியாக பிரிந்து கிடப்பதினால் ஒரு தரப்பு தொழிலாளர்களுக்கு அந்த சிறை சலுகையை கொடுக்கிறது. அதனால் அவர்கள் சிறையையும் சுவைப்போராக இருக்கிறார்கள். இவர்களால் தான் இன்னும் சாதிய சிறை தகர்க்கப்படாமலேயே இருக்கிறது. இவர்கள் என்றைக்கு சாதிய சிறையை சுவையாக அல்லாமல் சுமையாக நினைக்கிறார்களோ அன்றைக்குத்தான் அந்த சிறை தகர்க்கப்படும். என சிந்தனையில் ஆழ்ந்து போனாள்.

"ஆதிரா சிந்திச்சது போதும் ஊர் வரப்போகுது" என மாறன் குரல் கேட்டதும் தான் அவள் எதார்த்தத்திற்கு திரும்பினாள்.

***

13

கடலிசை அலைகளால் நிரம்பியிருக்கும். கானக இசை பறவைகளின் ஒலிகளை வெளிப்படுத்தும். கிராமத்து இசையோ ஒவ்வொரு நேரமும் மாறிக் கொண்டே இருக்கும். விடியற் காலை நேரத்தில் சேவலின் கூவலும் மனிதர்களின் காலடி ஓசைகளும் பறவைகள் கூட்டுக்குள் படபடக்கும் ஓசைகளும் கேட்கும். புலர்ந்த காலையில் பறவைகளின் ஓசைகள், மானுடங்களின் பாஷைகள் காதுபடும். கூடவே ஒலிக்கும் உருவங்கள் கண்படும். இரவின் நிசப்தத்தை காலையின் ஒலி ஒளிகள் அழகாய் உடைக்கும். பறவைகள் சிறகை விரிக்கும். மானுடம் சோம்பலை முறிக்கும். சோம்பலை உடைக்கும் கிராமங்களின் காலை இயக்கம் வேகமாய் இயங்கும். அந்த இயக்கம் சலங்கையைப் போல ஒலி கொடுக்கும். ஆடு மாடு மந்தையும் மனிதக் கூட்டமும் தூரச் சென்று மறையும். சோம்பலை உடைத்து உழைக்கவும் சிறகை விரித்து இரை தேடவும் கிளம்பிய உயிர்கள் இன்றி கிராமம் வெறுமையில் இருக்கும். தெருக்கள் வெறிச்சோடியிருக்கும். எப்பொழுதாவது பறவைகள். எப்பொழுதாவது மனிதர்கள் என சோகம் தோய்ந்து கிராமத்து வீடுகள் பத்து மணி இசையை இசைக்கும். மரங்களில் பறவையும் அற்று தெருக்களில் மனிதரும் அற்று பகல் பன்னிரண்டு மணி உச்சி வெயிலில் மரக்கிளைகள் காற்றை மட்டுமே இசைக்கும். மாலை நான்கு மணியிலிருந்து ஏழு மணி வரை தூரச் சென்ற உயிர்களின் ஓசைகள் வீடு வந்தும் மரக் கிளைகள் வந்தும் சேரும். இதிலும் பறவைகளே முந்தும். கிளைகளிலும் வீடுகளிலும் உயிர்களின் உரசல்கள் உலாவும். இரவு பத்து மணி வரை தொடரும் உலாவல்கள் கொஞ்சம் கொஞ்சமாய் இரவின் மடியில் உறங்கும். மீண்டும் இரவு நிசப்தத்தைப் பொழியும்.

கிராமத்தில் மனிதர்களும் கீழே நிழல்களும் இல்லாத உச்சி வெயில் நேரத்தில் மருதம் கிராமத்தை ஒட்டியுள்ள தோட்டத்து கரம்பு கழனியில் ஜே. சி. பி பொக்லைன் போன்ற இயந்திரங்கள் நின்று கொண்டு இருந்தன. என்ஜினியர்களும் வேலையாட்களும் கழனிகளை

அளவெடுத்துக் கொண்டிருந்தார்கள். கூடவே வெளிநாட்டு உருவங்களும் தென்பட்டன. மருதம் சேரியரின் உயிரோடு உயிராய் இயங்கிய தாய் வரப்பும் தோட்டத்து நிலமும் விளைச்சலற்ற கரம்பாய் போனது. சூசை படுகொலை செய்யப்பட்ட அந்த நீர்த்தொட்டியும் பம்பு செட்டுகளும் பாழடைந்து போனது. மருதம் சேரியர் நேசித்த அந்த நிலத்தில் தான் இப்பொழுது இயந்திரங்கள் விளைந்த நிலத்தை விழுங்குவது போல் நின்றுகொண்டிருக்கிறது. செய்தி கழனிகளில் வேலை செய்து கொண்டிருக்கும் மருதம் கிராமத்தவர் அனைவருக்கும் பரவுகிறது. கழனி வேலை முடித்து வீடு திரும்பும் சேரியர் கரம்புக் கழனி புற்களும் புதர்களும் செதுக்கப்படுவதை வேடிக்கைப் பார்க்கிறார்கள். ஊர்தெரு ஆட்களும் வந்து பார்க்கிறார்கள். சிலர் அங்கிருந்த என்ஜினியர்களிடம் விசாரிக்கிறார்கள். கார் கம்பெனிக்கு உதிரிபாகம் தயாரிக்ககூடிய தென்கொரிய கம்பெனி இங்கே வரப் போகிறது என்பதாய் அவர்கள் பதிலளிக்கிறார்கள். விவரத்தைக் கேட்ட சேரியர் சோகமாய் வீடு திரும்புகின்றனர். அமிர்தமும் கூட தோட்டத்து கரம்புக் கழனி சுத்தம் செய்யப்படுவதை வேடிக்கைப் பார்த்துக் கொண்டிருந்தாள். அவளோடு நின்றிருந்த சின்னப்பொண்ணு கிழவி "தாயாப் புள்ளையா இருந்த கழனியில யவனோ குரியாக்காரன் இங்க வந்து கம்பெனி கட்டப்போறானாம்" என அருகில் இருந்த இன்னொரு கிழவிக்கிட்ட பேசிக் கொண்டிருக்க...

அங்கு நின்றிருந்த பள்ளிக்கூட சிறுவர்கள் "ஆயா அது குரியக்காரன் இல்ல கொரியாக் காரன்" எனக் கிண்டலடிக்க...

"அடப் போட எவனோ ஒரு வெளி நாட்டுக்காரன் வந்து நம்ம சேத்துக் கழனிய சிமண்டாலா சமாதி கட்டப் போறான். அது எவனா இருந்தா யென்ன" எனக் கூறி முடித்ததும்...

"ஆமாமா சேரி ஆளுங்க தடுக்கி விழுந்தா இங்கதான் இருப்பாங்க. ஒரு காலத்துல நம்ம ஊரையே சொமந்த கழனி. இன்னைக்கு வெளிநாட்டுக்காரன் கம்பெனிய சொமக்கப் போகுது." என சோகத்தால் சலித்துக் கொண்டாள்.

அன்றைக்கு கிராமம் முழுக்க தோட்டத்து நெலத்தைப் பற்றியே பேச்சாய் இருந்தது. பெருசுங்க ஒவ்வொருத்தரும் அந்த நிலத்தின் நினைவுகளை பறிமாறிக் கொண்டார்கள்.

மாறன், கருணா, ஆதிரா மூவரும் வீடு வந்து சேர்ந்தார்கள்.

"ஏண்டி தோட்டத்து கழனியில வெளிநாட்டுக்காரன் கம்பெனி கட்றானாமே பஸ்ல வரும் போது பார்த்தியா" என மலர்விழி ஆதிராவிடம் கேட்டாள்.

“இல்லமா நான் கவனிக்கல. கம்பெனி கட்டப் போறாங்களா? யாரும்மா சொன்னது?”

“ஊரே அதப் பத்திதான் பேசுதிடி. காலனி ஜனத்துக்கு அந்த தோட்டத்து கழனியும் பம்ப் செட்டும் சொந்த நெலம் மாதிரி. கொஞ்சம் வருஷத்துக்கு முன்னடி பம்பு செட்டுல குளிக்கப் போன ஒரு சின்னப் பய்யன அந்த தோட்டத்து பாதர் கரண்ட் வச்சி கொன்னுட்டான்னு பிரச்சனையாச்சி. அதோட அந்த ஜனங்க அங்க போறத நிப்பாட்டிட்டாங்க. பாதருங்களும் யாரும் தோட்டத்துக்குள்ள வரக்கூடாதுன்னு வேலி அடிச்சிட்டாங்க. அன்னியில இருந்து அந்த கழனி கரம்பாவே கெடந்தது. இன்னைக்கு அந்த நிலத்துல கம்பெனி வரப்போகுதாம். அதனால ஊருக்கு ஆபத்துன்னு கொஞ்சம் பேரும், வந்தா நல்லது தான்னு கொஞ்சம் பேரும் பேசிக்கிறாங்க. வெளி நாட்டுக்காரனுங்க வந்து இங்க கம்பெனி கட்டினா இந்த ஊரு என்ன ஆகப் போகுதுன்னு தெரியல” என மலர்விழி அவளுடைய வருத்தத்தை வெளிக் கொட்டினாள்.

இதைப் பற்றி பேச மாறனுக்கு ஆதிரா போன் செய்தாள். “சொல்லு ஆதிரா” என மாறன் பேச...

“மாறா நம்ம ஊர்ல கம்பெனி கட்றாங்களாமே கேள்விப்பட்டியா?”

“ஆமா ஆதிரா நாங்களும் அதப்பத்தி தான் பேசிக்கிட்டு இருக்கோம்.”

“என்ன கம்பெனி வரப் போகுது மாறா?”

“ஏதோ காருக்கு ஸ்பேர் பார்ட்ஸ் தயாரிக்கிற கம்பெனியினு சொல்றாங்க. அதப்பத்தி முழுசா தெரியல ஆதிரா.”

“கம்பெனி வரதுனால என்னென்ன ப்ராப்ளம் மாறா நமக்கு வரும்?”

“இப்போதைக்கு நம்மால ஒண்ணும் சொல்ல முடியாது ஆதிரா. ஆனா நம்ம ஊர சுத்தியும் விளையிற நெலம் தான். இந்த இடத்துல கம்பெனி கட்டினா. நம்ம நெலத்தடி நீர் ரொம்ப கீழ போயிடும். கம்பெனி விட்ற பொகையினால காத்துக் கெட்டுப் போயிடும்,நாம நல்ல காத்த சுவாசிக்க முடியாது. முப்போகமும் வெளையிற நம்ம நிலங்க குப்பத்தொட்டியா மாறிப்போகும். இதெல்லாம் நாம தினமும் வேலை செய்யுற கம்பெனிய சுத்தி இருக்கிற ஊரப் பார்த்தாலே தெரியுதே. நம்ம கிராமத்துக்கும் இந்த நிலம வரனுமா?”

“அய்யய்யோ நெனச்சி பாக்கவே பயமா இருக்கு மாறா. விளையுற நெலத்துல கம்பெனி கட்டிட்டா குத்துயிரும் கொலை உயிருமா இருக்கிற விவசாயிங்க நெலம அதோ கதி தான்.”

“விவசாயிகளுக்காவது நெலத்த வித்தா ஏதாவது பணம் கிடைக்கும் ஆதிரா. ஆனா நெலத்துல உழைச்சி அதுல வர கூலிய மட்டுமே நம்பி

வாழுற மனுசங்க எப்படி வாழுவாங்க. அவங்களோட நெலமையை நெனைச்சாதான் பயமா இருக்கு.''

“இதுக்கு என்ன பண்ணலாம் மாறா''

“அதுதான் ஒன்னும் புரியல. ஆனா ஏதாவது பண்ணனும். மீதிய நாளைக்கு பேசுவோம் ஆதிரா. ''

“சரி ஓகே மாறா''இருவரும் பேசி முடித்தனர்.

பகலின் கடைசி துளியை இரவு விழுங்கிக் கொண்டிருந்தது. மாறன் வீட்டு வாசலில் சாமுவேல் வந்து அமர்ந்தார். ஏழுமலை எப்பொழுதும் போலவே வீட்டு வெளிச் சுவரில் சாய்ந்தபடியே அமர்ந்து கொண்டிருந்தார். மாறன் வீட்டிற்குள் படித்துக் கொண்டிருந்தான். அமர்தம் வாசலில் இருக்கும் அடுப்படியில் சமையல் செய்து கொண்டிருந்தாள். வாசலில் வந்தமர்ந்த சாமுவேலின் முகம் வாடியிருந்தது.

“என்னடா சாமுவேலு முகம் வாடியிருக்கு'' என ஏழுமலை கேட்க...

“இருக்காதா பின்ன. அண்ண எத்தனை வருஷமா அந்த தோட்டத்து கழனியில படி வேலை பாத்துச்சு. வேலப் பாக்குறப்ப கழனியிலியே விழுந்து கிடக்கும். வெளைச்சலோடத்தான் அண்ணனும் வூடு வந்து சேரும். படியளந்த சாமியா இருந்த அந்த கழனியில படுபாவிங்க கம்பெனி கட்றானுங்க.''

அமிர்தம் கிளறிய பழைய நினைவுகளின் காயத்திற்கு மருந்து போல சாமுவேல் புகைக்கத் தொடங்கினான்.

“அட உட்றா இந்த பாதிரிங்க சாதிவெறி தான் நமக்கு எப்போ தெரிஞ்சி போச்சே. வளர்ர புள்ளைய கரண்ட் வச்சி கொன்னவனுங்க. விளையிற பயிற அழிக்க மாட்டானுங்களா என்ன?''

“நம்ம ஆளுங்க துணி தொவச்சாவே தீட்டாயிடுன்னு கரண்ட் வச்சி கொன்னானுங்க. இப்ப வெளி நாட்டு கம்பெனிக்காரன் வந்தா இவனுங்களுக்கு தீட்டு ஒட்டிக்காதா?''

“அது எப்படி ஒட்டிக்கும். இந்த எச்சக்கல பசங்க வெள்ளக்காரன் கால்ல விழுவானுங்களே ஒழிய நம்மக்கூட சேரமாட்டானுங்க.''

“ஆண்டவரு அப்பத்த சகலருக்கும் பகிர்ந்து கொடுத்தாருன்னு சர்ச்சுக்குள்ளதான் பேசுவானுங்க. வெளியில வந்தா, நம்ம புழங்குற நெலத்த புடிங்கி வெளிநாட்டுக் காரன்களுக்கு கொடுத்துடுவானுங்க. சர்ச்சுக்கு ஏகப்பட்ட நெலம் கெடக்குது. பணமும் பொரளுது. இவனுங்க வேலாவேலைக்கு துன்னுட்டு துன்னுட்டு தடிமாடா திரியிரானுங்க. இவனுங்க நெலத்த விக்க வேண்டிய அவசியமே இல்ல. சேரி ஜனங்க தோட்டத்துக்கு வரக்கூடாதுன்னுதான் இவனுங்க நெலத்த

வித்திட்டானுங்க. பாவம் ஆண்டவரு இவனுங்க கையில மாட்டிட்டு தவிக்கிறாரு."

இடது காலை நீட்டிக்கொண்டு வலது காலை மடித்து அதன் அடியில் அருவாமனையை அழுத்திக் கொண்டு கத்தரிக்காயை அரிந்துகொண்டு,கத்தரிக்காவில் பூச்சி இருக்கிறதா என கவனமாக பார்த்துக் கொண்டே "அண்ணே சர்ச்சுக்கு இப்ப புது பாதரு வந்திருக்கிறதா சொல்ராங்க" என்றாள் அமிர்தம்.

சாமுவேலின் கையிலிருந்த பீடி இன்னும் அணையவில்லை. வழக்கமான பாணியில் புகையை உள்ளுக்கிழுத்துக் கொண்டே பேசினார். அவர் பேசும் பொழுது புகை பேச்சொலியோடு நடனம் புரிந்தது. "எவன் வந்தாலும் எல்லாம் ஒண்ணு போலதாம்மா. நம்மாளுங்களுக்கு நல்லது பண்ற நல்ல பாதிரிகளும் இருக்குறாங்க. ஆனா அவனுங்கள அங்க இருக்கிற ஊர்த்தெருகாரனுங்க நல்லது பண்ண வுடமாட்டானுங்க." என்று கூறிக்கொண்டே புகையை அணைத்தார். மாறன் இப்போது வீட்டிலிருந்து வெளியே வந்தான்.

"டேய் மாறா கம்பெனியில எங்களுக்கெல்லாம் வேலை கொடுப்பானுங்களா?" என ஏழுமலை கேட்க...

"ஆ... கொடுப்பானுங்க கொடுப்பானுங்க, அங்க இருக்கிற மேனேஜர் போஸ்டிங்க முதல்ல உங்களுக்கு கொடுத்துட்டுத்தான் அடுத்த வேலையை பார்ப்பானுங்க!"

"கிண்டல் பண்ணாம சொல்லுடா எங்களுக்கு என்ன வேலை கிடைக்கும்."

"மிஞ்சி போனா ஹவுஸ் கீப்பிங் வேலை கொடுப்பாங்க."

"அப்பபடின்னா என்ன வேலை. அதிகாரிங்க வீட்ல வேலை செய்யுறதா?"

"டாய்லட் பாத்ரூம் க்ளீன் பன்றதுப்பா!"

"ஊர்த்தெருக்காரன் நம்மல சாணியத்தான் அள்ள வச்சான். வெளிநாட்டுக் காரன் நம்மல பாத்ரூம் கழுவ விட்ருவானுங்க போல!"

"கழுவ வுட்ருவானுங்க இல்ல. கழுவ வுட்டாச்சி. நாங்க வேலை செய்யுற கம்பெனியில எல்லாம் உங்களமாதிரி படிவேல செஞ்சிறுந்தவங்கதான் ஹவுஸ் கீப்பிங்கா இருக்காங்க."

"டேய் சாமுவேலு கம்பெனியெல்லாம் வந்துட்டா நாம பாத்ரூம் கழுவத்தான் போணுமா?"

"பின்ன வேலை இல்லாம வூட்ல உக்காந்தே சோறு துன்ன முடியுமாடா."

"நடேசன் தாத்தா ஊர்த்தெருவுல சாணி அள்ளக் கூடாதுன்னு சொல்லுவாரு. இப்ப நம்ம கதி வெளிநாட்டுக்காரன் கம்பெனியில பீ மூத்திரத்த சுத்தப்படுத்தனும்." என ஏழுமலை சோகமும் ஏளனமும் கலந்த புன்னகையை சிந்தினான்.

"மாறா இந்த கம்பெனி காவல் காக்குற வேலை இருக்கே அதுக்கு பேரு என்ன?"

"செக்யூரிட்டிப்பா."

"அந்த வேலையை எங்களுக்கு கொடுக்கமாட்டாங்களா?"

"அதுக்கும் கொஞ்சம் படிச்சிருக்கனும்பா. அப்பதான் உள்ள வரவங்க போறவங்க பேரு எழுத முடியும்."

"அது தெரிஞ்சிருந்தாதான் இவன் அந்த காலத்திலியே ஆபிசரா ஆகியிருப்பானே" என சாமுவேல் தோளை குலுக்கி சிரித்தான்.

"ஊர்த்தெருவுல இருக்கிறவனுங்களுக்கு என்ன வேலைய கொடுப்பான் கம்பெனிக்காரன்." என ஆர்வத்தோடு ஏழுமலை கேட்க...

"அங்கையும் நிலம் இல்லாதவங்களுக்கு உங்க நெலமதான். நிலம் வச்சிட்டு இருக்கிறவன் கம்பெனிக்காரன் கிட்ட அத வித்து காசு வாங்கி டவுன்ல ஏதாவது கட தொறந்துடுவான்."

"அப்ப கிருஸ்துவ சாமியாருங்க வந்தாலும் கம்பெனிக்காரனுங்க வந்தாலும் எவனும் நமக்கு நல்லது பண்ணப்போறதில்ல." என சாமுவேல் சலித்துக் கொண்டார். எதையோ கொஞ்சம் நேரம் யோசித்துவிட்டு "இந்த கம்பெனி வரத நிறுத்த முடியாதா மாறா ?"

"எங்களுக்கு இந்த கம்பெனி வேண்டாம்னு ஊர்ல எல்லார்கிட்டேயும் கையெழுத்து வாங்கி அதிகாரிங்களுக்கும், அரசியல்வாதிங்களுக்கும் அனுப்பி பாக்கலாம். அத அவனுங்க படிச்சி பார்த்துட்டு உடனே நிறுத்திடுவானுங்கன்னு சொல்ல முடியாது."

"நமக்கு எல்லோருக்கும் வாழ்க்கை போகுதுன்னா கையெழுத்த போட்றத விட நம்ம ஜனத்துக்கு என்ன வேல. அத நாளைக்கே செஞ்சிடுவோமா மாறா" என சாமுவேல் ஆர்வத்தோடு கேட்க.

"ஆ... செஞ்சுடுலாம் பெரிப்பா" என மாறன் கூறினான்.

"யம்மா அமிர்தம் நீ போயி நடுவு ஆளுங்களுக்கான மேஸ்திரிங்க சரசு, மலரு, குமாரிய கூட்டிட்டு வா" என கூற...

அமிர்தம் வாசலுக்கு போய் "ஓ... மலரக்கா... என கூவி அழைக்க.

"ஆ... என்னாடி" என சாரதா பதிலுரைக்க...

"இங்க வா... சாமுவேலு அண்ணன் கூப்புட்றாரு.

சாலமன் | 157

தோ... வரண்டி...என மலர் பதிலுரைத்து அவள் வீட்டு வாசல் அடுப்படியிலிருந்து கிளம்பினாள். அமிர்தத்தின் வாசலில் இருந்த சிறுசுகளிடம் "டேய் நீ போயி சரசு பெரியம்மாவையும் குமாரி சித்தியையும் சாமுவேல் தாத்தா கூப்பிட்றாருன்னு கூப்டுக்னு வா" என அனுப்பினாள். கொஞ்சம் நேரம் கழித்து அந்த மூவரும் மாறனின் வாசலில் வந்து சேர்ந்தார்கள்.

சரசு, மலரு, குமாரி மூவரும் அடுப்பங்கரையில் இருந்த அமிர்த்த்தின் அருகில் போய் அமர்ந்தார்கள்.

"என்னண்ணே விஷயம்" என மலர் கேட்க...

"எம்மா நம்ம தோட்டடத்து கழனியில கம்பெனி கட்டுறானுங்களே, விஷயம் தெரியுமா?" என சாமுவேல் கேட்க...

"ஆ... தெரியும்ணே சாயங்காலம் அந்தபக்கம் போயி நாங்க எல்லாம் அத பாத்துட்டுத்தான் வந்தோம்."

"ஒரு வெளிநாட்டுக்காரன் இங்க வந்து கம்பெனி கட்டிட்டான்னா. அப்புறம் எல்லா வெளிநாட்டுக் காரன்களும் வந்து கம்பெனி கட்டிடுவானுங்க. நமக்கு சோறு போட்ட சேறும் செததியும் செத்துப் போகும். நம்ம வாழ்க்கையும் அது கூடவே முடிஞ்சிப் போகும். தாயா புள்ளையா வாய்க்கா வரப்போட புழங்குன நம்ம ஜனங்க கம்பெனியில பொழங்காது. காத்துக் கெட்டுப் போகும். ஊரு குப்பக் காடா மாறிப் போகும். பெத்தப் புல்லைங்க சோறு போடலனாலும் பச்ச வயலுங்க நம்ம வயித்த கழுவும். இந்த கம்பெனிக்காரன் பச்ச வயலுக்கு பாடைய கட்டிட்டா நாம பொழப்புக்கு என்ன பன்றது." என சாமுவேல் பேசி முடித்ததும்...

"நாம என்ன பண்ணலாம்னு சொல்லுண்ணா செய்வோம்." என சரசு சொன்னாள்.

"மொதல்ல இந்த அரசாங்கத்திற்கு மனு ஒண்ணு போடுவோம். அதுக்கப்புறம் நம்மல மீறி அந்த வெளிநாட்டுக் காரன் இங்க எப்படி உள்ள வர்ரான்னு பார்ப்போம். நானு இத எல்லார்டியும் சொல்லிட்றேன், ஆகறதப் பார்ப்போம்."

இந்த உரையாடலை மாறன் மகிழ்ச்சியோடு கேட்டுக்கொண்டிருந்தாலும் வெளிநாட்டுக் கம்பெனியை எதிர்த்து ஊர் சேரியை எப்படி ஒன்றிணைப்பது என ஆழ்ந்த யோசனை செய்து கொண்டிருந்தான். கருணாவையும் ஆதிராவையும் கான்பிரன்ஸ் காலில் அழைத்தான்.

"கருணா நம்ம ஊர்ல கம்பெனி வரக்கூடாதுன்னு இங்க நாங்க எல்லோரும் பேசிட்டோம். ஊர்த்தெருவுல நீயும் ஆதிராவும் தான் பேசனும். உங்களால அத செய்ய முடியுமா?"

“செய்யலாம் மாறா அத எப்படி செய்யுறது?”

“முதல்ல கலக்டருக்கு மனு எழுதி அதல எல்லார்கிட்டையும் கையெழுத்து வாங்குவோம்.”

“நல்ல ஐடியா மாறா. கையெழுத்திலாவது இவங்க ஒண்ணா சேரட்டும். நானும் கருணாவும் அத செய்யுறோம்.” என ஆதிரா முடித்ததும்...

“நீ மனுவ எழுது மாறா. நானும் ஆதிராவும் கையெழுத்து வாங்கிட்றோம்.” என்றார் கருணா.

“அப்டின்னா நாளைக்கு லீவு எடுத்துக்கலாமா மாறா?”

“எனக்கும் அது தான் சரின்னு படுது ஆதிரா.”

“நான் மனுவ எழுதிட்டு அத உங்களுக்கு வாட்சப்ல அனுப்பி விட்றேன் நீங்க அத படிச்சிப் பார்த்துட்டு ஓ.கே ன்னு சொன்னா நாளைக்கு நாம வேலைய தொடங்கிடலாம்.”

இவர்கள் பேசி முடித்தவுடன் மாறன் மனுவை எழுதத் தொடங்கினான்.

பெருநர் இடத்தில் மாவட்ட ஆட்சியரும் விடுநர் இடத்தில் கிராமப் பொதுமக்கள் என்று எழுதும் போது மாறனுக்கு மகிழ்ச்சியாய் இருந்தது. ஊருக்கும் சேரிக்கும் ஒரே மனுவை எழுதுவது இதுவே முதல் முறையாக இருக்கும் என அவன் நினைத்துக்கொண்டான். அவன் மனு எழுதுவதைத் தொடர்ந்தான்.

“மேற்கண்ட எங்கள் கிராமத்தில் கிட்டத்தட்ட இரண்டாயிரம் நபர்கள் வசித்து வருகிறோம். எங்கள் கிராமம் விவசாயத்தை நம்பியே வாழ்கிறது. தற்போது எங்கள் கிராமத்தில் தென்கொரிய நிறுவனத்தின் கார் உதிரி பாகங்கள் தயாரிக்கக்கூடிய தொழிற்சாலை அரசாங்கத்தின் உதவியோடு அமையவிருக்கிறது. இதனால் எங்கள் கிராமத்தின் விவசாயம் அழிவுக்கு உள்ளாக நேரிடும். தொழிற்சாலையிலிருந்து வெளியேறும் புகையினால் காற்று மாசடையும். இதனால் பல்வேறு நோய் சிக்கல்களுக்கு நாங்கள் ஆளாவோம். தொழிற்சாலை தருகின்ற வேலைவாய்ப்பை விட விவசாயமே எங்களுக்கான வேலை வாய்ப்பை அதிகம் கொடுக்கும். எல்லா வகையிலும் எங்கள் கிராமத்தில் அமையவிருக்கிற அந்நிய தொழிற்சாலை எங்களுக்கு ஆபத்தையே விளைவிக்கும். ஆகவே ஆட்சியர் அவர்கள் அரசாங்கத்தின் கவனத்திற்கு இதைக் கொண்டு சென்று எங்கள் கிராமத்தில் தொழிற்சாலை அமைவதை தடுத்து நிறுத்துமாறு கோருகிறோம்.” என மனுவை மாறன் எழுதி முடித்ததும் அதை வாட்சப்பில் ஆதிராவுக்கும் கருணாவிற்கும் அனுப்பினான். அவர்களும் இதற்கு சம்மதம் தெரிவித்தனர்.

இரவு முழுக்க மாறன் இந்தப் போராட்டத்தை கட்டமைப்பதில் ஆழ்ந்த யோசனையில் இருந்தான். அந்நிய தொழிற்சாலையை எதிர்த்து ஊரையும் சேரியையும் ஒன்றிணைப்பதில் எப்படி செயலாற்றுவது? அதில் வரும் சிக்கல்களை எப்படி அணுகுவது? கருணாவுக்கும் ஆதிராவுக்கும் இதனால் வரும் சிக்கல்களை எப்படி சமாளிப்பது? அந்நிய ஆலையை எதிர்த்து ஊர்த் தெருவில் உள்ளவர்கள் சேரி மக்களோடு சேர்ந்து நிற்பார்களா? மாறன் மனதிற்குள் இது போன்று பல கேள்விகள் எழுந்துகொண்டே இருந்தது.

கருணாவுக்கும் எழப்போகும் சிக்கல்களை பற்றிய கேள்வி இருந்தது. ஆனால் ஆதிராவிற்கு இந்த சிக்கல்களைப் பற்றியெல்லாம் எந்த கேள்வியும் எழவில்லை. அவள் நடக்கப் போகும் போராட்டத்தை உற்சாகமாகவே கருதினாள். ஊரும் சேரியும் ஒன்றிணைவதற்கான போராட்டக் களம் உருவாகியிருப்பதாக கருதினாள்.

மறு நாள் காலை கருணா அவனது டூ வீலரில் மாறன் வீட்டிற்கு வருகிறான். மாறன் வீட்டு வாசலில் மாறனும் அவனது நண்பர்களான ஆகாஷ், ரமேஷ், வேலன் ஆகியோர் பேசிக் கொண்டிருக்கிறார்கள். அமிர்தம் வழக்கம் போல அடுப்படியில் வேலை செய்து கொண்டிருக்கிறாள். கருணாவை தன்னுடைய நண்பர்களுக்கும் தன்னுடைய நண்பர்களை கருணாவுக்கும் மாறன் அறிமுகம் செய்கிறான்.

“இவர நான் பாத்திருக்கிறேன். ஆனா பேசனது தான் இல்ல.” என ஆகாஷ் கூற...

“பல வருஷமா ஊரும் காலனியும் இப்படித்தானே இருக்கு. ஆனா நாம இனிமே அடிக்கடி சந்திப்போம். நம்ம சந்திக்க வைக்கத்தான் வெளிநாட்டுக் காரன் இங்க வந்து கம்பனி கட்டுரானே. அவன வெறட்டணும்னா நாம சந்திக்காம எப்படி முடியும்?” என கூறி கண்ணை சிமிட்டியவாறே சிரித்தான்.

அவனுடைய சிரிப்பு அருகில் இருந்தவர்களையும் தொற்றிக் கொண்டது. சிறிது நேரத்தில் அமிர்தம் டீ கொண்டு வந்து அனைவருக்கும் கொடுத்தாள். மாறன் எழுதிய மனுவையும் மக்களிடம் கையெழுத்து வாங்குவதற்கான வெள்ளைக் காகிதங்களையும் கொடுத்தான். இதைப் பற்றி ஆதிராவுக்கும் செல்போனில் கூறினான்.

ஆதிரா வேலைக்கு இன்றைக்கு கிளம்பாமல் இருப்பதை பார்த்து “என்னம்மா இன்னைக்கு லீவா” என சண்முகம் கேட்க...

“இல்லப்பா நம்ம ஊர்ல இன்னைக்கு ஒரு வேலை அது தான் லீவு போட்டுட்டேன்.”

“நம்ம ஊர்ல வேலையா? என்னம்மா வேலை?”

“நம்ம ஊர்ல கம்பெனி வருதுல்லப்பா.”

“ஆமா. தோட்டத்து கழனியில வரப்போகுது...”

“அந்த கம்பெனி வரக்கூடாதுன்னு கலெக்டருக்கு மனு எழுதி இன்னைக்கு நம்ம ஜனங்ககிட்ட நானும் கருணாவும் கையெழுத்து வாங்கப் போறோம்.”

“கம்பெனி தோட்டத்து கழனியிலதானம்மா வருது. இதனால நமக்கு என்னம்மா பிரச்சனை?”

“இன்னைக்கு தோட்டத்து கழனியில வருவான். நாளைக்கு நம்ம ஊர சுத்தி கம்பெனிய கட்டிடுவான். நிலத்தடி நீர உறுஞ்சிடுவான். அதுக்கப்புறம் குடிக்கிற தண்ணிக்கி கூட நாம கஷ்டப்படணும். விவசாயம் சுத்தமா அழிஞ்சிப் போயிடும்பா!”

“இப்ப மட்டும் என்ன விவசாயம் பண்ணவா முடியுது. காலங்காலமா நாம செஞ்ச விவசாயத்த விட்றக் கூடாதுன்னு தான் ஒரு கௌரவத்துக்காக பயிர் வச்சிக்கிட்டு இருக்கோம். விவசாயிங்க முக்கால் பாகம் பேரு கடன்லதான் வாழ்ந்துட்டு இருக்காங்க. நல்ல வெல வந்தா நெலத்த வித்துடலாம்னு நெனைக்கிற விவசாயிங்க நெறையப் பேரு இருக்காங்க. அவங்ககிட்ட நீ சொல்றது எப்படிம்மா எடுபடும்.”

“நெலத்த வித்துட்டு வெளிநாட்டு கம்பெனிக்காரன்கிட்ட அடிமையா வாழ்றத விட கடன்காரனா வாழுறது எவ்வளவோ மேலுன்னு நாம அவங்களுக்கு புரிய வைக்கணும்பா.”

“வெளிநாட்டுக்காரன் கம்பெனிக்கு சப்போர்ட்டா இந்த அரசாங்கம் இருக்குது. இந்த அரசாங்கத்த பகச்சிக்கிட்டு நீங்க என்னம்மா பண்ண முடியும்.”

“சும்மா இருக்கிறத விட, நம்ம ஜனங்களுக்கு புரியவைக்க முயற்சியாவது பண்ணுவோம்பா.”

“ஏதோ செய்யுங்க ஆனா ஜாக்கறதையா இருமா.”

இவர்களின் உரையாடலை கேட்டுக் கொண்டிருந்த மலர்விழிக்கு மகளோட சமூக அக்கறையும் தன் கனவன் மகளின் இந்த செயலுக்கு ஒப்புக் கொண்டதும் ஆச்சரியத்தை ஏற்படுத்தியது. ஆதிராவுக்கும் சண்முகம் ஒப்புக்கொண்டதில் மகிழ்ச்சி.

தந்தையோடு பேசி முடித்ததும் ஆதிரா மாறனுக்கு போன் செய்தாள்.

“மாறா கையெழுத்து வாங்குறத எங்க இருந்து தொடங்கலாம்.”

“நீயும் கருணாவும் உங்க பகுதியில வாங்கிடுங்க ஆதிரா. நானும் என்னோட நண்பர்களும் இங்க எங்க பகுதியில வாங்கிட்றோம்.”

“இது எப்படி மாறா சரியா இருக்கும்?” என ஆதிரா கேட்டதும் மாறனுக்கு ஒன்றும் புரியவில்லை.

“என்ன ஆதிரா சொல்லவர எனக்கு ஒன்னும் புரியல.”

“நாம தனித்தனியா கையெழுத்து வாங்குறது எப்படி மாறா சரியா இருக்கும். நாம முதல்ல ஒண்ணா சேர்ந்து நின்னா தானே கிராம மக்களும் ஒன்னா சேர்ந்து நிப்பாங்க!”

இதில் உள்ள சிக்கலை ஆதிராவுக்கு எப்படி புரிய வைப்பதென யோசித்துக் கொண்டு மாறன் கொஞ்சம் நேரம் அமைதியாக இருந்தான்.

“என்ன மாறா அமைதியா இருக்க?”

“இல்ல ஆதிரா. இது சரியா வருமான்னு எனக்கு தெரியல” மாறனுடைய குரல் இப்போது மெதுவாக ஒலித்தது.

“இது எப்படி சரியில்லாம போகும் மாறா. இது எல்லோருக்குமான கிராமத்து பிரச்சனை தானே. இதல யாரு ஊர் சேரின்னு பாப்பாங்க?”

“அதுக்கு நெறைய வாய்ப்பிருக்கு ஆதிரா.”

“இதுக்கெல்லாம் பயந்தா நாம எதுக்கு மாறா இந்த விஷயத்த கையிலெடுக்கணும்?”

“நான் எதுக்கு சொல்ல வரன்னா” என மாறன் வார்த்தையை இழுக்க...

“அதுவெல்லாம் விடு மாறா நீயும் உன்னோட நண்பர்களும் இங்க வர்ரீங்க. அதுக்கப்புறம் நானும் கருணாவும் காலனிக்கு வர்ரோம். எல்லோரும் சேர்ந்து தான் இத செய்யனும்.”

மாறனுக்கு என்ன செய்வதென்று தெரியவில்லை. ஆதிராவின் வார்த்தைகளையும் இவனால் மறுக்க முடியவில்லை. இதனால் ஏற்படும் சில பிரச்சனைகள் எடுக்கும் விஷயத்தை கெடுத்துவிடுமோ என அச்சப்படாமல் இருக்கவும் முடியவில்லை. இது தொடர்பாக கருணாவிடமும் போனில் பேசினான். அவனும் ஆதிரா சொல்வதே சரி என பேசினான். ஒரு விதமான சங்கடத்தை மனதிற்குள் அடைத்துக் கொண்டே ஆகாஷ், ரமேஷ், வேலன் ஆகியரோடு மாறன் ஊர்த்தெரு முனையிலுள்ள டீ கடைக்கு சென்றான். அங்கே ஆதிராவும் கருணாவும் இவர்களுக்காக காத்துக் கொண்டிருந்தார்கள்.

நகரங்களைப் போல அல்ல, கிராமங்களில் ஊர்த்தெருவும் சேரித் தெருவும் பல வேறுபாடுகளை தாங்கி நிற்கும். ஊர் தெருவின் வீடுகளில் குடிசைகளை காண்பது அரிது. நாட்டு ஓடு வேயப்பட்ட வீடுகள் நீளமானதாகவும் இரண்டு பக்க வழிகளுடையதாகவும் இருக்கும். முதலில் வராண்டாவும் அதற்கடுத்து இரு பக்க அறைகளும் அதற்கடுத்து

நடுவே வானத்தைப் பார்த்த முற்றமும் அதைச்சுற்றிலும் அறைகளும் இருக்கும். முற்றம் வைத்த வீடு மழையில் நனையும் போது அழகாக இருக்கும். முற்றத்தில் மழையடிக்கும் சுற்றியிருக்கிற வட்ட நடு வராண்டாக்களில் சாரல் அடிக்கும். முன்பெல்லாம் ஊர்த்தெரு முழுக்க நாட்டு ஓடு வேய்ந்து முற்றம் வைத்த வீடுகளே அதிகம் இருந்தது. இப்பொழுது அவை தளம் போட்ட வீடுகளாக மாற்றமடைந்து வருகிறது. ஊர்த்தெருவிலிருந்து நகரங்களுக்கு புலம் பெயர்ந்தவர்களின் ஓட்டு வீடு ஒரு சிலது பாழடைந்து கிடக்கும். ஆதிராவினுடையது தளம் போட்ட வீடு. அவள் பிறப்பதற்கு முன்பாக அது ஓடு வேயப்பட்ட வீடாகத்தான் இருந்தது.

சேரியின் வீடுகளோ பெரும்பாலும் குடிசைகளால் நிரம்பியிருக்கும். ஓடு வேயப்பட்ட வீடுகள் குறைவானதாகவே இருக்கும். இப்பொழுது குடிசை வீடுகளெல்லாம் அரசினுடைய தொகுப்பு வீடு திட்டத்தின் கீழ் இரண்டு அறைகளை அல்லது மூன்று அறைகளை கொண்ட காங்ரீட் தளம் போடபட்ட தொகுப்பு வீடுகளாக மாறிவருகிறது. ஓடு வேயப்பட்ட வீடுகள் தளம் போடப்பட்ட வீடுகளாக மாறிவருகிறது.

ஊர்த்தெருக்களின் பெரும்பாலான வீட்டு வாசல்களில் ட்ராக்டரோ, காரோ, அல்லது இரு சக்கர வாகனமோ நின்று கொண்டிருக்கும். ஆனால் கார்கள்,ட்ராக்டர்கள் வைத்திருக்காத பல சேரிகள் இருக்கிறது. இப்பொழுது சேரிகளில் டூ வீலர்கள் பெரும்பாலான வீடுகளில் இருக்கிறது.

இந்தியா முழுக்க பயணிக்கும் ஒருவர் ஊர் சேரியை அடையாளம் காணும் வகையில் அவை தம்மை வடிவமைத்துக் கொண்டிருக்கின்றன. இங்கே கண்ணுக்குத் தெரியாத சாதியத்தோடு பொருளாதாரம் பின்னிப் பிணைந்திருக்கிறது. அவை மானுடங்கள் புழங்குவதை தடுக்கிறது. அந்த தடுப்புச் சுவரை தகர்க்கும் வையில் மருதம் கிராமத்தில் இப்பொழுது இவர்கள் கூடி இயங்குகிறார்கள்.

“வீட்ல யாரு இருக்கீங்க என ஆதிராவே முதலில் அழைத்தாள். வீட்டிலிருந்து வரும் ஆணோ பெண்ணோ அவர்களுக்கு ஆதிராவே கம்பெனியினுடைய தீமைகளை விளக்கிக்கூறி கையெழுத்து வாங்குகிறாள். சில வீடுகளில் கருணா விளக்கிக்கூறி கையெழுத்து வாங்குகிறான். பல வீடுகளில் கம்பெனியின் தீமைகளை கேட்டுத் தெரிந்துகொண்டதை விட ஆதிரா யார் என விசாரித்தவர்களே அதிகம் பேர். சிலர் மாறனையும் அவனின் நண்பர்களையும் விசாரித்தார்கள். அந்த நேரங்களில் “இவங்க நம்ம ஊருதான்” என ஆதிராவே பதில் அளித்தாள். அந்த பதிலை தாண்டியும் சிலர் “நம்ம ஊரா? யாரு பசங்கப்பா நீங்க” என கேட்கும் போது சற்று சங்கடத்துடனே மாறன்

இன்னாருடைய மகன் என்று பதில் அளித்தான். அப்போது பலரிடம் இருந்து வந்த வார்த்தை "ஓ... காலனியா" என்பதாகத்தான் இருந்தது. ஒரு சிலர் அதை கேட்டதும் மட்டுமில்லாமல் ஒரு ஏளனப் பார்வையை செலுத்தவும் செய்தார்கள். அது போன்ற நபர்களிடம் ஆதிரா கோபமாக ஒரு பார்வையை வீசிவிட்டு வந்தாள்.

ஆதிராவின் வீடு வந்த போது மாறனையும் அவனது நண்பர்களையும் ஆதிரா வீட்டிற்குள் அழைத்தாள். ஆனால் இவர்கள் சற்று தயக்கத்துடனே அந்த வீட்டிற்குள் நுழைந்தனர். ஆதிராவின் வீட்டிலுள்ள சோபாவில் அனைவரும் அமர்ந்தார்கள்.

"யம்மா குடிக்க காபி டீ ஏதாவது இருக்காமா?" என ஆதிரா கேட்க...

"உட்கார்ந்திருங்க கொஞ்சம் நேரத்துல வந்துட்றேன்" என சமையல் அறையிலிருந்து மலர்விழி கூறினாள்.

மாறனுக்கு இருந்த தயக்கத்தோடு இப்போது மனப்பதட்டமும் தொற்றிக் கொண்டது. நாம் அமர்ந்திருக்கும் இந்த நேரத்தில் சண்முகம் வந்துவிட்டால் அவர் ஏதாவது கூறிவிடுவாரோ என்ற மனபதற்றம் அதிகரித்துக் கொண்டே சென்றது. பதற்றத்தோடே அவன் வீட்டை சுற்றிலும் பார்த்தான். சுவரில் பல படங்கள் மாட்டி வைக்கப்படிருந்தன. ஆதிராவினுடைய தாத்தா - பாட்டி, சண்முகம் - மலர்விழி ஆகியோர் இணையாக இருக்கும் படங்களும், சண்முகம் மலர்விழி ஆதிரா ஆகியோர் இணைந்து இருக்கும் சமீபத்திய ஒளிப்படமும் அழகிய வேலைப்பாடுகளால் ஆன மரச் சட்டகத்தில் வைக்கப்பட்டு கண்ணாடியால் மூடப்பட்டு சுவரில் மாட்டப்பட்டிருந்தது. பழமையான கடிகாரம் ஒன்று அதன் அருகில் இருந்தது. அதன் நொடி முள்ளின் ஒலி கிர்ச், கிர்ச், கிர்ச் என காதில் கேட்கும் வகையில் இயங்கியது. அதற்கு சற்று தள்ளி கீழே 24 இன்ச் எல். இ. டி. டிவி இருந்தது. அவளின் வீட்டினுள்ளே பழமையும் புதுமையும் சேர்ந்து அழகியலாக இருந்தது.

மலர்விழி இப்போது காபி கொண்டு வர அனைவரும் அதை வாங்கி பருகிக் கொண்டிருக்கிறார்கள். மலர்விழி மாறனை பார்க்கிறாள். "கண்ணு நீதானே ஏழுமலையோட பையன்." அவள் தன்னை சரியாக இனம் கண்டு கொண்ட உணர்வில் மாறன் இருக்க...

"அத எப்படிம்மா கண்டு புடிச்ச ?"

"அது தான் மொக ஜாட தெரியுதே"

"அவங்க அப்பாவோட முகஜாடையாம்மா" என ஆதிரா மேலும் கேட்க...

"இல்ல இல்ல அவங்க சித்தப்பா மாரிமுத்தோட மொக ஜாட."

தன்னுடைய முக ஜாடையை அப்பா ஏழுமலை சொல்லி தான் மாறன் கேட்டிருக்கிறான். அது போலவே இப்போது மலர்விழி கூறுவதை கேட்டதும் மாறனுக்கு உள்ளூர பெருமகிழ்ச்சியோடு அவளின் மீது மதிப்பு கலந்த பாசம் அதிகரித்தது. மாறனை மலர்விழி பார்த்துக் கொண்டே இருந்தாள். மாறன் இதைக்கண்டும் காணாமல் இருந்தான்.

"என்னம்மா மாறன உத்துப் பாத்துட்டே இருக்க?" என ஆதிர கேட்க...

பெரு மூச்சிவிட்டவாறே "ஒண்ணுமில்லடி" என வார்த்தையை சோகமாய் உச்சரித்தாள். அவள் விட்ட பெருமூச்சிலும் அவள் உதிர்த்த சோக வார்த்தையின் பின்னே மறைந்திருக்கும் பழம் பாசக் கதை ஆதிராவுக்குத் தெரியவில்லை. ஆனால் அதன் அர்த்தத்தை மாறன் உணர்ந்து கொண்டான்.

"சரி நாங்க கிளம்புறோம்மா" என கூறி மாறன் எழுந்ததும் அனைவரும் உடன் எழுந்தனர்.

"கண்ணு சாப்டு போங்கப்பா" என மலர் விழி கூறியதன் தாய்மை வார்த்தைகளை...

"இல்லம்மா இன்னொரு நாள் முடிஞ்சா வரோம்மா" என சேயின் பாசத்தால் பதிலளித்தான் மாறன்.

அனைவரும் ஆதிராவின் வீட்டை விட்டு கிளம்பி இன்னொரு வீட்டின் வாசலில் நின்று, மனுவில் கையெழுத்திட வீட்டுக்காரரை அழைக்கின்றனர். இவர்களின் இந்த செயலை தன்னுடைய வீட்டின் வாசலில் நின்று கொண்டு கவனித்துக் கொண்டிருக்கிறாள் மலர்விழி. 'எந்த ஒரு தீங்கும் இந்த குழந்தைங்கள அண்டாமா பாத்துக்க சாமி' என அவள் மனதிற்குள்ளே இவர்களுக்காக கடவுளை வேண்டினாள்.

இவர்கள் ஊர்த்தெருவில் அனைவரிடமும் கையெழுத்து வாங்கியாயிற்று. சேரி தெருவிற்குத்தான் அடுத்து போகனும்.

"மாறா காலனிக்கு கிளம்பலாமா?" என ஆதிரா கேட்க, இதுவரையிலும் அவனுக்குள் இருந்த படபடப்பு காணமல் போய்...

"ஓ கிளம்பலாமே" என உற்சாகமாய் பதிலளித்தான்.

இவர்கள் நேரே சேரிக்கு செல்கிறார்கள். சேரியில் ஒரு சில வீடுகளில் மட்டுமே ஆட்கள் இருக்கிறார்கள். ஒவ்வொரு வீட்டிலும் உணவருந்தி விட்டு செல்லவும், தண்ணீர் குடித்து விட்டு செல்லவும் வற்புறுத்துகிறார்கள். இரண்டு பகுதி வாழ் மனிதர்களின் அணுகுமுறையை இப்போது ஆதிரா தெளிவாய் புரிந்து கொண்டாள். ஊர்த்தெரு அணுகலில் விசாரணை இருந்தது. சேரித் தெருவின் அணுகலில் பாசம் தெரிந்தது.

சாலமன் | 165

“காலனியில கொஞ்சம் பேருக்கிட்ட தான் கையெழுத்து வாங்கியிருக்கோம். மத்தவங்ககிட்டையும் கையெழுத்து வாங்குறதுக்கு என்ன பண்றது மாறா.”

“நிறைய பேரு ஏரி வேலைக்கு போயிருப்பாங்க. அங்க போனா கையெழுத்து வாங்கிடலாம் ஆதிரா.” என்றவன்… ஆகாஷைப் பார்த்து “ஏரி வேல எங்க நடக்குது ஆகாஷ் ?” என கேட்க…

“சின்ன கொளத்துல தூர் வாரப் போறதா சரசு அத்த சொல்லிச்சி.”

“அப்படின்னா நாம அங்க நேரடியா போயி கையெழுத்து வாங்கலாமா ஆதிரா” என மாறன் கேட்க…

“இதுல என்ன இருக்கு.” நாம கண்டிப்பா போயி கையெழுத்து வாங்கணும்” என ஆதிரா சொல்ல அனைவரும் சின்ன கொளத்தில் தூர் வாரிக் கொண்டிருக்கும் சேரியரிடம் சென்றனர். பெரும்பாலும் அங்கே பெண்களே வேலை செய்து கொண்டிருந்தனர். சில ஆண்கள் குளத்தின் உள் கரையில் மண்டிக் கிடக்கும் புற்களை மண்வெட்டியால் சீவிக் கொண்டிருக்க அதை பெண்கள் பாண்டில் சுமந்து கொண்டு போய் வேறொரு இடத்தில் கொட்டுகிறார்கள்.

ஆகாஷ், ரமேஷ், வேலன், கருணா, ஆதிரா, மாறன் ஆகியோரை தூர்வாரிக் கொண்டிருக்கும் பெரும்பாலன கண்கள் உற்றுப் பார்க்கின்றன. அவர்கள் இப்போது தண்ணீர் வறண்டு கிடக்கும் குளத்திற்குள் நிற்கிறார்கள். பல பெண்கள் இவர்களைச் சூழ்ந்து கொண்டு நிற்கிறார்கள்.

“யாரும்மா இந்த கிராப்புக்கார” பொண்ணு என சில பெண்கள் கேட்க…

“அந்த பொண்ணு சண்முகம் மோலியாரோட பொண்ணு” என சில பெண்கள் அவர்களுக்கு பதில் தருகிறார்கள்.

“எல்லோரும் சாப்டிங்களா” என சரசு அக்கரையோடு விசாரிக்கிறாள்.

எல்லோருடைய கையிலும் ஒட்டியிருக்கும் மண்ணை தங்களுடைய உடையில் துடைத்துக் கொண்டு மனுவில் கையெழுத்திடுகிறார்கள். வெள்ளைத் தாளில் ஒட்டும் அழுக்கின் காரணத்தை “கஷ்டபட்ற ஜனங்க கொடுக்குற மனுவுல ஒட்டிட்டு இருக்கிற மண்ணே கஷ்டத்துக்கு சாட்சி. இந்த மனுவ வாங்கிக்கிட்டு இந்த அதிகாரிங்க என்னத்த செய்யுறானுங்கன்னு பாப்போம்” என குமாரி கூறுகிறாள். பலர் ஒன்றாம் வகுப்பு பிள்ளைகளை போல தமிழில் கையெழுத்து இடுகிறார்கள். ஒரு சிலர் கைநாட்டு வைக்கிறார்கள். ஒரு சிலர் ஆங்கிலத்தில் கையெழுத்து போடுகிறார்கள்.

“ஏ கண்ணு இந்த மனுவ வாங்கிக்கிட்டு வெள்ளக்காரன் கட்ற கம்பெனிய நிறுத்திடுவானுங்களா?” என ஒரு பாட்டி கேட்க…

“நமக்கு இந்த கம்பெனி வேணாம்னு சொல்றதுக்குதான் பாட்டி இந்த மனுவே. இது மேல அவங்க நடவடிக்கை எடுக்கலன்னா அதுக்கப்புறம் நாம ஆகுறத பாப்போம்” என மாறன் கூற...

அங்கிருந்த நடுத்தர வயது ஆண் ஒருவர் “ஜனங்க வேணான்னு சொல்லியும் அவன் எப்டி கம்பெனி கட்டிடுவான். கட்றவன் கைய வெட்ட வேண்டியது தான்” எனக் கூற...

“இந்த பாருடி இந்த ஆள. கட்றவன் கைய வெட்டப்போறாராம்ல. கட்றவன் கையி நம்ல மாதிரி கூலிக்காரங்க கையிதான். அவன் கைய வெட்டி நாம என்ன செய்ய. கட்ட சொல்றவன் கைய வெட்டினா அதுல ஒரு புரோஜனம் உண்டு.” என மலர் சிரித்துக் கொண்டே பதிலளித்தாள்.

அதற்கு “அவன் எவன்னு தெரிஞ்சா அவன் கைய வெட்டிட்டா போச்சி. அவன் கை என்ன இரும்பா?” என அந்த நடுத்தர வயது ஆண் பதிலளித்தான்.

“ரொம்ப நேரம் வெயில்ல நிக்காதிங்க கண்ணு. மத்த வேலைய பாருங்க . வெளையிற கழனியோட வெதைய அவுச்சி துண்றவனுங்கள ஒரு கை பாத்துடலாம். நீங்க ஆகுற வேலையைப் பாருங்க.”

கையெழுத்து வாங்கியவர்கள் அனைவரும் அங்கிருந்து புறப்பட்டனர்.

“கையெழுத்து வாங்கியாச்சி அடுத்து என்ன பண்ண மாறா?”

“அடுத்து கலக்டருக்கு கொண்டு போயி சேர்க்க வேண்டியது தான். அப்புறம் இந்த மனுவ சம்மந்தப்பட்ட அமைச்சர்களுக்கும் முதலமைச்சரோட தனி பிரிவுக்கும் மெயில் அனுப்பணும். வாங்குன கையெழுத்தோட பேப்பர போட்டோ எடுத்து அது கூட அப்லோட் பண்ணிடனும்.”

“மத்தவங்களுக்கு இன்னைக்கே என்னோட செல்போன்ல இருந்து நான் மெயில் அனுப்பிட்றேன் மாறா. கலக்ட்ர என்னைக்கு பாக்குறது?”

“நீங்க எல்லோரும் எப்ப சொல்றீங்களோ அப்ப” என மாறன் கூற...

“இன்னைக்கு லீவ் எடுத்துக்கிட்ட மாதிரியே நாளைக்கும் லீவு எடுத்துக்கலாம். ஒரு வேலை உருப்படியா முடிஞ்சிடும்” என கருணா கூறியதற்கு ஆகாஷ், ரமேஷ், வேலன் மூவரும் தலை அசைத்தார்கள். ஆதிராவுக்கும் மாறனுக்கும் இதில் சம்மதம் தான்.

“நம்ம நாலு பேரு மூணு டூவீலர்ல போயி கலக்டருக்கு மனு கொடுத்துட்டு வந்துடலாம்” என மாறன் கூறியதற்கு அனைவரும் சம்மதம் தெரிவித்தனர்.

சாயும்காலத்தில் மருதம் கிராமத்து மானுடங்கள் கிராமம் சாயத் தொடங்குகிறது. கிராமம் சாய்ந்தவர்களிடம் கம்பெனியை எதிர்த்து கையெழுத்திட்டதையும் கையெழுத்து வாங்கியவர்கள் பற்றியும்

கூறுகிறார்கள். சேரியில் கையெழுத்திடாதவர்கள் மாறனின் வீட்டுக்கு வந்து தங்களுடைய கையெழுத்தையும் பெற்றுக்கொள்ளுமாறு கூறுகிறார்கள். ஆனால் ஆதிராவின் வீட்டு நிலைமையோ வேறு. இரவின் ஏழு மணி இயக்கம் பரபரப்பாக இருக்கிறது. சண்முகம் வீடு வந்து சேர்ந்து கொஞ்சம் நேரம்தான் ஆகியிருக்கிறது. வீட்டு வாசலில் வேட்டி சட்டையில் வந்த மூன்று ஊர்த்தெரு பெரியவர்கள் சண்முகத்தை அழைக்கிறார்கள். சண்முகம் "வாங்கண்ணே, வாங்க சித்தப்பா" என வந்தவர்களை உறவு சொல்லி உள்ளே அழைக்கிறார். வந்தவர்கள் உள்ளே வந்து சோபாவில் அமர்கிறார்கள். மலர்விழி வீட்டு வேலைகளை செய்து கொண்டிருக்கிறாள். ஆதிரா அவளுடைய அறையில் செல் போனில் மனுக்களை சம்மந்தபட்ட அமைச்சர்களுக்கும் முதலமைச்சரின் தனிப் பிரிவுக்கும் அனுப்ப வேண்டிய வேலைகளை செய்து கொண்டிருக்கிறாள். ஊர்ப் பெருசுகள் உள்ளே நுழையும் போது அதனுடைய வில்லங்கத்தை ஆதிரா உணர்ந்து கொண்டாள். ஆனாலும் பார்த்துக் கொள்ளலாம் என அவளுடைய வேலையை செய்து கொண்டே பெருசுகள் என்ன பேசுகிறார்கள் என அங்கும் தன் கவனத்தை செலுத்தினாள். மலர்விழியும் அவர்களை உறவு சொல்லி அமர சொல்கிறாள். "காபி போட்டு கொண்டு வா" என சண்முகம் கூறியதும் அடுப்படியில் நுழைந்தாள். ஆதிராவை பற்றிதான் இந்த ஊர் பெருசுகள் பொறம் பேச வந்திருக்கிறது என்பதை மலர்விழியும் ஊகித்தாள். "சொல்லுங்க பெரிப்பா" என அடர் கருமை நிறத்திலும் உயரமாகவும் கத்தையான மீசையோடும் இருக்கும் நபரிடம் விவரத்தை கேட்கிறான் சண்முகம்.

"சண்முகம், அது ஒண்ணுமில்ல கம்பெனி வரக்கூடாதுன்னு நம்ம பொண்ணும் அந்த கருணா பையனும் சேரி பசங்களோட சேர்ந்து கையெழுத்து வாங்குனாங்களாம். வெளையுற கழனியில கம்பெனி வரக்கூடாதுன்னு கையெழுத்து வாங்குறது ஒண்ணும் குத்தமில்ல. அத நம்ம பொண்ணும் அந்த கருணா பையனும் சேர்ந்தே செய்யட்டும், அதுவும் குத்தமில்ல. ஆனா சேரி பசங்கள கூட சேர்த்துக்கிட்டு செஞ்சா அது நல்லாவா இருக்கு, நீயே சொல்லு பார்ப்போம். நீ நாலு பேருக்கு நியாயம் சொல்றவன். நம்ம புள்ளங்களே இது போல செஞ்சா நாளைக்கு ஊரு கட்டுப்பாடுன்னு ஒண்ணு இல்லாம சேரி பசங்க எல்லாம் ஊர்த் தெருவுல புழங்க மாட்டாங்களா?" என கூறி விட்டு தன்னுடைய கத்தை மீசையை தன்னுடைய விரல்களால் தடவி விட்டுக் கொண்டார். இதைக் கேட்டுக்கொண்டிருந்த மலர்விழிக்கு மனசு திக் திக் என்றிருந்தது. இந்த மனுசனோட கோபத்துக்கு இன்னைக்கு நாம இரையாகப் போறோம் என மனதிற்குள்ளேயே நினைத்துக் கொண்டாள். அப்பா என்ன கூறப் போகிறார் என ஆதிரா கவனத்தோடு எதிர்பார்த்தாள்.

168 | வசந்தத்தைத் தேடி

“நீங்க சொல்றது வாஸ்தவம் தான் பெரிப்பா. நம்ம ஊரு நல்லா இருக்கணும்னு தான் எம்புள்ள சேரியோட சேருது. எம்புள்ளைக்கு நல்லது கெட்டது தெரியுற வயசுதான். அவ தப்பா போக மாட்டான்னு நான் நம்புறேன். சேரி பசங்களோட சேர்ந்து ஊருக்காக பேசறது தப்பில்லைன்னு நெனைக்கிறேன். நெலம் தான் நம்மளோடது. ஒழைப்பும் சேர்ந்தாதா வெளச்சலு. அந்த ஒழைப்ப நெலத்துல கொட்றது சேரி ஜனங்கதான். வெளிநாட்டு கம்பெனிக்காரன் நம்ம ஊர்ல கம்பெனி கட்டினா நெலமும் ஒழைப்பும் சீரழிஞ்சி தான் போகணும்.”

“அதுக்காக ஊர்த்தெருவுல சேரிப் பசங்கள பொழங்க விடலாமா?” என வந்திருந்த ஊர்ப் பெருசுகளில் இன்னொரு பெருசு கேட்க

“அண்ணே... நம்ம நெலம் கெடக்கூடாதுன்னு தானே புள்ளைங்க ஒண்ணா சேர்ந்து கையெழுத்து வாங்குது. சேரிப் பசங்க ஊருக்குள்ள வந்து பொண்ணா கேக்குறாங்க. நம்ம நெலத்த காப்பாத்த கையெழுத்து தானே கேக்குறாங்க!”

“இத இப்படியே வுட்டா நாளைக்கு அவனுங்க பொண்ணையும் கேப்பானுங்க” என அதே பெருசு மீண்டும் கோபத்தோடு பேச...

“அண்ணே... அப்படியே கேட்டாலும் கொடுக்குறது உங்க விருப்பம், கட்டிக்கிறது உங்க பொண்ணோட இஷ்டம்” என சண்முகம் பதிலடி கொடுக்க...

“ஏம்பா சண்முகம், இவன் ஊருக்காகத் தானே அதுவும் நம்மலோட பொட்ட புள்ளைங்கள பாதுகாக்கணும்னு தானே பேசுறான்.”

“சேரிப்பசங்க என்ன புள்ள புடிக்கிற பசங்களாண்ணே? நம்மல்ல எத்தனையோ பேரு வீட்ல படியாளுங்க வாராங்க போராங்க. அவங்க எல்லாத்தையும் சந்தேகப்பட்டுட்டு இருந்தா நாம பொழைக்கத்தா முடியுமா? இல்ல பொண்டாட்டி கூட படுக்கத்தான் முடியுமா?” என சண்முகம் மீண்டும் பதிலடி கொடுக்க

“ஏம்பா சண்முகம் என்னப்பா புடி கொடுத்தே பேச மாட்டிங்குற?” கத்தை மீசைக்காரர் கேட்க...

“ஞாயஸ்தமா பேசனா நானும் ஞாயஸ்தமா பேசப் போறேன். விதண்டா வாதமா பேசினா நானும் அப்படித்தானே பெரிப்பா பேச முடியும்.”

“என்னப்பா ஊர் ஞாயம் பேசுறவன்னு உங்கிட்ட வந்தா புடி கொடுக்காம பேசுறியே!”

“எம்புள்ள தரம் கெட்டு போய்ட்டாள்னு சொல்லுங்க உங்க கண்ணு முன்னாடியே அவள கூப்டு நாலு அர அரையிறேன். அவ

நல்லதுதான் செய்யுறான்னு நான் நெனைக்கிறே. அதனால அவள என்னால கண்டிக்கவோ இதப்பத்தி கேக்கவோ முடியாது பெரியப்பா.''

"சேரிப்பசங்களோட ஊர் சுத்துறது தரங்கெட்டுப் போற வேலையில்லையா?'' என ஏற்கனவே பேசிய பெருசு பேச...

"பத்து ஏக்கரா நெலம் வெச்சிட்டு இருக்கிற உங்க வூட்ல சேரி ஆளுங்க படி வேல செய்யுறாங்க. ஊ பொண்டாட்டி புள்ளைங்களோட பேசுறாங்க. அதனால ஊ பொண்டாட்டி புள்ளைங்க எல்லாம் தரங்கெட்டு போய்ட்டாங்களா என்ன? இனி மேல் என் பொண்ண பத்தி யாராவது தப்பா பேசினா அது நல்லா இருக்காதுன்னு நெனைக்கிறேன்'' என தோளில் இருந்த துண்டை உதறிக் கொண்டு கோபமாக எழுந்திருக்க, மற்றவர்களும் அதே கோபத்தோடே வெளியேறினார்கள்.

ஆதிராவுக்கும் மலர்விழிக்கும் சண்முகத்தின் இந்த பேச்சு அளவில்லா இன்பத்தைக் கொடுத்தது. அப்பா தன் மீது வைத்துள்ள நம்பிக்கையை எண்ணி ஆதிரா பெருமிதப்பட்டுக் கொண்டாள். தன்னுடைய கணவனுடைய இந்த மாறுபாடு அவன் மீது பல ஆண்டுகளாக மலர்விழி வைத்திருந்த கோபத்தை முறித்து காதலை வரவழைத்தது. உண்மையில் இப்பொழுதுதான் மலர்விழி சண்முகத்தை காதலிக்கவே தொடங்குகிறாள். எந்த மாற்றத்தை தன் கணவனிடம் காண வேண்டுமென்று மலர்விழி இத்தனை ஆண்டுகாலம் காத்திருந்தாளோ அந்த மாற்றத்தை இன்றைக்கு அவள் நேரில் கண்டாள். இந்த உலகத்திலேயே அவளின் அதிக நேசிப்புக்கு உரியவனாக சண்முகம் இன்று அவளுக்கு மாறிப்போனான். அவனை கட்டி அணைத்து முத்தம் கொடுக்க வேண்டும் போல இருந்தது மலர்விழிக்கு. ஆனால் அவளுடைய வயதும் வயதுக்கு வந்த பெண்ணும் அவளுடைய உணர்வைத் தடுத்தன. மலர்விழி எதை செய்ய நினைத்தாலோ இப்போது அதை ஆதிரா செய்து கொண்டிருக்கிறாள். சண்முகத்தை கட்டி அணைத்து அவனுடைய கன்னத்தில் ஆதிரா முத்தமிட்டுக் கொண்டிருக்கிறாள். தன் வாழ்நாளில் அம்மாவை இழந்த பிறகு தன் மகளின் மூலமாக அந்த பாசத்தை இப்பொழுது தான் சண்முகம் அனுபவிக்கிறான். நல்லவற்றுக்காக தீயவற்றை எதிர்ப்பது என்பது எவ்வளவு இன்பத்தை அள்ளித் தரும் என்பதை தன் மகள் அள்ளித் தரும் பாசத்தின் மூலம் சண்முகம் உணர்கிறான். சாதிய உறவில் விரிசல் விழுந்ததினால் தன் குடும்ப உறவுகளின் மத்தியில் இருந்த விரிசல்கள் பாசத்தால் பூசப்படுகிறது.

எப்போதும் போலவே மருதம் கிராமம் விடியலில் முகம் கழுவி பசுமையால் நடனம் புரிகிறது. ஆதிரா கலெக்டர் ஆபிஸுக்கு கிளம்பிக் கொண்டிருக்கிறாள்.

“என்னம்மா இன்னைக்கு வேலைக்கு போகலையா ?” என சண்முகம் கேட்க...

“இல்லப்பா இன்னைக்கு கலக்டர் ஆபிஸுக்கு போய் ஜனங்ககிட்ட கையெழுத்து வாங்கின மனுவ கொடுத்துட்டு வந்துடணும்.”

“பார்த்து ஜாக்கரதையா போய்ட்டு வாம்மா” என சண்முகம் கூறி முடிக்க... கருணாவின் டூ வீலர் ஆதிராவின் வாசலில் வந்து நின்றது. இன்னொரு ஆணின் டூ வீலரில் மகள் செல்வது சண்முகத்துக்கு உறுத்தலாக இல்லை. மழை பொழிந்து தூய்மையான நிலம் போல இப்பொழுது அவனின் மனசு இருக்கிறது. மகள் மக்களுக்காக உழைப்பதில் அவன் உள்ளூர பெருமிதம் கொண்டான். ஆதிரா கருணாவின் டூவீலரில் அமர்ந்து அப்பாவுக்கு கையசைத்து செல்கிறாள்.

“என்னங்க நீங்க குளிக்க சுடுதண்ணிய வளாவி பாத்ரூம்ல வச்சிருக்கே, உங்க வேட்டி சட்டைய அந்த டேபிள் மேல அயர்ன் பண்ணி வச்சிருக்கே” என எப்போதும் இல்லாத வகையில் இப்போது மலர்விழி பாசத்தோடு பேசுகிறாள். பல ஆண்டுகளுக்குப் பிறகு மனைவிக்கு தன் மீது பாசம் திரும்பியிருப்பதை இந்த இயல்பான வார்த்தைகளை வைத்தே சண்முகத்தால் புரிந்துகொள்ள முடிகிறது. குளிக்க சென்றவனை “என்னங்க” என மலர்விழியின் அன்புக் குரல் வழி மறிக்கிறது. சண்முகம் திரும்பி பார்க்கிறான். அவனுக்கு மிக அருகில் இப்போது மலர்விழி இருக்கிறாள். அவளுடைய மூச்சுக் காற்றால் இவனுடைய மார்பு முடி அசையும் அளவிற்கு அவள் அருகில் இருக்கிறாள். இப்போது அவனை கட்டி அணைத்து அவனின் மார்பில் மலர்விழி முத்தமிட்டு ஒரு இளைஞியைப் போல ஓடி மறைந்து கொள்கிறாள். திருமணம் ஆன இத்தனை ஆண்டுகளில் சண்முகம் இன்றைக்குத்தான் மலர்விழியின் பாச முத்தத்தை அனுபவிக்கிறான். மறைந்திருக்கும் மலர்விழியின் மீது காதல் பார்வையை வீசி விட்டு அவன் குளிக்கச் செல்கிறான்.

கருணாவின் டூவீலரில் ஆதிராவும் மாறனின் டூவீலரில் ஆகாஷும் ரமேஷினுடைய டூ வீலரில் வேலனும் கலக்டர் அலுவலகத்திற்கு செல்கிறார்கள். அங்கே கூட்டம் அதிகமாக இருக்கிறது. திங்கள் கிழமை வாங்க வேண்டிய நேரடி மனுவை இந்த வாரம் கலெக்டர் புதன் கிழமை வாங்குவதாக அறிவித்திருந்தது இவர்களுக்குத் தெரியாது. இன்றைக்கு நேரடி மனு என்பதை அறிந்து கொண்டவர்கள் மகிழ்ச்சி அடைந்தார்கள். மக்களோடு வரிசையில் போய் நின்றார்கள். வரிசை கிட்டத்தட்ட ஒரு மணி நேரம் ஊர்ந்து செல்கிறது.

“மனு கொடுக்கிறதுல ஜனங்க அதிக நம்பிக்க வச்சிட்டு இருக்கிறது ஜனங்களோட கூட்டத்த பார்த்தாவே தெரியுது. ஆனா வாங்குற மனுக்கள்

மேல இவங்க நடவடிக்கை எடுக்கிறாங்களா மாறா?" என ஊர்ந்து செல்லும் வரிசையில் ஊர்ந்து கொண்டே ஆதிரா கேட்க...

"எல்லா மனு மேலையும் இவங்களால நடவடிக்க எடுக்க முடியாது . எத்தன மனு மேல நடவடிக்க எடுத்திருக்காங்கன்னு ரோட்ல மக்கள் போராட்றத கணக்கெடுத்தாவே சொல்லிடலாம் ஆதிரா."

"நடக்குற போராட்டங்கல பார்த்தா இவங்க எந்த மனு மேலயும் நடவடிக்கையே எடுக்கிறதில்லன்னு தெரியுதே" என கூறி சிரித்தாள்.

"கார்ப்பரேட்ட எதிர்த்துகிட்டு நாம கொடுக்கிற இந்த மனு மேல எல்லாம் இவங்க நடவடிக்க எடுக்கமாட்டாங்கன்னு நமக்குத் தெரியும். ஆனா அது மக்களுக்குத் தெரியாதே. இத நம்ம வாய் வார்த்தையா மக்கள்கிட்ட சொன்னா அவங்க புரிஞ்சிக்கிறது கஷ்டம். மக்களுக்கு நேரடியா புரிய வைக்கத்தான் நாம இப்ப க்யூவுல நின்னுட்டு இருக்கோம்."

"அப்படின்னா இந்த கம்பெனிய நிறுத்துறதுக்கு வழி?"

"போராட்டம் தானே ஆதிரா அத செய்யும். நாம கம்பெனியிலேயே அத பார்க்கலையா? நாம போராடதுனால தானே கலக்டரும் எம். எல். ஏ. வும் நேரடியா வந்தாங்க."

"ஆமா மாறா நீ சொல்றது சரிதான். நம்ம கம்பெனியில தனித்தனியா கஷ்டப்பட்டுக்கிட்டு இருந்த தொழிலாளிங்கள ஒண்ணா சேக்க நோட்டிஸ எல்லா தொழிலாளிங்களுக்கும் கொடுத்தா மாதிரி நாமளும் நம்ம கிராமத்துல கொடுக்கலாமா?"

"நிச்சயமா கொடுக்கணும் ஆதிரா."

"மாறா நம்மக் கூட கம்பெனியில போராடுன அர்ச்சனா, ப்ரேம் கிட்ட நம்ம ஊரு பிரச்சனையை பத்தி ஐடியா கேட்கலாமா?"

"கண்டிப்பா கேக்கலாம் ஆதிரா."

இவர்கள் வரிசையில் ஊர்ந்து பேசிக் கொண்டே கலெக்டரின் மேஜை அருகில் வந்தார்கள். அவருக்கு வலது பக்கமும் இடது பக்கமும் தலா மூன்று மேஜைகள் துறைவாரியான அதிகாரிகளுக்கான மேஜைகள் போடப்பட்டு அந்த அதிகாரிகளும் அமர்ந்திருந்தார்கள். மக்களிடம் வாங்கும் மனுவை கலெக்டர் பார்த்துவிட்டு அவரின் அருகில் இருக்கும் அது சம்பந்தப்பட்ட அதிகாரிகளுக்கு அந்த மனுவை பிரித்துக் கொடுக்கிறார். சில மனுக்களை தன்னுடைய மேஜையிலேயே வைத்துக் கொள்கிறார். மனுவை ஆதிராவின் கையில் கொடுத்து மாறன் கொடுக்கச் சொல்கிறான். ஆதிரா கலெக்டரிடம் மனுவினை கொடுக்கிறாள். கலக்டர் அந்த மனுவை உன்னிப்பாகப் படிக்கிறார்.

“கம்பெனி சம்மந்தமானது எல்லாம் அரசாங்கத்தோட விஷயம் இதுல நான் என்ன பண்ண முடியும்?” என கலெக்டர் கேட்க...

“அப்ப உங்களால என்னென்ன செய்ய முடியும்னு வெளியில ஒரு போடு வச்சிருங்க நாங்க அத பாத்து தெரிஞ்சிக்கிறோம்.”

“என்னம்மா பாத்தா படிச்ச பொண்ணா தெரியுற. ஆனா நாகரீகம் இல்லாம பதில் சொல்றீயே!”

“சார் நாகரீகமா பேசாதது நீங்களா நானா? விவசாயத்த மட்டுமே நம்பி வாழுற ரெண்டாயிரத்துக்கும் மேல மக்கள் வாழுற கிராமத்துல கம்பெனி வேணான்னு சொல்றோம். மக்களோட எதிர்ப்ப கையெழுத்தா வாங்கிட்டு வந்து கொடுக்குறோம். அது சம்மந்தமா என்னால முடிஞ்ச நடவடிக்கை எடுக்கிறோம்னு சொல்றதுக்கு இல்லாம, என்னால என்ன பண்ண முடியும்னு சொல்றீங்களே அதுதான் நாகரீகமா?”

“நான் சொல்ல வரத புரிஞ்சிக்கம்மா. இது என்னோட கண்ட்ரோல்ல இல்ல” என கலெக்டர் கூற...

“சார் அப்ப இந்த மனுவ நீங்க அரசாங்கத்துக்கு அனுப்பி வச்சிடுங்க” என ஆதிரா கூறுகிறாள்.

ஆதிராவின் பேச்சைக் கேட்ட கலக்டெர் ஆதிராவை உற்றுப் பார்த்துவிட்டு. “சரி என்னால என்ன பண்ண முடியுமோ அத பண்ணுறேன்.” என மனுவினை வாங்கி தன்னுடைய மேஜையில் வைக்கிறார். மனுவில் அரசாங்க முத்திரை குத்தப்படுகிறது இவர்களுக்கும் மனு கொடுத்ததற்கான ரசீது வழங்கப்படுகிறது.

மனுவைக் கொடுத்துவிட்டு ஆறு பேரும் கலெக்டர் அலுவலகத்திற்கு எதிரே இருக்கும் தேநீர்க் கடையில் தேநீர் குடிக்கிறார்கள்.

“வீட்ல குடிக்கிற டீ ய விட, கேண்டின்ல குடிக்கிற டீய விட, நண்பர்களோட டீ கடையில நின்னுக்கிட்டு டீ குடிக்கிற சுகமே தனி தான். அந்த டீ நல்லாவே இல்லன்னாலும் நண்பர்களோட பேச்சும் அவங்க கூட இருக்கிறதும் அந்த டீ க்கு டேஸ்ட் கூடிடும்.” என ஆதிரா கூற...

“ஆமா ஆதிரா. என்னோட கல்லூரி நாட்கள்ல மதியம் சாப்பாடு பெரும்பாலும் டீ தான். அது அப்போதைக்கு உணவு. இப்ப அது அழகான நினைவு. நண்பர்களோட பேச்சும் ஒரு மொடக்கு சூடான தேனீரும் மறக்கமுடியாத சொகம்.”

“மாறா இந்த கலெக்டர் ஒண்ணும் வேலைக்கு ஆகிறா மாதிரி தெரியில. நானு அர்ச்சனாவுக்கும் ப்ரேமுக்கும் போன் போடட்டா. நாளைக்கு எப்ப எங்க மீட் பண்ணலாமுன்னு கேட்கட்டா?”

“ஆ... கேளு ஆதிரா” என மாறன் கூறியதும் ஆதிரா அர்ச்சனா, பிரேமிடம் பேசுகிறாள்.

“மாறா நாளைக்கு லஞ்ச் டைம்ல கேண்டீன்ல மீட் பண்ணலாமுன்னு சொல்றாங்க...”

“சரி நாளைக்கு அங்கயே மீட் பண்ணுவோம்” என மாறன் கூறி முடித்ததும் ஆறு பேரும் மீண்டும் அவர்களுடைய டூவீலரில் ஊருக்குத் திரும்புகிறார்கள். மருதம் வந்ததும் ஒருவரை ஒருவர் கையசைத்து விட்டு விடைபெறுகிறார்கள்.

மறு நாள் அதிகாலை வழக்கம் போல ஆதிரா மாறன் கருணா மூவரும் மருதம் பேருந்து நிலையத்தில் வந்து நின்ற தொழிற்சாலை பேருந்தில் ஏறி அமர்கிறார்கள்.

“மாறா இன்னைக்கு அர்ச்சனாவையும் பிரேமையும் கேன்டீன்ல மீட் பன்றத கன்பார்ம் பண்ணி அர்ச்சனா எனக்கு வாட்சப் மெசேஜ் பண்ணிட்டாங்க. சரியா 12 மணி லஞ்ச் டைம்ல நாம கேண்டீன்ல சந்திப்போம்” என்று கூறிவிட்டு ஆதிரா சற்று நேரம் அமைதியாய் இருந்து விட்டு மீண்டும் தொடர்ந்தாள்.

“அர்ச்சனாவும் பிரேமும் எந்த மாதிரியான அரசியல பேசுவாங்கன்னு உன்னால எதாவது யூகிக்க முடியுதா மாறா?”

“அதப் பத்தி இப்போதைக்கு ஒண்ணும் புரியல ஆதிரா. தொழிலாளர் பிரச்சனையில ரொம்ப நியாயமா நம்பக் கூட நின்னாங்க. ஆனா தொழிற்சாலையே வரக்கூடாதுன்னு சொல்ற பிரச்சனையில அவங்க என்ன நிலைபாடுன்னு தெரியில?”

“தொழிலாளர்களுக்காக பேசரவங்க விளை நிலத்துல தொழிற்சாலை வரக்கூடாதுன்னு பேசமாட்டாங்களா மாறா?”

“அதுக்கும் வாய்ப்பு உண்டு. நாம ஏற்கனவே பேசினது போல தொழிற்சாலையில தொழிலாளிங்க அவங்க முன்னேற்றத்துக்காக மட்டும் தான் போராட்றாங்க. அதுல பல தரப்பட்ட கருத்து உள்ளவங்களும் இருப்பாங்க,இருக்காங்க. அவங்க எல்லோரும் சாதி விஷயத்திலோ இல்லன்னா விளைநிலத்துல கம்பெனி வரது வளர்ச்சின்னு அரசாங்கம் சொல்ற விஷயத்திலோ நம்மளோட நிலைபாட்டில மட்டும் இருக்க மாட்டாங்க. அவங்கவங்களுக்கு ஒவ்வொரு நிலைபாடு. தொழிலாளிங்க அரசியல் நிலைபாடு எடுக்காம இருக்கிறதுதான் இந்த நாட்டுல முக்கியமான தீங்கா நான் நெனைக்கிறேன்.”

“நீ சொல்ல வரது ஒண்ணும் புரியலையே மாறா!”

“கம்பெனியில கூலி உயர்வுக்கோ அல்லது கேண்டின்,பஸ் வசதிக்கோ ஒண்ணா சேர்ந்து போராட்ற தொழிலாளிங்க. இந்த நாட்ட ஆள்றவங்கள தேர்ந்தெடுக்கும் போது நமக்கான ஆள தேர்ந்தெடுக்காம நமக்கு எதிரான ஆள தேர்ந்தெடுக்குறாங்க. தொழிற்சாலையில வர ஒற்றுமை உணர்வு அரசியல்ல தேஞ்சி போய்டுது. இது தொழிலாளி வர்க்கத்தோட அறியாமையின்னு சொல்லலாம். இல்லன்னா அவங்கள வழி நடத்துறவங்களோட அயோக்கியத்தனமுன்னும் சொல்லலாம்.”

“அப்படின்னா தொழிலாளிங்க அரசியல் ரீதியா போராடனுன்னு சொல்றியா?”

“இங்க தொழிலாளி வர்க்கத்துக்குன்னு ஒரு எல்லை உண்டு. அவங்க சக்திக்குட்பட்டு அவங்க ஒரு கம்பெனியில தான் கூட முடியும். ஆனா அவங்கள ஒட்டுமொத்தமா அரசியல் ரீதியா இணைக்கிற அரசியல் இங்க தோல்வி கண்டிருக்குன்னு சொல்ல வரேன். சர்ப்லஸ் வேல்யூ தான் தொழிலாளர்களுக்கான தீங்குன்னு தொழிலாளிங்களுக்கு சொல்றதோட மட்டுமில்லாம அதற்கான மாற்றையும் சரியா முன்வைக்கனும். ஆனா இங்க தொழிலாளிகளுக்காக போராட்றன்னு சொல்ற கட்சிகள்ளாம் என்ன பண்ணுது, சர்ப்ளஸ் வேல்யூக்கு முட்டுக்கொடுக்குற அமைப்பைக் காப்பாத்துற மக்கள் எதிரி இயக்கங்களோடையே கூட்டணி வைக்குது. இதைத் தான் அயோக்கியதனம்னு சொல்றேன்.”

“அர்ச்சனாவும் பிரேமும் எப்படி இருப்பாங்கன்னு பாப்போம்.”

“வெளை நிலத்துல கம்பெனி வரது ஆபத்துன்னு அவங்க நினைச்சாங்கன்னா அவங்களோட இணைஞ்சே இருப்போம். அது வளர்ச்சின்னு அவங்க நெனச்சா கிராமத்துல பிரிஞ்சும் கம்பெனியில இணைஞ்சும் இருப்போம்.”

இவர்கள் பேசிக் கொண்டே வர தொழிற்சாலையின் பிரம்மாண்ட நுழைவாயில் வாயைத் திறந்து பேருந்தை உள்ளுக்கிழுத்துக் கொண்டது. மூவரும் அவரவர் வேலை இடங்களுக்குச் சென்றார்கள். வேலை செய்துகொண்டிருந்தாலும் கடிகாரத்தின் மீதே மூவரின் பார்வையும் இருக்கிறது. உச்சி வெயில் வானத்தில் இருப்பதை கடிகாரத்தின் இரண்டு முள்களும் உச்சியில் சேர்ந்து அறிவிக்கின்றன. தொழிலாளர்கள் அவரவர் ஷாப்பிலிருந்து வெளிவரத் தொடங்குகிறார்கள். அர்ச்சனாவும் பிரேமும் யாவருக்கும் முன்பாக கேண்டீனின் நுழைவாயிலில் நின்று கொண்டிருக்கிறார்கள். மாறனும் கருணாவும் வந்துவிட்டார்கள். ஆதிரா வருவது தூரத்தில் தெரிகிறது. இவர்கள் நுழைவாயிலில் நிற்கும் போது பெரும்பாலான தொழிலாளர்கள் அர்ச்சனா,பிரேம்,மாறனுக்கு வணக்கம் செய்கிறார்கள். போராட்டத்தினால் விளைந்த வணக்கங்கள்

இவை. ஆதிரா இப்போது வந்து விட்டாள். ஒருவரோடு ஒருவர் கை குலுக்கிக்கொள்கின்றனர்.

“வாங்க சாப்டுக்கிட்டே பேசுவோம்” என அர்ச்சனா கூற அனைவரும் கேண்டினுக்குள் நுழைந்து அவரவர்களுக்கான உணவை வாங்கிக் கொண்டு வந்து,கேண்டின் சப்த எதிரொலி அதிகம் கேட்காத ஒரு மேஜையை தெரிந்தெடுத்து அமர்ந்தார்கள்.

“சொல்லுங்க தோழர் என்ன ப்ராப்ளம்” என பிரேம் கேட்க, ஆதிராவுக்கு தோழர் என்ற வார்த்தை சமூக வலைதள மூலமாக அறிமுகமே ஒழிய அந்த வார்த்தையை இப்பொழுது தான் நேரடியாகக் கேட்கிறாள் அது அவளுக்கு புது அனுபவமாகவும் பிடித்தமானதாகவும் இருந்தது. கருணாவுக்கும் அப்படித்தான். மாறனுக்கு இந்த வார்த்தை கல்லூரி காலத்திலேயே அறிமுகம் ஆனது.

ஆதிராவும் இப்பொழுது அந்த வார்த்தையை திருப்பிக் கூறினாள். “தோழர் எங்க கிராமம் விவசாய கிராமம். எங்க ஊர்ல பெரும்பாலானவங்க விவசாயத்த நம்பிதான் வாழுறாங்க. இப்ப எங்க கிராமத்துல தென்கொரிய கம்பெனி ஒண்ணு கட்டுறாங்க. அத எதிர்த்து மனு எழுதி அதுல மக்கள்கிட்ட கையெழுத்து வாங்கி முதலமைச்சர்ல இருந்து கலெக்டர் வரைக்கும் கொடுத்துட்டோம்.”

அர்ச்சனா “வெரி குட், வெரி குட்” என கூறினாள்” ஆதிரா மேலும் தொடர்ந்தாள்.

“அது சம்மந்தமா மேற்கொண்டு என்ன பண்ணலாம்னு உங்ககிட்ட டிஸ்கஸ் பண்ணலாமுன்னுதான்” என்றாள்.

“இப்ப அங்க மக்களோட மன நிலை என்ன?” என பிரேம் கேட்க...

இப்பொழுது கருணா பேசினான். “மக்கள்ல பெரும்பாலான பேர் எதிர்க்குறாங்க கொஞ்சம் பேர்தான் ஆதரிக்கிறாங்க.”

“சூப்பர். அப்ப மக்கள திரட்டிப் போராட்டம் பண்ண வேண்டியது தானே.” என பிரேம் பேசியதும்.

“மக்களுக்கும் எங்களுக்கும் கம்பெனிய எதிர்த்து போராட்ட உணர்வு இருக்கு ஆனா அத எப்படி வழி நடத்தனும்னு தான் தெரியல?”

“ஆமா. போராட்டத்தை வழி நடத்துறது முக்கியமான விஷயம்” என அர்ச்சனா சாப்பாட்டை மென்றுகொண்டே மாறனை கை காண்பித்து பேசினாள்.

“நம்ம கம்பெனியில நீங்க எழுதுன நோட்டிஸ் தான் எல்லாரையும் ஒன்னா சேத்துச்சி. அதனால உங்களுக்குனு ஒரு அனுபவம் இருக்கும்ல. அந்த அனுபவம் தான் எங்களுக்கு தேவை.” என மாறன் கூற...

“அனுபவம் ரொம்ப முக்கியமான விஷயம். நாங்களும் உங்களப் போல போராட்டத்தல யெங்ஸ்டர்ஸ் தான். எங்களுக்கும் மூத்த தோழர்கள் சிலர் ஆலோசனைகள் சொன்னாங்க அதன்படி தான் கம்பெனி போராட்டத்த ஒருங்கிணைச்சோம். ஆனா கம்பெனி ப்ராப்ளம் வேற கிராமத்து ப்ராப்ளம் வேற. இது சம்மந்தமா சில மூத்த தோழர்கள்கிட்ட பேசுவோம்.”

“அவங்கள எங்க பாக்கணும்னு சொன்னா நாங்க அங்க வருவோம்” என கருணா கூற...

“அத நான் சில தோழர்கள்கிட்ட கேட்டுட்டு சொல்றேன். அவங்க எங்க? எப்போன்னு? சொன்னா அங்க நாம மீட் பன்னலாம்.”

“சீக்கரம் கிளம்புவோம் இல்லன்னா. வேலை செய்யுற இடத்துல நாய்ங்க நமக்காக காத்துக்கிட்டு இருக்கும். பிறகு லேட்டா போனா அதுங்க நம்மல கொரைக்கும். அதுவும் நம்மல்ல ஒருத்தருன்னா அது அதிகமாவே கொரைக்கும்.” என அர்ச்சனா கூற அனைவரும் வாய்விட்டு சிரித்தார்கள். அனைவரும் ஒருவரை ஒருவர் கையசைத்துக் கொண்டு அவரவர் பணி இடங்களுக்குச் சென்றார்கள்.

ஆதிராவுக்கு தோழர்களுடனான உரையாடல் மனதுக்கு இதமாக இருந்தது. தோழர்களுடன் இணைந்து இந்த உலகை வெல்லலாம் என்ற நம்பிக்கை பிறந்தது. தோழர்களின் உறவுக்காக அவளின் மனது எப்போதும் திறந்தே கிடந்தது. அவள் மக்களுக்கான உரையாடலை மிகவும் நேசித்தாள். அதனால் தோழர்களை மிகவும் நேசித்தாள். இதுவரை எதிர்ப் பாலினமான மாறனோடு அரசியல் உரையாடலை ரசித்தவள்,இப்போது அத்தகைய உரையாடலுக்காய் அர்ச்சனாவின் வரவை அவளின் உறவில் புதுவித பரிணாம வளர்ச்சியாய் உணர்ந்தாள். விளை நிலங்களில் அமையப்போகும் அந்நிய தொழிற்சாலையை எதிர்த்திடவும் அதற்காக தோழர்களை சந்தித்திடவும் ஆதிரா காத்துக்கிடந்தாள். சனிக்கிழமை இரவு ஆதிராவை அலைபேசியில் தொடர்பு கொண்டு நாளை தோழர்கள் உங்களை சந்திக்க உங்களுடைய கிராமத்திற்கே வருகிறார்கள் என்றும் எங்கே சந்திப்பது என்பதை நீங்கள் தான் முடிவெடுக்க வேண்டும் என்றும் கூறினாள். ஆதிராவும் இச்செய்தியை பற்றி மாறனோடும் கருணாவோடும் கலந்துரையாடி மாறன் வீட்டில் சந்திக்கலாம் என முடிவெடுத்து அதை அர்ச்சனாவிடம் கூறினாள்.

★★★

14

ஞாயிற்றுக் கிழமையின் காலைப் பொழுது வழக்கம் போலவே இயங்கியது. ஆதிராவின் மனது வரப்போகும் தோழர்களை சந்திக்க ஏங்கியது. வரப்போகும் தோழர்களுக்காக மாறன் வீட்டில் மாட்டுக்கறிக் குழம்பு தயாராகிக் கொண்டிருந்தது. பகல் பத்து மணி ஆகிறது. நீல வானில் வெண்மேகத் திட்டுகள் சூரியனை மறைத்து மறைத்து விளையாடிக் கொண்டிருக்கின்றன. சூரியனோடு மேகத் திட்டுகள் வான் திரையில் விளையாடும் விளையாட்டு தரையில் வெயிலும் நிழலுமாய் நெளிகிறது. அவை ஒன்றையொன்று ஓடிப்பிடித்து விளையாடுவது போல இருக்கிறது. மாறனது நண்பர்களான வேலன், ஆகாஷ், ரமேஷ் ஆகியோர் மாறன் வீட்டு பின்புறம் வேப்ப மர நிழலில் ச்சேர்களில் அமர்ந்து கொண்டிருக்கிறார்கள். அர்ச்சனாவும் கருணாவும் கூட வந்து விட்டார்கள். மாறன் அம்மாவின் சமையலுக்கு தேவையான உதவிகளை செய்து கொண்டிருக்கிறான்.

“என்ன செய்யணும்னு சொல்லுங்கம்மா நானும் செய்யுறேன்” என ஆதிரா கூறிய போதும் அமிர்தம் அதை மறுத்துவிட்டாள்.

இவர்கள் பேசிக்கொண்டிருக்கும் போதே மாறன் வீட்டு வாசலில் இரண்டு டூவீலர்கள் வந்து நிற்கிறது. ஒரு டூ வீலரில் அர்ச்சனாவும் பிரேமும் இன்னொரு டூ வீலரில் இரண்டு புதிய தோழர்கள் வந்திறங்கினார்கள். அவர்கள் அனைவருக்கும் ச்சேர்கள் போடப்படுகின்றன. அனைவருக்கும் மாறன் தேநீரை கொண்டு வந்து கொடுக்கின்றான். வேப்ப மரத்தின் நிழலும் குளுமையும் வெயிலில் பயணித்து வந்தவர்களின் புழுக்கத்தை போக்குகிறது. புதியதாக வந்த இரண்டு தோழர்களைப் பற்றி அர்ச்சனா அனைவருக்கும் அறிமுகம் செய்து வைக்கிறாள். இவர்தான் தோழர் வேம்பு என்றவுடன் தோழர் வேம்பு அனைவருக்கும் இரு கரம் கூப்பி வணக்கம் செலுத்துகிறார். தோழர் வேம்பு கிட்டத்தட்ட அறுபது வயதும் திட்டமான உயரமும் ஒல்லியான உருவமும் மாநிறமும் நரைத்த முறுக்கு மீசையும் உடையவர். அடுத்து “இவர்தான் தோழர் முரளி” என அர்ச்சனா அறிமுகம் செய்து வைக்க முரளியும் அனைத்து தோழர்களுக்கும் வணக்கம் தெரிவிக்கிறார். தோழர் முரளி நடுத்தர வயதும் கரிய நிறமும் அளவிற்கு மீறிய உயரமும் கத்தையான கரிய மீசையும் ஒல்லியான உருவமும் உடையவராக இருக்கிறார். வேப்ப மரத்தின் நிழலின் குளுமை தன் மேனியில் படர, வேம்பு சட்டையின் மேல் பட்டனைக் கழட்டி காலரை தூக்கி விட்டுக் கொண்டு, நாற்காலியில்

இடது காலை மடித்துக் கொண்டு வலது காலை தொங்க விட்டு அமர்ந்துகொண்டிருக்கின்றார். மற்றவர்களை ஆதிரா அறிமுகப்படுத்தினாள்.

"சொல்லுங்க தோழர்" என தோழர் வேம்பு முதலில் ஆரம்பித்தார். இந்த கிராமத்தின் சூழல் பற்றியும் தென்கொரிய நிறுவனம் அமைந்தால் இந்த கிராமம் சந்திக்கப் போகும் ஆபத்துகளைப் பற்றி மாறன் தோழர் வேம்புவுக்கு விளக்கிக் கொண்டிருக்கும் போதே முரளி கவனமாக அதை கேட்டுக்கொண்டிருந்தார்.

"மக்கள் இதைப் பற்றி என்ன நினைக்கிறாங்க தோழர்" என மாறனிடம் வேம்பு கேட்க...

"எல்லோரிடமும் கையெழுத்து வாங்கினோம் ஆதரவும் இருக்கு எதிர்ப்பும் இருக்கு தோழர்" என மாறன் பதிலளித்தான்.

"எதிர்ப்பு எங்க இருந்து வருது?"

"விவசாயம் பொய்த்துப் போய் நிலத்த விக்க சில விவசாயிங்க தயாரா இருக்காங்க. நம்ம ஊருக்கு கம்பெனி வந்தா நெலத்தோட வெல அதிகாமாகும்னு அவங்க நினைக்கிறாங்க. அவங்க பெரும்பாலும் ஊர்த்தெருவுல இருக்கிறவங்கதான்."

"காலனியில இருக்கிறவங்க என்ன நினைக்கிறாங்க தோழர் "

"இங்கேயும் சில பேர் கம்பெனி வந்தா நல்லதுன்னு தான் நினைக்கிறாங்க. அதுக்கு அவங்க சொல்ற காரணம் வெளியூருல போயி வேலை செய்யறத விட உள்ளூர்லியே வேல கெடச்சா நல்லதுன்னு நெனைக்கிறாங்க!"

"உலக முதலாளிங்க தங்களோட உற்பத்தி முறைய மாத்தி ரொம்ப நாளாகுது தோழர். இந்த உலகமயமாக்கல் சூழல்ல ஒரு பொருள உலக முதலாளி தயார் பண்ணனும்னா அதனுடைய உதிரி பாகங்கள ஒவ்வொண்ணத்தையும் ஒவ்வொரு நாடுகள்ல தயாரிக்கணும். அவனால உதிரிப் பொருள ஒண்ணா சேர்த்துட முடியும். ஆனா அந்த பொருள தயாரிக்கிற தொழிலாளிங்கதான் ஒண்ணா சேர முடியாது. அதுமட்டுமில்லாம பக்கத்துல இருக்கிற கிராமத்திற்கும் தொழிற்சாலை உற்பத்திக்கும் உயிரோட்டமான உறவு இருக்கக் கூடாதுனு உலக முதலாளிங்க நினைக்கிறாங்க. அதனால அவன் உள்ளூர் ஆட்கள வேலைக்கு வைக்கிறதே இல்ல. வட நாட்டு தொழிலாளிங்கள இங்கேயும் இங்க இருக்கிற தொழிலாளிங்கள வட நாட்டுக்கும் கொண்டு போகுறான். அப்படி அவன் செய்யுறதால உற்பத்திக்கும் எந்த பாதிப்பும் வராது தொழிலாளிங்க ஒண்ணா சேரவும் முடியாது. இந்த உண்மை மக்களுக்கு தெரியாது நாமதான் சொல்லணும்."

"நெலத்துக்கு அதிக விலை கிடைக்கும்னு கம்பெனிய ஆதரிக்கறவங்கள எப்படி பாக்கறது தோழர்." என ஆதிரா கேட்க...

இந்த முறை தோழர் முரளி பதிலளித்தார். “பொருளாதாரம் ஏற்படுத்தியிருக்கிற குடும்ப துன்பத்துல இருந்து மீண்டு வர நிலத்த விக்கணும்னு நெனக்கிறது ஒண்ணும் தப்பு இல்ல. ஆனா அத யாருக்கு விக்கிறோம் என்பது தான் ரொம்ப முக்கியம். வெளிநாட்டுக்காரனுக்கு நம்ம நெலத்த வித்தா ஒரு குடும்பத்தோட கடன் பிரச்சனை தீர்ந்துடும். ஆனா நாம எல்லோரும் அவனுங்களுக்கு அடிமையாகிடுவோம். இது போல நிலத்த இழந்து அந்நியருக்கு அடிமைப்பட்ட தேசம் நிறைய இருக்கு. ஏற்கனவே நம்ம தேசத்துக்கும் அந்த அனுபவமும் இருக்கு.”

“அப்படின்னா வெளிநாட்டுக்காரனுங்கள இங்க அனுமதிக்கிற இந்த அரசத்தானே நாம முதல்ல எதிர்க்கணும் தோழர்.” என வேலன் கேட்க...

“ஆமாம். அதில் எந்தவித சந்தேகமும் இல்ல. அதற்கும் முன்னாடி நாம மக்கள ஒண்ணா அணி திரட்டனும்” என வேம்பு பதிலாளிக்க...

“சாதியக் கடந்து இவங்க எப்படி ஒண்ணா சேருவாங்கன்னு ஒண்ணும் புரியலையே தோழர். கம்பெனிய எதிர்த்து நாங்க ஒண்ணா சேர்ந்து மக்கள்கிட்ட கையெழுத்து வாங்கனதுக்கே ஊர்ப்பெருசுங்க எல்லாம் ஒண்ணா கூடி அது எப்படி காலனி பசங்களோட உங்க பொண்ணு சேர்ந்து கையெழுத்து வாங்கலாம்னு எங்க அப்பாவ வந்து மொறச்சுதுங்க. அந்த மாதிரி ஆளுங்களுக்கு எப்படி புரிய வைக்கறதுன்னு ஒண்ணும் புரியல தோழர்.” என ஆதிரா விரக்தியோடு பேசினார்.

“தோழர் இது இப்போதைய பிரச்சனை இல்லை பல நூறு ஆண்டுகால பிரச்சனை. சாதிய நோய் பல நூறு ஆண்டுகாலமா எல்லோரோடைய மண்டையிலும் ஊறிப் போயிருக்கு. இந்த தேசத்த பிடிச்சிட்டு இருக்கிற இந்த நோயாலதான் நாம தொடர்ச்சியா அந்நியன்களுக்கு அடிமைப்பட்டுக்கிட்டே இருக்கோம். அந்த நோய தொடர் போராட்டங்களாலும் உறுதியான போராட்டங்களாலும் தான் அழிக்க முடியும். அதற்கு பிரச்சாரம் என்பது தான் தொடக்க புள்ளி. நாம செய்யுற பிரச்சாரத்துல அந்நிய மூலதனத்த எதிர்க்கறதோட மட்டுமல்லாம சாதிய ஒழிக்கறத பத்தியும் பேசணும். இந்த தேசத்துல எந்த விஷயத்த பேசினாலும் அது சாதி ஒழிப்போடு தொடர்புடையதா இருக்கும். மற்ற எந்த விஷயத்தைப் பற்றி இப்போதைக்கு பேசலனாலும் பரவாயில்லை ஆனா சாதி விஷயத்த பேசாம இருக்கவே முடியாது தோழர்.” என தோழர் வேம்பு சொல்லி முடித்தார்.

“எல்லா நேரத்திலேயும் சாதி விஷயத்த பற்றி பேசிக்கிட்டு இருப்பது ஒரு வகையில் சலிப்பூட்டும் வேலையா இருக்கு தோழர்.” என மாறன் கூறினார்.

“மூச்சு விட முடியாம இருக்கிற ஒரு மக்கள் கூட்டம் மூச்சு விட முயற்சிப்பது எப்படி தோழர் சலிப்பூட்டும் வேலையா இருக்கும்? சாதி ஒழிப்பு என்பது இந்தியாவின் உண்மையான பாட்டாளி வர்க்கம் மூச்சு விட முயற்சிப்பதை போன்றது. இந்த வர்க்கம் மூச்சுவிட ஆரம்பித்தால் தான் இந்த தேசமே சுதந்திர காற்ற சுவாசிக்க முடியும்.”

“அப்படின்னா முதல்ல நாம செய்ய வேண்டிய வேலையே இந்த வர்க்கத்த மூச்சு விட வைக்கிறது தானே தோழர்.” என ஆதிரா கேட்டார்.

“ஆமாம். சாதி ஒழிப்பு இந்த தேசத்தின் தலையாய கடமை. அதை தனியாகவும் செய்ய வேண்டியிருக்கிறது. மற்றதோடு இணைத்தும் செய்ய வேண்டியிருக்கு. இந்த கிராமத்துல அந்நிய தொழிற்சாலை வரலன்னாலும் சாதி ஒழிப்பு பேச வேண்டியிருக்கு. அந்நிய ஆலை வந்த பின்பும் அதோட சாதி ஒழிப்ப பிரதானமா இணைச்சி பேச வேண்டியிருக்கிறது.” என முரளி கூறினார்.

“சாதி ஒழிப்ப பிரதானப்படுத்தினா ஊர்த்தெரு ஆளுங்க நம்ம கூட வரது கஷ்டமாச்சே” என வேலன் சிறு புன்னகையை சிந்தியவாறே கூறினார்.

“நம்ம கூட வரது அவங்களுக்கு கஷ்டமா இருந்தா அந்நிய தொழிற்சாலையினால அத விட பெரிய கஷ்டத்த அவங்க அனுபவிக்க வேண்டியிருக்கும். இத நான் யூகத்துல சொல்லல. இந்த தேசத்துல நடந்த வரலாற வச்சி சொல்றேன். அந்நியர்கள வெளியேத்தறதுக்கு பேருதான் சுதந்திரம்னா அது சுதந்திரமே கிடையாது. உண்மையான சுதந்திரம் என்பது மண்ணின் மைந்தர்களோட சுதந்திரம் தான். மண்ணின் மைந்தர்கள சேரிக்குள்ள பொதச்சிட்டு,அந்நியர்கள எதிர்த்து சுதந்திரம் பேசுறவங்க உண்மையிலேயே பயங்கர ஆபத்தானவங்க. அந்த ஆபத்தானவங்க இந்த தேசத்துல பெரும்பான்மையா இருக்காங்க. அதனாலத்தான் இங்க ஆபத்தானவங்க எல்லாம் மகாத்மாக்களா அழைக்கப்பட்றாங்க.” என தோழர் வேம்பு கூறியதும் மாறனுக்கு வேம்பின் மீது மரியாதையும் பாசமும் கூடியது.

“அப்படின்னா அந்நிய எதிர்ப்பையும் சாதிய ஒழிப்பையும் இணைச்சே நடத்தணும்னு புரிஞ்சிக்கலாமா தோழர்?” என கருணா கேட்டார்.

“நான் ஏற்கனவே சொன்னது போல பிரச்சனையின் அடிப்படையில இணைச்சு நடத்தலாம் ஆனால் அதையே பொது விதி ஆக்கக் கூடாது. ஏன்னா அந்நிய ஆதிக்கமும் உள்நாட்டு ஆதிக்கமும் சமம் கிடையாது. அப்படி நாம சமப் படுத்திட்டா, சாதிய வாதிகளுக்கு நாம மோசமான தாராளவாதம் கொடுக்குறோம்னு அர்த்தம். உள்நாட்டிலேயே ஒரு குறிப்பிட்ட மக்கள் திரள அந்நிய படுத்துறதுதான் முதல்ல மோசமான விஷயம். அது தான் முதல்ல களையப்பட வேண்டும். அதற்கான செயல் திட்டங்கள் வகுக்கப்பட வேண்டும். சாதியின் பேரால தன்னை

சாலமன் | 181

அந்நிய படுத்துற ஏனைய சமூகங்களோட ஒடுக்கப்பட்ட சமூகம் ஒண்ணா சேர்ந்து வெளிநாட்டு சக்திகள எதிர்க்கணும்னு சொல்றது சுத்த அபத்தம். இல்லனா அது சாதியத்தோட சமரசம் செஞ்சிக்கிட்டதோட வெளிப்பாடு. உங்களுக்கு உதாரணத்தோட சொல்லணும்னா வெள்ளையன் ஆட்சி செஞ்சிக்கிட்டிருந்த காலத்துல ஒரு வெள்ளை அதிகாரி, பிரசவ வேதனையில துடிச்சிக்கிட்டிருந்த ஒரு தாழ்த்தப்பட்ட சமூகப் பெண்ணை அக்ரகாரம் வழியா தன்னுடைய சாரட் வண்டியில ஏத்திக்கிட்டு போனதால அந்த தெரு தீட்டாயிடுச்சாம். அதனால அந்த அக்ரஹார தெருவச் சேர்ந்தவன் அந்த வெள்ளை அதிகாரிய துப்பாக்கியால சுட்டு கொன்னுட்டு தன்னையும் சுட்டுக்கிட்டு செத்துட்டான். அந்த வெள்ளி அதிகாரி இந்த தேசத்த அடிமைபடுத்தி வைச்சிருக்கிறான் என்பது உண்மைதான். அவன விட அந்த அக்ரகாரத்து தெருவச் சேர்ந்தவன் கொடூரமால்ல இருக்கான். அப்ப எப்படி நான் அந்த அக்ரஹாரத்துக்காரனா கூட சேர்ந்து அந்த வெள்ளைக்காரன எதிர்க்க முடியும்?" என தோழர் வேம்பு ஆவேசமாய் பேசினார்.

"இன்னைக்கு எவ்வளவோ காலம் மாறியிருக்கிறது உண்மை தானே தோழர்?" என கருணா கேட்டார்.

"உண்மைதான் இந்த தேசம் வடிவத்தால தன்னை எவ்வளவோ மாத்திக்கிட்டிருக்கு. ஆனா உள்ளடக்கத்துல அது அப்படியேதான் இருக்கு. அல்லது உள்ளடக்கம் கொஞ்சம் தான் மாறியிருக்கு. முதல்ல உள்ளடக்கத்த மாத்தணும். அப்படி செஞ்சா இந்த தேசத்துக்கு வலிமையும் நல்ல வடிவமும் கிடைச்சிடும்." என வேம்பு கூறி தன்னுடைய சட்டை காலரை மீண்டும் உயர்த்திவிட்டுக் கொண்டார்.

"தோழர் இந்த சப்ஜக்ட பத்தி நானும் மாறனும் எவ்வளவோ பேசியிருக்கோம்." என ஆதிரா கூறினார்.

"ஓ அப்படியா! இந்த தேசம் நல்லா இருக்கணும்னு நினைக்கிற இளைஞர்கள் நிச்சயமா இந்த சப்ஜக்ட கடக்காம முடியாது. நீங்க உரையாடியதாலதான் நாம இங்க ஒண்ணா கூடியிருக்கோம். நல்ல உரையாடல் நல்ல செயலுக்கான அடித்தளம். உங்க உரையாடல் மென்மேலும் வளர வாழ்த்துக்கள்." என வேம்பு கூறினார்.

இப்போது வெயில் உச்சியிலிருந்து மேற்குத் திசை நோக்கி பயணிக்கிறது. வயல்வெளிகளை சுற்றித்திரிந்த இரண்டு காக்கைகள் வேப்பமர கிளைகளில் அமர்ந்து தங்களை ஆசுவாசப்படுத்திக் கொள்கின்றன. அவை மரத்தடியில் அமர்ந்திருக்கும் புதிய கூட்டத்தை தங்களின் கரிய விழிகளை உருட்டி உருட்டி பார்க்கிறது. அமிர்தத்தின் மாட்டுக் கறிக் குழம்பு தோழர்களின் நாசியைத் துளைக்கிறது. ஏழுமலை வயல் வேலை முடித்து இன்றைக்கு சீக்கிரமே வந்து விட்டார்.

“வாங்கப்பா வந்து சாப்டுட்டு அப்புறம் பேசுங்கப்பா” என பேசிக் கொண்டிருப்போரை கையில் அறுத்து வந்திருக்கும் வாழை இலையோடு அழைக்கிறார். ஆதிரா, அர்ச்சனா, பிரேம், முரளி, கருணா, வேம்பு ஆகிய ஆறு பேரும் மாறன் வீட்டிற்குள் நெருக்கிக் கொண்டு அமர்கிறார்கள்.

சாப்பாடு பரிமாறுவதற்காக அர்ச்சனாவும் ஆதிராவும் எவ்வளவோ கேட்டும் அமிர்தம் அதை மறுத்து விட்டாள். அமிர்தத்துக்கான உதவிகளை மாறனும் ஏழுமலையுமே செய்துகொண்டிருக்கிறார்கள்.

அமிர்தம் அனைவருக்கும் வாழையிலையை போடுகிறாள். சாப்பாட்டு குண்டானை ஏழுமலை கொண்டு வர அதை அனைவருக்கும் பரிமாறுகிறாள். குழம்பு குண்டானை மாறன் கொண்டு வர அதை அவர்களின் நடுவில் வைத்துவிட்டு யாருக்கு எவ்வளவு தேவையோ ஊத்திக்கிங்க என அமிர்தம் கூறிவிட்டு விலக அனைவரும் குழம்பூற்றி பிசைந்து சாப்பிட ஒவ்வொருவராய் குழம்பு பிரமாதம் என வாயாரப் புகழ்கிறார்கள்.

வீட்டு வாசப்படியில் இதை கேட்டுக் கொண்டிருந்த ஏழுமலை “கொழம்ப அவ வெச்சாலும் வெடியக்காலமே பாய் கடைக்கு போயி மூணாவதா அறுத்த நாட்டு மாட்டுக் கறிய ஒக்காந்திருந்து வாங்கிட்டு வந்தேன். மாட்டுக்கறிக் கொழம்ப பொருத்த வரையில கொழம்பு எவ்வளவு தான் சொவையா வச்சாலும் கறியோட பக்குவம் தான் முக்கியம். கறி நல்லா இருந்தா மொளகாதூள் போடாமக்கூட வேச்சே துண்ணுடலாம். மாட்டுக்கறியத் தவிர வேற எந்த கறியையும் இது போல துண்ண முடியாது.” என தன் மீசையை தடவி விட்டுக் கொண்டார்.

“கறி பிரமாதமா இருக்கு” என தோழர் வேம்பு கூறினார்.

அவரின் புகழ்தலின் இன்பத்தை சுவைக்க பீடியை பற்ற வைத்து புகையை உள்ளுக்கிழுத்துக் கொண்டே வெளியே சென்று, ஆதிரா இவன் வீட்டில் அமர்ந்து சாப்பிடுவது பெருமையாக இருந்தாலும் அந்த ஆதிராவுக்கோ அல்லது ஆதிராவின் அப்பனால் மாறனுக்கு ஏதாவது இதனால் ஆபத்து ஏற்பட்டு விடுமா என அச்சப்பட்டுக் கொண்டே இருந்தார்.

உணவருந்திவிட்டு அனைவரும் வேப்ப மரத்தடியில் வந்து அமர்கிறார்கள். வேப்ப மரக் கிளைகளில் இப்போது ஐந்துக்கும் மேற்பட்ட காக்கைகள் இருந்தன. அவை சிறு சிறகடித்து கிளைகளில் மாறி மாறி அமர்கின்றன. சில காக்கைகளின் இறகுகள் சிலிப்பிக் கொண்டிருப்பதிலிருந்தே அவை ஏதோ நீர் நிலையில் விளையாடி-யிருக்கக் கூடும் என்பது தெரிகிறது.

வேம்பு அவரது பல் இடுக்குகளில் சிக்கியிருக்கும் மாட்டுக் கறித் துணுக்குகளை பூந்துடப்ப குச்சியால் குத்தி சுத்தம் செய்து கொண்டிருந்தார்.

"தோழர் அடுத்து என்ன பண்ணலாமுன்னு பேசுவோம் தோழர்" என ஆதிரா ஆர்வத்தோடு கேட்டார்.

"எந்த ஒரு போராட்டமும் முதலில் பிரச்சார கட்டத்திலிருந்துதான் தொடங்க வேண்டும் தோழர். முதலில் கையெழுத்து பிரச்சாரத்தின் மூலம் அதை நீங்கள் சிறப்பாகவே செய்திருக்கிறீர்கள். மக்களுடைய கையெழுத்து உலக முதலாளிகளையும் அவர்களுக்காக பணி புரியும் ஆட்சியாளர்களையும் அதிகாரிகளையும் அசைக்காது. எப்படி தேர்தலில் நாம் அளிக்கும் வாக்கு இந்த அமைப்பு முறையை மாற்றாதோ அதே போலத்தான் கையெழுத்தும். ஆனால் பிரச்சாரத்திற்காக இதை இரண்டையுமே பயன்படுத்துவதில் தவறில்லை. சில நேரங்களில் அவசியம் பயன்படுத்தவும் வேண்டும். கையெழுத்து பிரச்சாரத்தால் மக்களுடைய கையெழுத்தை காகிதத்தில் மட்டுமே திரட்டினோம். அடுத்து அவர்களின் உணர்வை களத்தில் திரட்ட வேண்டும். அதற்கு அவர்களுக்கு முதலில் விளை நிலங்களில் அமையப் போகும் ஆலையின் தீமைகளைப் பற்றி புரிய வைக்க வேண்டும். துண்டறிக்கை அதற்கு ஒரு நல்ல வடிவம்."

"ஆமாம்... ஆமாம்... அத நான் கம்பெனியிலேயே பார்த்தேன் தோழர்" என ஆதிரா ஆர்வமாக கூறி முடித்ததும் வேம்பு மீண்டும் தொடர்ந்தார்...

"நமக்குத் தெரியாததை மக்கள் சொல்வார்கள் மக்களுக்கு தெரியாத சில அரசியல் தீமைகளை நாம் மக்களுக்கு சொல்வோம். பின்பு அதையெல்லாம் தொகுத்துக் கொண்டு மீண்டும் நாம் மக்களிடம் செல்ல வேண்டும். இதைத்தான் தோழர் மாவோ மக்களிடமிருந்து மக்களுக்கே என்பார். இதை நடைமுறைப்படுத்த நாம் மக்களிடம் ஒவ்வொரு நாளும் திண்ணைப் பிரச்சாரம் செய்ய வேண்டும். மக்களைத் திரட்டி கூட்டங்களை நடத்த வேண்டும். அப்பொழுது நமக்கு ஒரு தெளிவு கிடைக்கும் அதிலிருந்து நாம் அடுத்தக் கட்டத்திற்கு செல்ல வேண்டும். திண்ணைப் பிரச்சாரத்திற்கு விவசாய நிலங்களில் பணி புரிவோரும் விவசாயிகளும் பொருத்தமானவர்கள். மேடை பிரச்சாரத்திற்கு இளைஞர்களும் தொழிலாளர்களும் பொருத்தமானவர்களா இருப்பாங்கன்னு தான் நான் நினைக்கிறேன். இந்த கிராமத்து களம் உங்களுக்கு தான் அதிகமா தெரியும் அதனால நீங்கதான் அத முடிவு செய்யணும்" என வேம்பு கூறியதும்...

"நீங்கள் சொல்வது போல தொழிற்சாலையின் தீமைகளை விளக்கி ஒரு விளக்கக் கூட்டம் நடத்தலாம் தோழர். ஆனால் நாங்கள் யாரும் மேடை பேச்சாளர்கள் இல்லையே தோழர்" என மாறன் கூறியதற்கு...

“கிணத்துக்குள்ள குதிச்ச பிறகு தான் நீச்சல் கத்துக்க முடியுமே தவிர நீச்சல் கத்துக்கிட்டு கிணத்துக்குள்ள குதிக்க முடியாது தோழர்” என வேம்பு கூறினார்.

“தோழர் துண்டறிக்கையை நீங்க எழுதிக் கொடுக்கிறீங்களா?” என மாறன் கேட்டதற்கு...

“நீங்க நல்லாவே அரசியல் பேசறீங்க. உங்களுக்கு அரசியலோட அடிப்படை தெரிஞ்சிருக்கு. உங்களுக்கு எழுதவும் தெரியும். விளை நிலங்களில தொழிற்சாலை அமைக்கிறதனால வர தீமையப் பற்றியும் அதற்கு பின்னாலுள்ள அரசியலை பற்றியும் சொல்றது தான் முக்கியம். நீங்க அத சொல்லுவீங்கன்னு நினைக்கிறேன். தோழர் லெனின் சொன்னத மனசுல வச்சுக்கீங்க. ஒவ்வொரு வார்த்தைக்கு பின்னாலும் ஒரு வர்க்கத்தோட நலன் இருக்கிறதுன்னு சொன்னாரு. வார்த்தைகளில மட்டுமில்ல ஒவ்வொரு செயல்களுக்கு பின்னாலும் ஒரு வர்க்கத்தோட நலன் இருக்கு. இப்ப இந்த தொழிற்சாலை அமைவதற்கு பின்னால எந்த வர்க்கத்தோட நலன் இருக்கிறதுன்னு சொல்லணும். அப்படி சொல்லீட்டா அதுதான் அரசியல் துண்டறிக்கை. விளக்கக் கூட்டம் என்னைக்குன்னு முடிவு செஞ்சிட்டு, அத அறிவிக்கும் விதமாகவே துண்டறிக்கையை வடிவமைக்கலாம்.”

“நிச்சயம் செஞ்சிடலாம் தோழர்” என மாறன் கூற மற்றவர்களும் அது தான் சரி என்பது போல தலையசைத்தார்கள்.

“தோழர் இன்றைக்கே அதுக்கான வேலைகளை தொடங்கிட்றோம். விளக்கக் கூட்டத்திற்கு நீங்க வருவீங்களா?” என ஆதிரா கேட்க...

“அவசியம் கலந்து கொள்கிறேன் தோழர் என வேம்பு பதிலளித்தார்.

“தோழர் கிளம்பலாமா ?” என முரளி கூற அனைவரும் கிளம்புவதற்கு தயாரானார்கள். தோழர்கள் கிளம்பிச் சென்றதை தாய்மையைப் பிரிவதை போல ஆதிரா உணர்ந்தாள். சற்று நேரத்திற்குள்ளாகவே ஆதிராவும் கருணாவும் கிளம்பினார்கள். மற்றவர்களும் கிளம்பினார்கள். மாறன் துண்டறிக்கையை எழுதுவதற்கு தயாரானான்.

தான் எழுதிய துண்டறிக்கையை வாட்சப்பில் ஆதிராவுக்கு மாறன் அனுப்பினான். அந்த துண்டறிக்கையில் இப்படித்தான் எழுதப்பட்டிருந்தது.

“சாதிச் சிறைகளை தகர்த்தெறிவோம்!
நமது கிராமத்தை விழுங்க வரும்
அந்நிய ஆலையை விரட்டியடிப்போம்!
விளக்கப் பொதுக்கூட்டம்.

அன்பிற்குரிய மருதம் கிராம மக்களே...

நமது கிரமத்தை இன்றைக்கு உலக பணக்காரர்கள் விழுங்க நினைக்கிறார்கள். கூவம் ஆற்றின் மடியில் பரந்து விரிந்திருக்கும் நமது பசுமை வயலை சுரண்டி எடுத்து அங்கே காருடைய உதிரி பாகத்தை தயாரிக்கும் வெளிநாட்டு தொழிற்சாலையயை கட்ட அவர்கள் நினைக்கிறார்கள். அவர்கள் இதில் வெற்றியடைந்தால், நமது கிராமத்தின் நிலத்தடி நீரை அவர்கள் உருஞ்சுவார்கள். இதனால் குடிநீருக்கே நாம் மிகவும் சிரமப்பட நேரிடும். தொழிற்சாலை-யிலிருந்து வெளியேறும் புகை நமது காற்றை நச்சாக்கும். இதனால் நாம் பல்வேறு கொடிய நோய்களுக்கு ஆளாக நேரிடும். நிலம் இழந்து, நீர் இழந்து, நல்ல காற்றிழந்த நாம் அடிமைகளாகவும் நோயாளிகளாகவும் மாற்றப்படுவோம்.

மண்ணின் மைந்தர்களைப் பற்றிக் கவலைப்படாத இந்த அரசு அந்நிய ஆலைகள் மூலம் நம்மை அழிக்க நினைக்கிறது. சாதியச் சிறைகளில் மட்டுமே நாம் அடைபட்டு கிடப்போம்;அதனால் நம்மை அழிக்க வரும் அந்நிய ஆலைகளை நாம் எதிர்க்க மாட்டோம் என்ற திமிரில் அவர்கள் நமது கிராமத்தின் நிலத்தில் தொழிற்சாலையை நிறுவ நினைக்கிறார்கள். நாம் கார் தயாரிப்பை எதிர்க்கக் கூடியவர்கள் அல்ல,விவசாயத்தை அழிக்கும் கார் தயாரிப்பைத் தான் நாம் எதிர்க்கிறோம். நம்மிடம் வரி வசூலித்து செயல்படும் இந்த அரசு ஒரு சிறிய கார் தயாரிப்பிற்குக் கூட உலக முதலாளிகளை நம்பியிருக்கிறது. அதனால் நமது கிராமம் இன்றைக்கு அழிவின் நுழைவாயிலில் நிற்கிறது. நமது கிராமத்தில் பல தொழிற்சாலையில் பணிபுரியும் நிறைய தொழிலாளர்கள் இருக்கிறார்கள். அவர்கள் ஒவ்வொருவருக்கும் அந்நிய தொழிற்சாலைகள் நம்மை அடிமையாகத்தான் நடத்தும் என்று நன்கு தெரியும். நமது நிலத்தை,நீரை,காற்றை விழுங்கி நம்மை அடிமைப்படுத்தி,நோய்படுத்தி மரணப்படுக்கையில் தள்ளும் இந்த அந்நிய தொழிற்சாலைகள் நமது தேசத்தில் வர காரணம் 1991 ஆம் ஆண்டு இந்த அரசு உலக வர்த்தகக் கழகம் எனும் உலக முதலாளிகளின் அமைப்போடு செய்து கொண்ட ஒப்பந்தம் தான். அதனால் தான் தனியார்மயம், தாராளமயம்,உலகமயம் என்று உலக முதலாளிகள் நமது கிராமங்களை விழுங்க நினைக்கிறான்கள். நமது கிராமத்தை காக்க வேண்டும் என்றால் உலக முதலாளிகளோடு செய்து கொண்டுள்ள இந்த கொடிய ஒப்பந்தத்தையும் சேர்த்தே நாம் எதிர்க்க வேண்டும். நமது கிராமத்தை காப்பது என்பது நமது தேசத்தை காப்பதாகும். சாதிச் சிறைகளை தகர்த்தெறிந்து நம்மை விழுங்க வரும் அந்நிய ஆலைகளுக்கு எதிராய் ஓரணியில் திரள்வோம்!" கீழே "மருதம் கிராம மக்கள்" என எழுதப்பட்டிருந்தது.

மாறன் எழுதிய துண்டறிக்கையை ஆதிரா அர்ச்சனாவிற்கு அனுப்பினாள் "தோழர் வேம்பு இந்த துண்டறிக்கையைப் பாரட்டினார். விரைவில் விளக்கக் கூட்டத்திற்கான வேலைகளை சிறப்பாக செய்யவும் சொன்னர்" என அர்ச்சனா ஆதிராவுக்கு வாட்சப் அனுப்பினாள்.

கூட்டம் அடுத்த ஞாயிறு என முடிவு செய்யப்பட்டு அந்த செய்தி அனைத்து தோழர்களுக்கும் அனுப்பப்பட்டது. துண்டறிக்கை அச்சடிக்கும் பொறுப்பை பிரேம் ஏற்றுக் கொண்டார். அடுத்த இரண்டு தினங்களுக்குள் துண்டறிக்கை மருதம் கிராமத்திற்கு கொண்டு வந்து சேர்ப்பதாகவும் உறுதிகூறி வாட்சப்பில் அனுப்பியிருந்தார்.

புதன் மாலை வேலையை முடித்து விட்டு மாறனின் வீட்டு வாசலில் ஆதிராவும் கருணாவும் மாறனுடைய நண்பர்களும் துண்டறிக்கைக்காக காத்துக் கொண்டிருந்தார்கள். இரவு கொஞ்சம் கொஞ்சமாக மலர்கிறது. மேகங்களற்ற வானில், நட்சத்திர வனம் ஒளி வீசிக் கொண்டிருக்கிறது. பிரேமினுடைய டூ வீலர் அதிக ஒளி வீசிக் கொண்டு மாறனின் வாசல் பக்கம் வந்து நின்றது. அந்த டூ வீலர் ஒளியில் வாசலில் அமர்ந்திருக்கும் தோழர்களின் முகம் பிரகாசமாய் மின்னியது. டூ வீலரை நிறுத்தி விட்டு பிரேம் துண்டறிக்கை பார்சலோடு தோழர்கள் அருகில் வருகிறார். பிரேமுக்கு ச்சேர் போடப்படுகிறது. ச்சேரில் அமர்ந்த அவர் தான் கொண்டு வந்திருக்கும் துண்டறிக்கை பார்சலை பிரிக்கிறார். ஆதிராவுக்கு ஆர்வம் தாங்க முடியவில்லை. முதன் முதலாக அவள் வினியோகிக்கப் போகும் துண்டறிக்கையை அவள் கைகளில் ஏந்த அதீத ஆர்வத்தோடு காத்திருக்கிறாள். முதல் துண்டறிக்கையை ஆதிராவின் கைகளில் கொடுக்கிறார். ஆதிரா அதை வாங்கி பார்க்கிறாள்.

"சாதிச் சிறைகளை தகர்த்தெறிவோம்!
நமது கிராமத்தை விழுங்க வரும்
அந்நிய ஆலையை விரட்டியடிப்போம்!

என்ற தலைப்பு நீல நிறத்திலும் மற்ற எழுத்துக்கள் சிவப்பு நிறத்திலும் இருக்கின்றன.

"வடிவமைப்பு ரொம்ப அழகாக இருக்கு" என ஆதிரா வாய்விட்டு கூறினாள்.

மாறன் மகிழ்ச்சியும் ஆர்வமும் கலந்த உணர்வில் இருந்தான். அவன் எழுதிய முதல் எழுத்து முதன் முதலில் அச்சாகியிருக்கிறது. அது மக்களின் போரட்டத்திற்கு வித்திடப் போகிறது எனும் பேரானந்தம் மாறனுக்கு. மற்றவர்களும் துண்டறிக்கையை வாங்கிப் படித்தார்கள்.

"தலைப்பே அமர்க்களமாய் இருக்கு" என கூறி கருணா புன்னகைத்தான்.

"இந்த துண்டறிக்கைகள எண்ணீக்கி கொடுக்குறது" என ரமேஷ் கேட்க...

“நாளைக்கே கொடுத்துடுவோம்” என ஆதிரா பட்டென்று பதில் கூறினாள்.

“நாளைக்கு எல்லோரும் லீவு போட முடியுமா?” என மாறன் கேட்க, அனைவரும் ஆம் என தலையசைத்தார்கள்.

“இந்த துண்டறிக்கைய யார் யாரு எங்கெங்க கொடுக்குறது?” என வேலன் கேட்க...

“கலெக்டருக்கு கொடுத்த மனுவுல எப்படி எல்லோரும் ஒண்ணா சேர்ந்து கையெழுத்து வாங்கினோமோ, அது போலத்தான் துண்டறிக்கையையும் கொடுக்கனும்.” என ஆதிரா கூறினார். கையெழுத்து வாங்கும் போது இருந்த தயக்கம் இப்போது மாறனுக்கும் அவனுடைய நண்பர்களுக்கும் இல்லை. மறுப்பேதும் இல்லாமல் ஆதிரா கூறியதற்கு ஒப்புக்கொண்டார்கள்.

துண்டறிக்கையை கொடுத்துவிட்டு அவசரமாக கிளம்புவதாக பிரேம் கூறினார். சாப்பிட்டுவிட்டு கிளம்பும்படி மாறனும் மற்றவர்களும் எவ்வளவோ கூறியும் அவர் தனிப்பட்ட வேலை ஒன்றிற்காக அவசரமாக கிளம்புவதாக கூறி சென்றார். நாளை காலை பத்து மணிக்கு ஊர்த்தெருவிலும் மாலை சேரியிலும் துண்டறிக்கை கொடுப்பதென்றும் அதன் பிறகு சமூக வலைதளங்களில் அதை பரப்புவதென்றும் அனைவரும் சேர்ந்தே முடிவெடுத்தார்கள். ஊர்த்தெருவில் கொடுக்க பாதி துண்டறிக்கைகளை கருணா எடுத்து சென்றான். இரண்டு மூன்று துண்டறிக்கைகளை மட்டும் ஆதிரா எடுத்துக் கொண்டாள். அனைவரும் கலைந்து சென்றார்கள்.

ஆதிராவுக்கு இரவு நெடு நேரம் ஆகியும் உறக்கம் வரவில்லை. நாளை துண்டறிக்கை வினியோகிப்பதில் வரும் சிக்கல்களை பற்றி யோசித்துக் கொண்டிருந்தாள். மாறனோடும் அவனுடைய நண்பர்களோடும் சேர்ந்து கையெழுத்து வாங்கியதற்கே ஊர் பெருசுங்க போர்வையில் உலாவும் சாதிய சாக்கடைகள் வீடு ஏறி வந்தன. நாளைக்கு துண்டறிக்கை கொடுக்கும் போது அந்த சாதிய ஜந்துக்கள் மாறனையும் அவனது நண்பர்களையும் ஏதாவது சொல்லுமா ? அப்படி சொன்னால் அவர்களுக்கு என்ன பதிலடி கொடுக்கலாம் ? என்பதைப் பற்றியெல்லாம் சிந்தித்துக் கொண்டிருந்தாள். கருணாவுக்கும் இதே சிந்தனை இருந்தது. ஆதிராவும் கருணாவும் இது சம்மந்தமாக பேசிக் கொள்ளவில்லை என்றாலும் நாளை வரும் நண்பர்களுக்கு ஏதாவது பிரச்சனை என்றால் அதை உறுதியாக எதிர்த்து அதற்கு தக்க பதிலடி கொடுக்க வேண்டும் என்று மனதிற்குள் நினைத்துக் கொண்டார்கள். அன்றைய இரவின் நெடு நேர யோசனை இவர்களின் உறக்கத்தை விழுங்கியது.

காலை பத்து மணிக்கு ஆதிராவும் கருணாவும் மாறனுக்கும் அவனின் நண்பர்களுக்காகவும் காத்துக் கொண்டிருக்கிறார்கள். அவர்கள் தங்களை நெருங்கி வருவதை ஆதிரா கவனிக்கிறாள். ஆனந்தமடைகிறாள்.

அதே நேரத்தில் ஆள் நடமாட்டம் குறைவாக உள்ள காலை பத்து மணி தெருவை ஆதிரா நோட்டம் விடுகிறாள். ஒரு சில பெண்கள் மட்டுமே வீட்டிற்கு வெளியில் அமர்ந்திருக்கிறார்கள். சாதிய ஜந்துக்கள் அவள் கண்களில் படவில்லை. துண்டறிக்கையோடு அனைவரும் இப்போது ஒரே இடத்தில் நிற்கிறார்கள். இப்போது அவர்களில் ஆறு பேர் இருக்கிறார்கள். அவர்கள் மூன்று மூன்று பேராக தெருவின் இருபுறமும் பிரிந்து துண்டறிக்கையை தருவதென முடிவெடுத்தார்கள். கருணா,ரமேஷ்,ஆகாஷ் வலது புறமும் ஆதிரா மாறன் வேலன் இடது புறமும் துண்டறிக்கையை கொடுக்கத் தொடங்கினார்கள். அனைவரின் கைகளில் துண்டறிக்கை இருந்தாலும் ஆதிராவும் கருணாவுமே துண்டறிக்கையை வினியோகித்தார்கள்.

சென்ற முறை மனுவில் கையெழுத்து வாங்கும் போது இந்த பசங்க யாரு? என கேட்டவர்கள், இந்த முறை இவங்கள்லாம் காலனி பசங்களா? என ஒரு உறுதிப்பாட்டோடு கேட்கிறார்கள். அவர்கள் அப்படி கேட்கும் போதெல்லாம் "இவங்களும் நம்ம ஊரு தான்" என சற்று கோபத்தோடு கூறி, அவர்கள் மீது லேசான கோபப் பார்வையை வீசிவிட்டு ஆதிரா அங்கிருந்து கிளம்பிவிடுவாள். மாறனுக்கோ ஆதிரா இந்த கேள்விக்கெல்லாம் அதிகம் கோபப்பட்டுவிடுவாளோ என அச்சம் இருந்து கொண்டே இருந்தது. இவர்கள் துண்டறிக்கை கொடுத்துக் கொண்டு வரும்பொழுதே இந்த முறை மலர்விழி அனைவருக்கும் மோர் கலக்கி வைத்திருந்தாள். ஆதிராவின் வீடு வந்ததும் அனைவரும் அவளுடைய வீட்டினுள் அமர்கிறார்கள். மலர்விழி கலக்கி வைத்திருந்த மோரை அனைவருக்கும் பரிமாறுகிறாள். தன்னுடைய மகளின் முகத்தைப் பார்க்கிறாள் அது சற்று கோபமாக இருப்பது தெரிகிறது.

"ஏண்டி ஆதிரா பொது விஷயம்னு வந்துட்டா பல பேர் அப்படி இப்படின்னு இருக்கத்தான் செய்வாங்க அதுக்காக கடுவு போட்டா பொரியுற மாதிரியா ஊ மூஞ்ச வச்சிப்ப!" என ஆதிராவின் முகக்குறியை உணர்ந்து கொண்டவளாய் மலர்விழி கேட்டது மாறனுக்கு ஆச்சரியம் தான். நாம் என்ன சொல்ல வேண்டுமென்று நினைத்தோமோ அதை இப்போது ஆதிராவுக்கு மலர்விழி கூறியது மாறனுக்கு மகிழ்ச்சி. சென்ற முறையைப் போலவே மலர்விழி மாறனை உற்றுப் பார்த்துக்கொண்டிருக்கிறாள். மாரிமுத்துவை பார்ப்பது போலவே இருக்கிறது மாலர்விழிக்கு. இப்போது அவர்கள் அவசர அவசரமாக மோரைக் குடித்துவிட்டு மலர்விழியிடமிருந்து விடைபெற்றுக் கொள்கிறார்கள்.

"யம்மா சாயங்காலம் மாறன் வீட்டுப்பக்கம் கொடுக்கணும். அத முடிச்சிட்டு வந்துட்றே"மா. அப்பாக்கிட்ட சொல்லிடு" என ஆதிரா கூறிச் சென்றாள்.

ஊருக்காக உழைக்கும் மகளுடைய செயல்பாடு மலர்விழிக்கு பெருமிதத்தை கொடுத்தாலும் அதே அளவிற்கு அச்சத்தையும் கொடுத்தது. அச்சமும் பெருமிதமும் கலந்த உணர்வோடே மலர்விழி துண்டறிக்கை கொடுத்துக்கொண்டிருக்கும் மகளை வாசலில் நின்றபடியே உற்றுப் பார்த்துக்கொண்டிருந்தாள்.

அனைத்து வீடுகளுக்கும் துண்டறிக்கைகளை கொடுத்து முடித்துவிட்டு. அனைவரும் மாறன் வீட்டிற்கு கிளம்பினார்கள். அமிர்தம் வேலைக்கு சென்றிருப்பதால் பக்கத்து டவுனில் உள்ள ஓட்டலில் உணவு பார்சல் வாங்கி வந்து ஆறு பேரும் உணவருந்தினார்கள். சற்று அலைச்சலாக இருப்பதாக மாறனும் கருணாவும் வீட்டிற்குள் சற்று நேரம் உறங்கினர்கள். ஆதிராவும் மற்றவர்களும் மரத்தடியில் அமர்ந்து கொண்டு பேசிக் கொண்டிருந்தார்கள்.

மாலை நேரம் ஆயிற்று. வயல்களின் சேறுகளில் புதைந்து, வரப்புகளில் சறுக்கி, கரம்புகளில் சுற்றித் திரிந்த பாதங்கள் சேரித் தெருக்களில் ஒளி எழுப்பின. சேரியர்கள் கிசுகிசுவென பேசிக்கொண்டு வருபவர்கள் அல்ல. அவர்கள் தெருவுக்குள் நுழையும் போதே கலகலப்பொலி சேரியை சூழ்ந்து கொள்ளும். வயல் வேலைக்கு சென்று வரும் பெண்களின் முந்தானை மடி கனமாய் கீழே தொங்கும். அதில் அன்றைய தின குழம்புக்கான பொருட்களும் குழந்தைகளுக்கு தேவையான உணவுப் பண்டங்களும் இருக்கும். சிலர் மாட்டு மந்தைகளையும் ஆட்டு மந்தைகளையும் ஓட்டிக்கொண்டு வருகிறார்கள். மாலை நேரப் பொழுது உழைப்போர் வாசனையை சூடிக் கொள்கிறது. ஆதிராவுக்கு மாலை நேர சேரியை பார்ப்பது ஒரு புதுவித அனுபவமாக இருந்தது. மாலை நேர சேரித்தெரு ஆனந்த அழகாய் இயங்குவதை இப்பொழுதுதான் அருகில் இருந்து ரசித்துப் பார்க்கிறாள். சேரி என்றால் சேர்ந்து வாழ்வது என்பதை இப்பொழுது தான் அவள் மிக அருகில் உணர்கிறாள். "சேர்ந்து வாழ்வது தான் வாழ்வின் சொக" என அவள் தன் மனதிற்குள்ளேயே கூறிக்கொள்கிறாள். மாறனும் கருணாவும் உறக்கம் கலைந்து எழுந்து வர மீண்டும் துண்டறிக்கைகளை கொடுப்பதற்கு அனைவரும் தயாரானார்கள். இவர்களோடு இந்த பகுதி பத்திற்கும் மேற்பட்ட சிறுசுகள் ஒட்டிக்கொண்டார்கள். துண்டறிக்கையை கொடுக்கும் வேலையைக் கூட அந்த சிறுசுகளே பார்த்தார்கள். அனைவருக்கும் துண்டறிக்கை கொடுத்து முடித்தாயிற்று. இரவு பகலை விழுங்கி நிலவொளியில் அசைபோட்டுக் கொண்டிருந்தது. ஆதிராவும் கருணாவும் சேரியிடமிருந்து விடைபெற்றுச் சென்றார்கள்.

***

15

"சண்முகம் மோலியாரு உன்ன மோட்டு கழனிப்பக்கம் உன்ன வரச் சொன்னருடா" என வயக்காட்டில் வேலை முடித்து ஏழுமலையும் சாமுவேலும் வரும் வழியில் மேலாண்ட தெரு சாரங்கன் சொன்னான்.

"என்னடா ஏழுமல, கொலகாரப் பய்யன் இந்த நேரத்துல மோட்டுக் கழனிப்பக்கம் உன்ன கூப்புட்றான். அவன் பொண்ணு கூட நம்ம மாறன் பழகக் கூடாதுன்னு உன்ன மிரட்றதுக்காக இருக்குமோ?" என சாமுவேல் கூறினார்.

"கண்டிப்பாக அந்த கொலகாரன் அதுக்குத்தான் என்ன கூப்பிடுவான். இந்த முறை அவனை நான் சும்மா விட்றதா இல்ல. என் பையன் மாறனுக்காக அவனை வெட்டிட்டு ஜெயிலுக்கு போறதுக்குக் கூட நான் தயாராத்தான் இருக்கேன்."

"எதுவும் இல்லாம ஒண்டியா போயி மாட்டிக்காதடா. இங்கேயே இரு நானும் வர்ரேன். " என கூறி சென்ற சாமுவேல் கொஞ்ச நேரத்திலேயே மீண்டும் திரும்பினார். இப்போது அவன் கையில் இரண்டு வெட்டு கத்திகள் இருந்தன. அவை நன்றாக சானா பிடிக்கப்பட்டிருந்தது. ஆளுக்கொரு வெட்டுக் கத்தியை இருவரும் இடுப்பில் செருகிக் கொண்டார்கள். இரவு அடர்த்தியாய் இல்லாதபடிக்கு நிலவொலி நிலமெங்கும் பரவியிருக்கிறது. அதில் சற்று தூரத்து ஆட்கள் கூட நிழலாய் தெரிகிறார்கள். இவர்கள் இருவரும் மோட்டுக் கழனியை நெருங்குகிறார்கள்.

மோட்டுக் கழனியில் இருக்கும் புங்க மரத்தின் அடியில் உள்ள கட்டில் மேல் சண்முகம் அமர்ந்து கொண்டிருக்கிறான். இவர்கள் இருவரும் அவனருகில் போயி நிற்கிறார்கள். உட்காரு ஏழுமல என கூறிவிட்டு சாமுவேலை கொஞ்சம் நேரம் உற்றுப் பார்த்து விட்டு நீயும் உட்காரு சாமுவேலு. என சற்று அமைதி காத்து தன்னை உட்கார சொன்னது. சாமுவேலுக்கு மேலும் சந்தேகத்தை ஏற்படுத்தியது. 'என்னை இங்க எதிர்பார்த்திருக்க மாட்டா இந்த கொலகார படுபாவி அதுதா தயங்கி தயங்கி உட்கார சொல்றான்.' என தன் மனதிற்குள்ளேயே சாமுவேல் நினைத்துக் கொண்டு, அந்த கட்டாந்தரையில் ஏழுமலைக்கு அருகிலேயே அமர்ந்தார். இடுப்பில் செருகியிருக்கும் தன்னுடைய கத்தியை சரி

பார்த்துக் கொண்டார். ஏழுமலையும் மிகவும் ஜாக்கிரதையாகவே உட்கார்ந்திருக்கிறார்.

“நாம வெதச்ச எந்த வினையும் வெளையாம போகாதுன்னு நான் என் வாழ்க்கையில ஒணர்ந்துட்டே ஏழுமல” என சண்முகம் கூற, ஏழுமலையும் சாமுவேலும் ஒருத்தரை ஒருத்தர் பார்த்துக் கொண்டார்கள். இவன் எதற்காகவோ நடிக்கிறான் என்பதாகவே முதலில் இருவரும் கருதினார்கள். சண்முகம் மேலும் தொடர்ந்தான்...

“எந்த விஷயத்த இந்த ஊர் கிட்ட இருந்து நான் மறைச்சேனோ, அந்த விஷயமே நாளுக்கு நாள் என்ன கொன்னுக்கிட்டிருக்கு. குற்ற உணர்ச்சியோட வாழுறது குத்துயிரும் கொலை உயிருமா வாழுறதுக்கு சமம். சில விஷயங்கள மறச்சி வாழுரது சொகமானது. ஆனா செஞ்ச தப்ப மறைச்சி வாழுறது கொடுமையானது. அதுலேயும் மன்னிக்க முடியாத குற்றத்த மறச்சி வாழுறது கொடுமையிலும் கொடுமை. நாம செஞ்ச குற்றத்த ஊர் ஜனத்துக்கிட்ட இருந்து மறச்சிடலாம். ஆனா மனசாட்சிக்கிட்ட இருந்து மறைக்கவே முடியாது. ஒவ்வொரு நாளும் அது நம்மள கொன்னுக்கிட்டே இருக்கும். பல வருசத்துக்கு முன்னால இதே இடத்துலதான் என் மனசாட்சிய கொன்னு, ஒரு அப்பாவி உயிர பலி வாங்கினேன். ஆனா நம்ம மனசாட்சிய நாம கொல்ல முடியாது அது தான் நம்மள சித்திரவத பண்ணி கொல்லும்னு ஏ அனுபவுத்துல நான் புரிஞ்சிக்கன. ஒத்தப் பொண்ண பெத்து வச்சிறுக்கேன். அவ ஊருக்காக பேசறப்ப, நான் செஞ்ச குற்றத்த மறச்சி அந்த பால்மனசுக்காரி முன்னாடி என்னால நிக்க முடியல. அதனாலதான் ஒரு முடிவு பண்ணே. என் மனசாட்சி என்ன கொல்லாம இருக்கணும்னா ஒன்னு குற்றத்த ஒப்புக்கணும். இல்லன்னா செத்து போகணும். என் பொண்ணுக்காக இன்னும் கொஞ்சம் நாள் உயிர் வாழணும்னு ஆசையா இருக்கு. அவ விருப்பப்பட்ட வாழ்க்கைய சாதி, மதம் பாக்காம நிறவேத்தணும்னு நெனைக்கிறேன். ஒவ்வொரு நாளும் மனசாட்சிக்கிட்ட செத்து போறத விட உங்கிட்ட உண்மைய ஒத்துக்கிட்டு உங்கையால செத்து போறது எவ்வளவோ மேலுன்னு தான் உன்ன இங்க வர சொன்னேன். என சண்முகம் அவன் இடுப்பில் மறைத்து வைத்திருந்த கத்தியை வெளியே எடுத்தான். அவன் கத்தியை வெளியே எடுப்பதை கவனித்த ஏழுமலையும் சாமுவேலும் கத்தியை வெளியே எடுத்தனர். இதை பார்த்த சண்முகம் “இந்த கொலகார பாவிய நீங்க நம்பாம இருக்கிறதும் ஞாயம் தான்” என தன்னுடைய வெட்டு கத்தியை ஏழுமலையின் காலடியில் வீசிவிட்டு. “உனக்குன்னு இருந்த ஒத்த ரத்த பந்தத்த அழிச்ச எனக்கு என்ன தண்டனை வேணும்னாலும் நீ கொடுக்கலாம்.”

கட்டிலில் இருந்து கட்டாந்தரையில் ஏழுமலையின் அருகில் தலையை தொங்க விட்டவாறு அமர்ந்தான். சாமுவேலும் ஏழுமலையும் மீண்டும் ஒருவரை ஒருவர் பார்த்துக் கொண்டார்கள்.

"என் தம்பிய நீங்க கொன்னதுக்கு ஞாயமா உங்கள கொன்னு உங்க ரத்தத்த குடிச்சிருக்கணும். ஆனா தினம் தினம் உங்க மனசாட்சியே உங்க உசுர குடிக்கிறதா சொல்றீங்க. அந்த தண்டனைய நான் மட்டுமில்ல இந்த அரசாங்கம் நெனச்சாக்கூட கொடுக்க முடியாது. திருந்துற வரைக்கும் தான் ஒருத்தன் குற்றவாளி. திருந்திட்டான்னா அவன் மனுஷன். மனுஷனுக்குதான் அவனோடைய மனசாட்சி வழிநடத்தும். நீங்க என் தம்பிய கொன்னாலும் அவன் தான் உங்கள மனுஷனா மாத்தியிருக்கான். மனுஷனா மாறினவன கொன்னு நானும் இன்னொரு கொலகாரனா மாற வேணாம். நாங்க கிளம்புறோம்னு" தோளில் கிடந்த துண்டை உதறி தோளில் போட்டுக்கொண்டு தரையில் இருந்து எழுந்து சண்முகத்தின் முகம் பார்க்காமலேயே ஏழுமலை சென்றார். அவரை பின் தொடர்ந்து சாமுவேலும் சென்றார். அவர்கள் செல்வது நிலவொளியில் தெரிந்தது.

ஏழுமலை பேசிச் சென்றது மாரிமுத்து பேசிச் செல்வது போல இருந்தது சண்முகத்திற்கு. அவன் அவர்கள் செல்வதைப் பார்த்துக் கொண்டே இருந்தான். மன அழுக்குகளை கழுவிக்கொண்டு அவனுடைய இரு கண்களிலும் கண்ணீர் முட்டி நின்றது. கண்ணீரினூடே அவர்கள் போவதை பார்த்துக் கொண்டே இருந்தான். அது மாரிமுத்து போவது போல இருந்தது. கண்களில் திரண்ட கண்ணீர் கன்னத்தில் வழுக்கிக் கொண்டு அந்த கட்டாந்தரையில் விழுந்தது. அவர்கள் அந்த இடத்தை விட்டு மறைந்தார்கள்.

* * *

16

இரவு நேர நிசப்தம் எங்கும் பரவியிருக்கிறது. வரப்போரங்களில் தவளைகள் கத்தும் சப்தம் வீடு வரை கேட்கிறது. சண்முகம் பேசியதை பற்றியும் தன்னுடைய தம்பி மாரிமுத்துவைப் பற்றியும் ஏழுமலை நீண்ட நேரம் நினைத்துக் கொண்டிருந்தார். இப்பொழுதுதான் சோகத்தையும் மீறி உறக்கம் அவரின் மீது படர்ந்தது. தெரு நாய்கள் குரைக்கின்றன. பூட்ஸ் சப்தம் மாறனின் வீட்டை நெருங்குகிறது. அப்பொழுது தான் உறங்கச் சென்ற ஏழுமலை அதை கவனிக்காது உறங்குகிறார்.

“யோவ் யாருய்யா எழுந்துருய்யா” என தடித்த குரலில் யாரோ ஒருவர் கொம்பால் தன்னை எழுப்புவது போல நினைத்த ஏழுமலை அரை உறக்கத்தில் எழுந்து பார்த்தால், நான்கைந்து போலீஸ்காரர்கள் கைகளில் லட்டியோடு நின்று கொண்டிருக்கிறார்கள். அதில் காவல் ஆய்வாளன் ஒருவன் இடுப்பு பெல்டில் துப்பாக்கியை மாட்டி-யிருக்கிறான். பதறியடித்த ஏழுமலை எழுந்து நின்று “என்ன சார் எதுக்கு வந்திரிக்கீங்க” என கேட்க…

“டேய் உன் பேரு என்னாடா?” என மிரட்டல் தொனியில் ஒரு போலிஸ்காரன் கேட்டார்.

“எம் பேரு ஏழுமலை”என கூற…

“உன் பையன் பேரு தான் மாறனா?” என போலிஸ்காரன் கேட்டார்.

ஏழுமலை பதில் சொல்லாமல் அமைதியாய் இருந்தார். இரண்டு போலீஸ்காரன்கள் பூட்ஸ் கால்களோடு உள்ளே நுழைந்து மாறனை எழுப்பி வெளியே இழுத்து வந்தார்கள். மாறன் அருகில் உறங்கிக் கொண்டிருந்த அமிர்தமும் பதறியடித்தபடி எழுந்து “எம்புள்ளைய எதுக்கு புடிச்சிட்டு போறீங்க” என தாய்ப் பாசத்தில் சத்தமாக பதறிக் கொண்டே கேட்டாள்.

கம்பெனியை எதிர்த்து நோட்டீஸ் கொடுத்ததுக்காகத்தான் போலீஸ் வந்திருக்கு என மாறனுக்கு எல்லாம் புரிந்துவிட்டது. ஆனாலும் மாறனை விடாமல் அமிர்தம் பிடித்துக் கொண்டாள். போலீஸ்காரன்கள் பலவந்தமாகவே மாறனை இழுத்து சென்றார்கள்.

“ஐயய்யோ ஏம் புள்ளையை புடிச்சிக்கிட்டு போறாங்களே” என அமிர்தம் ஒப்பாரி வைத்து ஊரை கூட்ட ஆரம்பித்தாள்.

இந்த ஒப்பாரிதான் சொந்தபந்தத்தை உடனடியாக அழைக்க அவளுக்கு தெரிந்த பிரச்சார மொழி. அக்கம்பக்கத்து வீட்டுக்காரர்கள், தெருவில் நின்றிருக்கும் போலீஸ் வேனை சூழ்ந்து கொண்டார்கள். மாறனை வேனில் ஏற்ற விடாமல் மக்கள் மறித்து நிற்கிறார்கள். வேலனையும் போலீஸ்காரன்கள் இழுத்து வருகிறார்கள். வேலனுடைய பெற்றோர்களும் வேலனுடைய அக்கம்பக்கத்து வீட்டுக்காரர்களும் வருகிறார்கள். அவர்களும் போலீஸை எதிர்த்து கூச்சலிட்டவாறு வருகிறார்கள். குமாரி, மலரு, சரசு மூவரும் வேனின் பின் கதவை திறக்க விடாமல் மறிக்கிறார்கள். இதனால் மாறனையும் வேலனையும் எவ்வளவோ ஏற்ற முயற்சித்தும் முடியவில்லை. அதனால் போலீஸ் மிருகங்கள் சரசு, குமாரி, மலர் ஆகிய மூவரையும் இன்னும் சிலரையும் லத்தியால் அடித்து தூரத் தள்ளினார்கள். இதில் குமாரி கிழவிக்கு காலில் பலத்த அடி. மலருக்கு வலது தோள்பட்டை லட்டி பட்டு வீங்கியது. போலீஸ் காட்டுமிராண்டிகள் அடிக்கும் போது லட்டியை பிடித்ததனால் சரசுவுக்கு வலது கையின் உள்ளங்கை சிவந்து வீங்கியிருந்தது. மக்கள் மீது தடியடி நடத்தி மாறனையும் வேலனையும் வேனில் ஏற்றுகிறார்கள் போலீஸ்காரர்கள். இவர்கள் ஏறியவுடனேயே வேன் வேகமாக புறப்படுகிறது. கொஞ்சம் நேரத்தில் வேனின் உள்ளே இருக்கும் லைட் போடப்படுகிறது. அந்த லைட் வெளிச்சத்தில் தான் கருணா அமர்ந்திருப்பது தெரிகிறது. கருணாவின் கன்னம் வீங்கியிருக்கிறது.

“என்ன ஆச்சு கருணா?” என மாறன் கேட்டார்.

“ஏன்? எதுக்குன்னு கேட்டேன், கன்னத்தை வீங்க வச்சிட்டாங்க.” எனக் கூறி சிரித்தான். அந்த சிரிப்பு மாறனையும் வேலனையும் தொற்றிக் கொண்டது. இவர்களுடன் நான்கைந்து போலீஸ்காரன்கள் அமர்ந்திருக்கிறார்கள்.

“ஆதிரா வீட்டுக்கு போனாங்களா?” என மாறன் கருணா காதில் கிசுகிசுக்க...

“இல்ல மாறா. போகல. கம்பெனிகாரங்க ஆதிரா மேல கம்ப்லைண்ட் கொடுக்கலையாம். நம்ம மூணு பேரு மேல தான் கம்ப்லைண்ட் கொடுத்திருக்கானாம் என போலீஸ்காரங்க பேசிக்கிட்டாங்க.”

“அதுவும் ஒரு வகையில நல்லது தான்.” என்றான் மாறன்.

வேன் நேரே சிலையூர் காவல் நிலையத்திர்கு செல்கிறது. சிலையூரின் காவல் நிலையத்தின் கட்டிடம் புதியதாக கட்டப்பட்டிருக்கிறது.

சூசை இறப்பின் போது இருந்த அதே வடிவமைப்புதான் புதிய கட்டிடத்திற்கும். காவல் நிலையத்தினுள் தனியாக இருக்கும் ஒரு இருட்டு சிறையில் மூவரும் அடைக்கப்படுகிறார்கள். அந்த அறையினுள்ளே முடை நாற்றம் அடிக்கிறது. கொசு கடித்துக் கொண்டே இருக்கிறது.

பொழுது விடிந்த உடனேயே மருதம் கிராமத்தின் சேரி மக்களில் பெரும்பான்மையானோர் காவல் நிலையத்தின் வளாகத்தில் உள்ள வேப்ப மரத்தடியில் அமர்ந்திருக்கிறார்கள். சாமுவேலும் ஏழுமலையும் கூட அமர்ந்திருக்கிறார்கள். கருணாவினுடைய அப்பா வந்திருக்கிறார். சேரி மக்களோடு சேர்ந்து ஒன்றாக இருப்பது கருணாவின் அப்பாவிற்கு இதுவே முதல் முறை. தன் மகன் எப்படியாவது வெளியே வந்துவிட வேண்டும் என்ற பரிதவிப்பு அவரின் முகத்தில் தெரிகிறது.

சூசையின் மரணத்திற்கு நீதி கேட்டு இவர்கள் காவல் நிலையத்தில் வந்தபோது காவல் நிலையத்தின் ஓரத்தில் பறிமுதல் செய்யப்பட்ட சைக்கிள்கள் நிறுத்தி வைக்கப்பட்டிருந்தன. இப்பொழுதோ ஏராளமான பைக்குகள் நிறுத்தி வைக்கப்பட்டிருக்கின்றன. சூசையின் மரணத்தின் போது வந்திருந்த சாமுவேலுக்கு ஒருவித அச்சம் இருந்தது. ஆனால் இப்பொழுது சாமுவேலுக்கு அந்த அச்சம் இல்லை. காவல் நிலைய வளாகத்தில் கூட அமிர்தம் முணுமுணுப்பு ஒப்பாரி வைத்துக் கொண்டிருந்தாள்.

"அய்யய்யோ அய்யய்யோ... ஏம்புள்ளையை அடிச்சாங்களோ மிதிச்சாங்களோ... இந்த போலீஸ்காரனுங்க கையில மிதிபட்டு சாகவா ஏம் புள்ளைய கறியும் சோறும் போட்டு வளர்த்தேன்."

"ஏம்மா அமிர்தம் கொஞ்சம் நேரம் ஒப்பாரி வைக்காமா சொம்மா இரும்மா. உன்னோட புள்ள திரிடிட்டா இங்க வந்திருக்கான். ஊரு நல்லா இருக்கணும்னுதானே இங்க வந்திருக்கான். நாங்கள்ளாம் இருக்கோம் கவலப்படாம இரும்மா." என சாமுவேல் கூறி முடித்ததும் காவல் நிலைய வளாகத்தில் ஆதிரா, பிரேம், அர்ச்சனா ஆகியோர் வந்தனர். இவர்களைக் கண்டதும் கிராமத்து மக்கள் இவர்களைச் சூழ்ந்துகொண்டு நின்றனர்.

"அதெல்லாம் ஒண்ணும் இல்லம்மா. யாரும் கவலப்படாதீங்க. நாங்க உள்ள போயி விசாரிச்சிட்டு வாரோம்" என பிரேம் கூறி ஆதிரா அர்ச்சனாவோடு காவல் நிலையத்திற்குள் சென்றான். சாமுவேலும் இவர்களோடு செல்ல வேண்டும் என்று தான் விரும்பினான் ஆனால் இதே காவல் நிலையத்தில் நடந்த கடந்த கால கசப்பான நினைவு இன்னும் அவனுடைய மனதில் ஒட்டிக் கொண்டுதான் இருந்தது. காவல் நிலையத்தின் இடது பக்கம் உள்ள அறையில் காவல் ஆய்வாளர்

அமர்ந்திருந்தார். இரவு கைது செய்யப்பட்ட போதும் இதே காவல் ஆய்வாளரே வந்திருந்தார். அவருக்கு முன்னால் உள்ள பெஞ்ச்சில் மூவரும் அமர்ந்தார்கள்.

"என்ன சார் பிரச்சனை எதுக்கு சார் அந்த மூணு பேரையும் கைது செஞ்சிட்டு வந்திருக்கீங்க?" என பிரேம் கேட்க...

"இந்த நாட்டோட வளர்ச்சிக்கு உதவுற வெளிநாட்டு கம்பெனி கட்டுறத தடுக்கறதுக்கு, மக்கள தூண்டி விட பிட் நோட்டீஸ் கொடுத்ததா உங்க ஊர் கிராம அலுவலர் தான் புகாரே கொடுத்திருக்காரு."

"முப்போகமும் வெளையுற வயல அழிச்சி கம்பெனி கட்டக் கூடாதுன்னு, மக்கள் எல்லோரும் கையெழுத்து போட்டு, முறையா கலக்டர்கிட்டையும் மக்கள் பெட்டிஷன் கொடுத்திருக்காங்களே சார்." என ஆதிரா கேட்டாள்.

"அதெல்லாம் எனக்கு தெரியாதும்மா. அவங்க மேல புகார் வந்தது நடவடிக்கை எடுத்திருக்கோம்." என அந்த காவல் ஆய்வாளர் ஒரு பழக்கப்பட்ட இயந்திரத்தை போல பதில் சொல்லிக் கொண்டிருந்தார்.

அவரிடம் பேசி இனி பயனில்லை என தெரிந்து கொண்ட பிரேம் "சார் அவங்கள எப்ப ரிமாண்ட் பண்ண போறீங்க?" என கேட்டார்.

"அதெல்லாம் இன்னும் கொஞ்சம் நேரத்திலேயே பண்ணிடுவோம்" என ஆய்வாளர் கூறினார்.

"நீங்க அரஸ்ட் பண்ணி வச்சிருக்க அந்த மூணு பேரையும் நாங்க பாக்கலாமா?" என ஆதிரா கேட்டார்.

நீண்ட யோசிப்பிற்கு பிறகு "சீக்கிரம் பார்த்துட்டு போயிடணும்" என ஆய்வாளர் கூறினார்.

செல்லில் அடைக்கப்பட்டிருந்த மாறன், கருணா வேலன் ஆகிய மூவரும் திறந்து விடப்பட்டு காவல் நிலையத்தில் உள்ள நடு அறையில் உள்ள நாற்காலியில் வந்து அமர்கிறார்கள். ஆதிரா அந்த மூவரையும் பார்க்கிறாள். இவர்களை இந்த பிசாசுகள் என்ன செய்யுமோ? ஏது செய்யுமோ? என இதுவரையில் இல்லாத ஓர் அச்ச உணர்வு அவளை தொற்றிக் கொள்கிறது. ஆதிராவின் உணர்வை புரிந்து கொண்ட மாறன் "மக்களுக்காக போராடினா இது போல அடக்குமுறைகள் வரத்தானே செய்யும்னு நமக்கு தான் தெரியுமே ஆதிரா அப்புறம் ஏன் தேவையில்லாம கவலபட்ற" என்றாள்.

"நாளைக்கு மறு நாள் நாம நடத்தயிருந்த கூட்டத்த நடத்த விடாம செஞ்சிட்டாங்களே மாறா. அத நினைச்சாதான் இன்னும் கவலையா இருக்கு."

“நாங்க இல்லன்னாலும் கூட்டம் நாம நினைச்சா போல நடக்கணும் ஆதிரா. நாங்க இல்லாட்டி என்ன ரமேஷும் ஆகாஷும் இருக்காங்களே. அவங்க உனக்கு எல்லா வகையிலும் உதவியா இருப்பாங்க. மக்களும் நமக்கு ஆதரவாத்தான் இருக்காங்க. நம்ம தோழர்களும் இருக்காங்க இதுக்கு மேல வேற என்ன வேணும். இந்த சின்ன விஷயத்துக்கே நாம தயங்கினா வெளிநாட்டுக்கார நம்ம ஊர்ல இருக்குற புல்லு பூண்டுக்கூட அழிச்சிட்டு போயிடுவான். வேற எதையும் விட நமக்கு அது மட்டும் தான் ஆதிரா முக்கியமா தெரியணும்.” என மாறன் கூறியதை கேட்ட ஆதிரா அச்ச உணர்விலிருந்து மீண்டாள்.

“சரி கிளம்புங்க கிளம்புங்க” என ஒரு காவலர் உத்தரவு தொனியில் கூறினார்.

பார்க்கச் சென்ற மூவரும் வெளியே வந்தனர். வெளியே இவர்களுக்காக மருதம் கிராமத்து மக்கள் காத்துக் கொண்டிருந்தனர். “என்னம்மா ஆச்சு?” என ஏழுமலை கேட்டார்.

“உள்ள இருக்கிற மூணு பேரும் இந்த நாட்டோட வளர்ச்சிய தடுத்து நிறுத்த மக்கள தூண்டி விட்டதா வழக்கு போட்டிருக்காங்க. இன்னைக்கே அவங்கள மத்திய சிறையில அடைச்சிடுவாங்க. நாம கூடிய சீக்கரமே ஒரு வக்கீல வச்சி அவங்கள ஜாமின்ல கொண்டு வந்துடலாம்பா” என்றாள் ஆதிரா.

அப்பா முறை வச்சி அனைவரின் முன்பாகவும் ஆதிரா அழைத்தது ஏழுமலைக்கு மகிழ்ச்சியாக இருந்தாலும், தன் மகன் ஜெயிலுக்கு போகப்போவது அவருக்கு அச்சத்தை ஏற்படுத்தியது. ஆதிராவின் பேச்சைக் கேட்ட அமிர்தத்தின் முணுமுணு ஒப்பாரி முன்னைவிட அதிகமானது. இவர்கள் பேசிக் கொண்டிருக்கும் போதே நேற்று இரவு கைது செய்வதற்காக கொண்டு வரப்பட்ட வேன் மீண்டும் காவல் நிலைய வளாகத்தில் வந்து நின்றது. அந்த வேன் மீண்டும் எதற்காக இங்கே வந்து நிற்கிறது என அனைவரும் சந்தேகக் கண் கொண்டு பார்த்தார்கள். நான்கைந்து போலீஸ்காரர்கள் அந்த வேனின் அருகில் வந்து நின்றார்கள். இன்னும் நான்கைந்து போலீஸ்காரர்கள் மருதம் மக்களின் அருகில் கையில் லத்தியோடு வந்து நின்றார்கள். ஏதோ நடக்கப்போகிறது என்ற எதிர்பார்ப்பு அனைவரின் கண்களிலும் தெரிந்தது. சற்று நேரத்தில் மாறன், வேலன், கருணா ஆகியோரை சில போலீஸ்காரர்கள் சூழ்ந்து கொண்டு அழைத்து வருகிறார்கள். மீண்டும் அமிர்தம் ஒப்பாரி வைக்க ஆரம்பித்துவிட்டாள். இன்னும் சில பெண்களும் கிழவிகளும் கத்த ஆரம்பித்தார்கள். அவர்கள் மூவரையும் காவலர்கள் வேகமாக வேனில் ஏற்றினார்கள். வேனை நோக்கி ஓடி வந்த சில பேரை அங்கு நின்றிருந்த காவலர்கள் தடுத்து நிறுத்தினார்கள்.

அந்த மூவரையும் ஏற்றிக்கொண்டு வேன் வேகமாக காவல் நிலைய வளாகத்தை விட்டு வெளியே சென்றது.

"நாம நடத்தயிருந்த கூட்டத்த நடத்த கூடாதுன்னு தான் அந்த மூணு பேரையும் போலீஸ் அரஸ்ட் பண்ணியிருக்கு. ஆனா என்ன நடந்தாலும் கூட்டம் கண்டிப்பா நடக்கணும்னு மாறன் சொல்லியிருக்கிறார். அதனால அடுத்து அந்த வேலைய பார்ப்போம். அவங்கள பெயில் எடுக்க பேசியாச்சி, அந்த வேலையும் நடந்துட்டு இருக்கு. இப்ப நீங்க எல்லோரும் பத்திரமா வீடு போயி சேருங்க. பெரும்பான்மையானோர் டூ வீலர்களில் வந்திருந்தார்கள். டூ வீலர் இல்லாதவர்கள் வாடகை ஆட்டோ கொண்டு வந்து ஏற்றப்பட்டார்கள். சிறிது நேரத்தில் காவல் நிலைய வளாகம் வெற்றிடமாய் காட்சியளித்தது. அந்த வேப்ப மரம் மருதம் கிராமத்து மக்களின் துயரம் சொல்லும் சாட்சியாய் நின்றது. அதன் கிளைகளும் இலைகளும் காற்றின் அசைவில் வரலாற்றை அசை போடுகிறது.

போலீஸ்காரர்கள் மாறன், கருணா, வேலனை குற்றவியல் நடுவர் முன் நிறுத்தினர். இந்த மூவரின் உருவத்தைக் கூட நிமிர்ந்து பார்க்காத குற்றவியல் நடுவர், கிளர்க் கொடுத்த ஆவணங்களை மட்டுமே பார்த்து பதினைந்து நாள் ரிமாண்ட் என கிளர்க்கிடம் கிசுகிசுக்க, கிளர்க் சப்தமாக "பதினஞ்சி நாள் ரிமாண்ட்" என சத்தமாகக் கூற, காவலர்கள் அந்த மூவரையும் மீண்டும் வேனுக்குள் ஏற்றிக்கொண்டு புறப்பட்டனர். மூன்று பேரும் இது போன்ற சூழ்நிலையை இப்பொழுது தான் அனுபவிக்கிறார்கள் என்றாலும் மாறன் மற்ற இருவரையும் தயிரியப் படுத்தியவாறே வந்தான்.

வேன் நேரே ஒரு பிரமாண்ட வாயிலை கடந்து மத்திய சிறைச்சாலை வளாகதிற்குள் வந்து நிற்கிறது. மத்திய சிறைச்சாலை வளாகமே ஒரு கிரிக்கெட் மைதானம் அளவிற்கு இருக்கிறது. இவர்கள் வந்த வேனை போல அங்கே நான்கைந்து வேன்கள் வந்து நின்றுகொண்டிருக்கின்றன. சிறைக்குள்ளிருந்து சிறைவாசிகளை துப்பாக்கி ஏந்திய போலீசார் வெளியே கூட்டி வருவதும், வெளியிலிருந்து போலீசார் துப்பாக்கி முனையில் அவர்களை சிறைக்குள் கூட்டிச் செல்வதுமாய் இருக்கிறார்கள்.

ஒரு பிரம்மாண்ட நீல நிற கேட் அருகில் மூவரும் அவர்களைக் கூட்டி வந்த மூன்று காவலர்களும் வந்து நிற்கிறார்கள். இவர்களை போல இன்னும் சிலர் இவர்களுக்கு முன்பிருந்தே நின்றுகொண்டிருக்கிறார்கள். அந்தப் பெரிய நீல நிறக் கதவின் வலது ஓரத்தில் ஐந்தடி உயரம் மூன்றடி அகலத்தில் ஒரு சிறிய கேட் இருக்கிறது. உள்ளே செல்வதற்கும் வருவதற்கும் இந்த கேட்டையே அனைவரும் பயன்படுத்துகின்றனர். அந்த கேட்டின் அருகில் ஐந்தடிக்கும் மேலான உயரத்தில் ஒல்லியாக

காக்கி சீருடை அணிந்த சிறைக் காவலர் ஒருவர் கையில் துப்பாக்கியோடு நின்று கொண்டிருந்தார்.

இந்த முறை மூவரையும் அந்த கேட்டினுள் இரண்டு போலீஸ்காரர்கள் அழைத்து சென்றார்கள். உள்ளே பகலொளியே தென்படவில்லை. பகலாக இருந்தாலும் இரவில் இருப்பது போலவே மின் விளக்குகள் பிரகாசமாய் எரிந்து கொண்டிருந்தன. இவர்கள் உள்ளே நுழைந்தது அங்கே நின்று கொண்டிருக்கும் காவலர் ஒருவர் "ட்ரஸெல்லாம் கழட்டுங்க" எனக் கூறியதும் மூவருக்கும் ஒரு மாதிரியா இருந்தது. இவர்கள் தயங்கித் தயங்கி நின்றார்கள். "ஏம்மா உங்க காதுல தானே சொல்றேன். உங்க காது என்ன செவுடா" என கேட்க கருணாவுக்கும் வேலனுக்கும் பயத்தில் இதயம் படபடவென அடித்துக் கொண்டது. ஒட்டுத் துணிகூட இல்லாமல் ஒரு சிறிய அறையில் இவர்கள் சோதனை செய்யப்பட்டார்கள்.

சோதனை அறைக்கு நேர் எதிரே கணினியின் முன்பாக சிறைக் காவலர் அமர்ந்திருக்கிறார். அவர் ஒவ்வொருவரின் விலாசங்களையும் கேட்கிறார். பின் அங்கிருக்கும் வெப் கேமிராவில் ஒவ்வொருவரையும் படம் பிடிக்கிறார். பின்பு வேறொரு சிறைக் காவலரால் அவர்கள் இன்னொரு அறைக்குக்கொண்டு செல்லப்படுகிறார்கள். அங்கே அன்றைக்கு கைதானவர்கள் கிட்டத்தட்ட பத்துக்கும் மேற்பட்டோர் இருக்கிறார்கள். குற்றவாளி முத்திரை குத்தப்பட்ட கிட்டத்தட்ட நூறு நபர்களையாவது நாள் ஒன்றுக்கு மத்திய சிறை உள்ளுக்கிழுத்துக் கொள்கிறது. ஆனால் இந்த சிறை வெளியில் தள்ளுவோர் குறைவாகத்தான் இருக்கிறார்கள்.

இன்றைய புது வரவு சிறைவாசிகளோடு இந்த மூவரும் போய் நிற்கிறார்கள். சிறைக்காவலர் ஒருவர் வந்து யார் யார் எங்கெங்கு போக வேண்டும் என்று குற்ற வகை பிரிக்கிறார். மூன்று பேரும் அரசியல் சம்மந்தப்பட்ட வழக்காக இருப்பதால் அவர்களை இன்னொரு காவலரை அழைத்து இவர்களை உயர் பாதுகாப்பு தொகுதிக்கு அழைத்து செல்லுமாறு அந்த சிறை காவலர் கட்டளையிட்டார். மாறன், கருணா, வேலன் ஆகிய மூன்று நபர்களும் உயர் பதுகாப்புத் தொகுதிக்குள் ஒரே செல்லில் அடைக்கப்படுகிறார்கள். செல்லுக்குள்ளேயே கழிவறை இருக்கிறது. இவர்களுக்கென்று மூன்று தட்டுகளும் மூன்று அடர்த்தியான பெட்ஷீட்டும் குளியல், துணி சோப்புகள் இரண்டும் பற்பொடி பாக்கட் ஒன்றும் சிறை நிர்வாகத்தால் வழங்கப்படுகிறது. இவர்கள் அடைக்கப்படும்பொழுது மாலை ஆறு மணிக்கு மேல் இருக்கும். அதனால் இவர்கள் மற்ற சிறைவாசிகள் யாரையும் சந்தித்து பேச முடியவில்லை. மூன்று பேரும் பெட்ஷீட்டை கீழே போட்டு உட்கார்ந்தார்கள். இப்பொழுது அவர்களுக்கு கொஞ்சம் நிம்மதியாய்

இருந்தது. ஆனாலும் சிறையின் புதுவித சூழல் மூவருக்கும் ஒரு வித அச்ச உணர்வைக்கொடுத்தது.

“இன்னேரம் நம்ம ஊருக்குள்ள என்ன நடந்திருக்குமோ தெரியல. போலீஸ்காரனுங்க இந்த விஷயத்த இத்தோட விட்றுவானுங்களா இல்லன்னா இன்னமும் நம்ம ஜனங்கள டார்ச்சர் பன்னுவானுங்களான்னு தெரியல.” என கருணா கிராமத்தின் மீதான அக்கறையில் பேச...

“இது போலீஸ்காரனுங்க சம்மந்தபட்ட விஷயம் மட்டுமில்ல கருணா. இது அரசியல் சம்மந்தப்பட்டது. அதுவும் உலக அரசியல் சம்மந்தப்பட்டது. உலக முதலாளிகள்ல ஒரு முதலாளிக்கு சிறு ஆபத்துன்னா கூட ஒட்டு மொத்த உலக முதலாளிகளும் அலறித் துடிப்பானுங்க. ஏன்னா அவனுங்க பல்வேறு விஷயங்கள்ல பின்னிப் பிணைஞ்சிருக்கானுங்க. கிட்டத்தட்ட எல்லா உலக நாடுகளின் அரசுகளும் இந்த உலக முதலாளிகளின் கண் அசைவுப்படி தான் நடக்குது. அந்த அசைவுப் படி நடக்கறது தான் போலீஸ்காரனுங்க. கார்ப்பரேட் கம்பெனிகளுக்கு சிறு ஆபத்துன்னாக் கூட அவனுங்க சும்மா விடமாட்டானுங்க. நம்மல கைது செஞ்சு மக்கள பயமுறுத்த பார்ப்பானுங்க. அதுக்கும் நம்ம ஜனங்க அசரலன்னா,அடுத்த கட்ட நடவடிக்கைக்கு போவானுங்க.”

“ஆதிராவோட ஆகாசும் ரமேசும் சேர்ந்து கூட்டத்த நடத்திடுவாங்களா?” என வேலன் கேட்டாள்.

“எந்த தடங்கல் வந்தாலும். அதையெல்லாம் மீறி ஆதிரா இந்த கூட்டத்த நடத்திடுவாண்ணு எனக்கு நம்பிக்கை இருக்கு” என மாறன் கூறினாள்.

“எத வச்சி சொல்ற மாறா?” என சுவரில் முதுகை சாய்த்துக் கொண்டு கேட்டாள் கருணா.

“மக்கள் மேல அவ வச்சிருக்கிற பாசமும் மக்களோட வறுமைய மாத்த நினைக்கிற அவளோட ஆர்வத்தையும் வச்சிதான் சொல்றேன். மக்களோட விடுதலைக்காக அவளுக்கு எழுற கேள்வி, அதையொட்டி அவளோட வாசிப்பு, வாசிச்சத களத்துல விதைக்க நினைக்குற ஆர்வம். இதையெல்லாம் வச்சி தான் கருணா சொல்றேன்.”

“ஆகாசும் ரமேசும் ஆதிராவோட இயல்பா பழக கொஞ்சம் கூச்சப் படுவானுங்க. இந்த கூட்டத்த ஆதிராவோட சேர்ந்து எப்படி நடத்தப் போறானுங்கள்னு தெரியலையே மாறா என ஒருப்பக்கமாக படுத்துக் கொண்டு வலது கையை தலையில் முட்டுக் கொடுத்தவாறு பேசினான் வேலன்.”

“வேலா அந்த தயக்கத்த களஞ்சி ஆகாசோடும் ரமேசோடும் ஆதிரா மிங்கிள் ஆகிடுவா. இந்த தேசத்தோட ஒட்டு மொத்த ஊரு சேரி பழக்கத்துல ஒரு தயக்கம் இருக்கத்தான் செய்யுது. எனக்கும் முதல்ல ஆதிராவோடு பழகறது கொஞ்சம் தயக்கமாதான் இருந்துச்சி. ஆனா அந்த தயக்கத்த ரொம்ப இயல்பா ஆதிரா ஓடச்சிட்டா. அதனால ஆதிரா எல்லோரோடையும் ஈசியா மிங்கிள் ஆகிடுவா. மலரு, சரசு, குமாரி அம்மால்லாம் அவளுக்கு ரொம்ப உதவியா இருப்பாங்க. அதனால ஆதிராவால ஈசியா கூட்டத்த நடத்த மக்களை திரட்ட முடியும்.”

“ஆமா, ஆமா, ஆதிரா ரொம்ப கேஷுவுலான அதே நேரத்துல ரொம்ப போல்டான பொண்ணும் கூட. மாறன் கூட பழகுறத தான் நான் நேரடியாவே பார்த்தேன். அவளுக்கு ஒரு விஷயம் சரின்னு படுதுன்னா அப்புறம் அவ எதப்பத்தியும் கவலப்பட மாட்டா.” என சுவரில் சாய்ந்தவாறே பேசினான் கருணா.

“சரி சரி மீதிய நாளைக்கு பேசிப்போம் . இப்ப கொஞ்ச நேரம் தூங்குவோம்.” என மாறன் கூற, மூன்று பேரும் கண்ணை மூடினார்களேயொழிய தூக்கம் நீண்ட நேரம் கழித்து தான் வந்தது.

காலை ஆறு மணி, சிறைக் காவலர்களின் பூட்ஸ் ஒலிகளும் சிறைக் கம்பிகளை லத்திகள் தட்டும் சப்தமும் கேட்கிறது. சிறைவாசிகளின் பேச்சுக் குரல்கள் கேட்கிறது. ஆனால் ஒருத்தரும் வெளியில் நடமாடக் காணோம். மூவரும் எழுந்து அமர்ந்திருக்கிறார்கள். ஒரு சில பறவைகளின் குரல்கள் கேட்கிறது.

இப்பொழுது பூட்ஸ் ஓசைகள் இவர்களின் செல்லை நோக்கி வருகிறது. லத்திக் கொம்பு இவர்களின் சிறைக் கம்பியை தட்டுகிறது. அந்த சிறைக் காவலர்கள் இரண்டு பேர் இருக்கிறார்கள். ஒருவர் கையில் நோட்டு புத்தகத்தோடு சிறைவாசிகளை கணக்கெடுத்துக் கொண்டு வருகிறார். இன்னொரு காவலர் கையில் லத்தியை வைத்துக் கொண்டு தூங்கும் சிறைவாசிகளை சிறைக் கம்பியை தட்டி எழுப்புகிறார். மாலையில் சிறையின் அறைகளில் அடைத்த பின்னரும் காலையில் அதே சிறை அறையிலிருந்து வெளியே திறந்து விடுவதற்கு முன்னரும் கட்டாயமாக கணக்கெடுத்தே ஆக வேண்டும். இந்த கணக்கெடுப்பில் மிகுந்த கண்டிப்போடு சிறைக் காவலர்கள் நடந்து கொள்வார்கள். இந்தக் கணக்கெடுப்பில் ஒருவர் குறைந்தால் கூட அவர்களுக்கு தலைவலி தான். அந்த கணக்கு சரியாகும் வரையில் ஒருத்தரையும் வெளியே திறந்து விட மாட்டார்கள்.

மூன்று பேரையும் கணக்கெடுக்கும் போது கையில் லத்தி வைத்திருக்கும் இளம் சிறை காவலன் “ஓ நீங்க தானா அது” என ஆச்சரியமாகப் பார்த்ததன் அர்த்தம், அப்பொழுது இந்த மூன்று பேருக்கும் புரியவில்லை. சற்று

நேரத்தில் சிறை கதவுகள் திறக்கப்படுகிறது. உயர் பாதுகாப்பு தொகுதியில் உள்ள சிறைவாசிகள் ஒருவரை ஒருவர் சந்தித்துக் கொள்கிறார்கள். இவர்களின் சிறையறைக்கு அருகில் உள்ள சிறையறையில் "தோழர் டம்ளர் கொடுங்க, டீ வாங்கிட்டு வாரோம்." "தோழர் என்ன இன்னும் வெளிய வரலையா" என்ற குரல்கள் கேட்டன.

இந்த மூன்று பேரும் தோழர் என்ற அந்த வார்த்தையைக் கூர்ந்து கவனித்து விட்டு ஒருவர் முகத்தை ஒருவர் பார்க்கிறார்கள். மூன்று பேரும் வெளியில் வருகிறார்கள். பக்கத்தில் உள்ள சிறை அறையை எட்டி பார்க்கிறார்கள். மாநிறம் திட்டமான உயரமும் பருமனும் கொண்ட நாற்பத்தைந்து மதிக்கத்தக்க லுங்கி கட்டியுள்ள ஒருவர் சிறைக்குள் தன்னுடைய பெட்ஷீட்டுகளை மடித்துக் கொண்டிருந்தார். இந்த மூன்று புதிய உருவங்கள் தன்னைக் கவனிப்பதை பார்த்த அவர் "வாங்க தோழர் வாங்க, உள்ள வாங்க" என கனிவோடு அழைக்க மூவரும் உள்ளே சென்று அமர்ந்தார்கள். "என் பேரு வினோத். உங்க பேரு என கேட்க மாறன், வேலன், கருணா என ஒவ்வொருவரும் தங்களை அறிமுகம் செய்து கொண்டார்கள்.

"உங்களது என்ன வழக்குன்னு தெரிஞ்சிக்கலாமா?" என வினோத் பணிவோடு கேட்டார்.

"விளை நிலத்துல கட்ற கார்ப்பரேட் கம்பெனிய எதிர்த்து நோட்டீஸ் கொடுத்தோம் தோழர். கலவரத்த தூண்ட்றோம்னு கேச போட்டு இங்க கூட்டிட்டு வந்துட்டாங்க." இவர்கள் கூறியதை கேட்டதும் வினோத் சில நிமிடங்கள் அந்த மூவரையும் பார்த்துக்கொண்டே இருந்தார். அவர்கள் அதைக் கூறியதும் அந்த இளைஞர்கள் வினோத்திற்கு பாசத்திற்குரியவர்களாகிப் போனார்கள்.

"உங்க மேல என்ன வழக்கு தோழர்?" என மாறன் கேட்டு முடித்ததும், இளைஞர் ஒருவர் ஒரு பெரிய பிளாஸ்டிக் டம்ளரில் தேநீரை கொண்டு வந்தார். அவரிடம் இன்னும் மூன்று டம்ளர்களையும் ஒரு டம்ளரில் டீயையும் கொண்டுவர வினோத் கூறினார். அந்த இளைஞனும் கொண்டு வந்து கொடுக்க அனைவரும் தேநீர் அருந்தியபடியே பேசலாயினர்.

"சொல்லுங்க தோழர் உங்க மேல என்ன வழக்கு தோழர்?" என மீண்டும் மாறன் கேட்க...

"என் மேல யு. ஏ. பி. ஏ. போட்டிருக்காங்க." என்றார்.

"யு. ஏ. பி. ஏ. ன்னா என்ன தோழர்" என கருணா கேட்டார்.

"யு. ஏ. பி. ஏ. ன்னா அன்லா ஃபுல் ஆக்டிவிடிஸ் பிரிவென்ஷன் ஆக்ட் என ஆங்கிலத்தில் சொல்லுவாங்க. அதாவது சட்ட விரோத தடுப்பு நடவடிக்கைகள் சட்டம்."

சாலமன் | 203

“அதை ஏன் தோழர் உங்க மேல போட்டாங்க?” என வேலன் நீண்ட நாள் பழகியவரிடம் பேசிவது போல கேட்டான்.

“நானும் உங்கள போல தான் தோழர். கார்ப்பரேட்ட எதிர்த்து கூட்டங்கள்ல கேள்வி கேட்டேன். பல்வேறு விவரங்களோட புத்தகங்கள் சிலது எழுதினேன். ஒடுக்கப்பட்ட மக்களுக்கு ஆதரவா சாதியவாதிகள எதிர்த்து களத்துல நின்னேன். அதனால தான் நான் சட்ட விரோதமா செயல்பட்றேன்னு கேஸ போட்டுட்டானுங்க. ஒரு வகையில அவனுங்க இந்த கேஸ போட்டதும் சரிதான். உலக முதலாளிகளுக்கும் சாதியவாதிகளுக்கும் ஆதரவா இருக்கிற இந்த சட்டத்த ஏத்துக்கிட்டாத்தான் தப்பு. அத ஏத்துக்கலன்னு அவனுங்க சொல்றது எனக்கு அவனுங்க தர சர்டிபிகேட்.” என்று வினோத் கூறியதும்...

“தோழர் நீங்க எவ்வளவு நாளா உள்ள இருக்கிறீங்க ?” என கருணா கேட்டார்.

“இந்த மாதம் முடிஞ்சா சரியா மூணு வருஷம் முடியுது தோழர்.”

“கொல கேசுல கூட ரெண்டு மாசத்துல வெளியில போயிட்றாங்க. இந்த கேசுல ஏன் தோழர் இவ்வளவு நாளா இருக்கீங்க ?” என மாறன் வினவ...

“ஒரு உசுர கொன்னா நீங்க சொல்றது போல ரெண்டு மாசத்திலேயே வெளியில போயிடலாம் தோழர். ஆனா நான் கொல்ல நெனச்சது ஒட்டு மொத்த பூமியையும் மானுடத்தையும் அணுவணுவா சொரண்ட்ற சொரண்டல் அமைப்ப. அதனால என்ன அவ்வளவு சீக்கிரம் வெளியில விட்றுவாங்களா?” என கூறி லேசாக புன்னகைத்தார்.

அவரின் புன்னகையை ரசித்த கருணா “தோழர் உங்களுக்கு வருத்தமே இல்லையா?” என கேட்டார்.

“நான் எதுக்கு வருத்தப்படணும்? வருத்தப்பட்டாலும் என்ன ஆகப் போகுது! என்ன சிறை வச்சதுக்கு இந்த அரசு தான் வெட்கப்படணும். ஏன்னா இந்த அரசு தான் தன்னை ஜனநாயக தேசம்னு உலக அரங்குல மார்தட்டுது. ஆனா உள்ளூர் மக்கள கொடூரமான சித்திரவதை செய்யுது. மக்களுக்காக சிறையில இருக்கிறதும் மக்களுக்காக இந்த அரச எதிர்க்கிறதும் எல்லா வகையிலும் எனக்கு பெருமை தான்.”

இவர்கள் பேசிக்கொண்டே இருக்க ஒரு இளைய தோழர் அன்றைய செய்தித் தாளை கையில் எடுத்துக் கொண்டு வினோத்தின் சிறைக்குள் ஓடி வந்தான். மூச்சு வாங்க ஓடி வந்து நின்றவன் செய்தித்தாளை கையில் பிடித்துக்கொண்டு அந்த மூன்று பேரையும் உற்று பார்த்தான்.

"என்ன தோழர் இவங்கள இப்படி பாக்கறீங்க" என வினோத் கேட்க, அந்த இளைஞன் செய்தித்தாளைப் பிரித்து வினோத்திடம் காண்பிக்க, வினோத் அதைப் பார்த்தவுடன் தன் கண்களை அகலத் திறந்தார். பின் அந்தச் செய்தியை ஆழ்ந்து படித்தார். இந்த மூவருக்கும் என்ன நடக்கிறதென்றே தெரியவில்லை.

வினோத் படித்து முடித்ததும் அந்த செய்தியை மாறனுக்கு காட்டுகிறார். மாறன் வாங்கிய பின் மூவரும் அந்த செய்தியை பார்க்கிறார்கள். "நமது நாட்டில் தொழில் தொடங்க வந்த கார்ப்பரேட் கம்பெனிக்கு எதிராக கலவரத்தைத் தூண்ட முயற்சித்த மூன்று இளைஞர்கள் சட்ட விரோத நடவடிக்கைகள் தடுப்புச் சட்டத்தின் கீழ் கைது." என்று தலைப்பிட்டு மாறன், கருணா, வேலன் ஆகிய மூன்று பேரின் படங்களையும் போட்டிருந்தது.

வேலனின் கண்கள் லேசாக கலங்கியது. கருணாவுக்கு என்ன செய்வதென்றே தெரியவில்லை. ஆனால் மாறனுக்கோ நிலைமையின் விபரீதம் புரிந்தது. அதனால் அவனுடைய சிந்தனை முழுக்க மருதம் கிராமத்தின் மீது சென்றது. அங்குள்ள மக்களுக்கு அடுத்து என்ன நடக்குமோ ஏது நடக்குமோ என யோசிக்கத் தொடங்கினான்.

★ ★ ★

சாலமன்

17

மூன்று பேர் மீதும் யு. ஏ. பி. ஏ வழக்கு போடப்பட்ட செய்தி மருத கிராமத்தை பற்றிக் கொண்டது. கிராமமே பரபரப்பாகவும் ஒப்பாரியாகவும் இருக்கிறது. மூன்று பேர்களுடைய தாய்களும் அவரவர் வீட்டினுள் ஒப்பாரி வைத்துக் கொண்டிருக்கிறார்கள். ஆதிரா, வேம்பு உள்ளிட்ட தோழர்களுக்கு போன் செய்து ஆலோசனைகளை கேட்கிறாள். மூவர் மீது போடப்பட்டுள்ள வழக்கை ஒட்டி, மருதம் கிராமத்தில் கலவரம் நிகழாமல் இருக்க நூற்றுக் கணக்கான ஆயுதம் ஏந்திய போலீஸ்கள் இறக்கப்பட்டிருக்கிறது. தண்ணீர் பீச்சி அடிக்கும் வாகனங்களும் நிறுத்தப்பட்டிருக்கிறது. உளவுப் பிரிவு போலீசார் பல பேர் கிராமத்தை நோட்டம் விட்டுக் கொண்டிருக்கிறார்கள். ஆகாசுக்கும் ரமேசுக்கும் ஆதிரா போன் செய்கிறாள். மலர், குமாரி, சரசு மற்றும் மாறனோட தந்தை, ஏழுமலை ஆகியோரை போலீஸ் கண்ணிலும் உளவாளிகள் கண்ணிலும் படாமல் கழனி மோட்டு வழியே தன் வீட்டின் பின்புறமாக வீட்டிற்குள் கூட்டிவரும் படி கூறுகிறாள். ஆயுதம் ஏந்திய போலீசார் மருதம் கிராமத்திலும் தொழிற்சாலைக் கட்டுமானப் பணி நடக்கும் இடத்திலும் குவிக்கப்பட்டிருக்கின்றனர். முதலில் சரசு, மலர், குமாரி ஆகியோருக்கு கூடும் இடத்தை சொல்லிவிட்டு அங்கே செல்லும் படி ஆகாசும் ரமேசும் சொல்கிறார்கள். அவர்கள் சென்ற கொஞ்ச நேரத்தில் ஏழுமலை, சாமுவேலையும் அதே இடத்துக்கு செல்லச் சொல்கிறார்கள். பின் இவர்கள் இருவரும் செல்கிறார்கள். அனைவரும் ஆதிரா வீட்டின் புறக்கடை வழியே செல்கிறார்கள்.

அனைவரும் ஆதிரா வீட்டுக்குள் பெரிய ஹாலில் சந்திக்கிறார்கள். குமாரி, சரசு, மலரை ஹாலில் உள்ள சோபாவில் அமர வைக்கிறாள் ஆதிரா. சண்முகம் ஒருவர் மட்டுமே அமரக்கூடிய ஒரு சோபாவில் அமர்ந்திருக்கிறார். சண்முகம் ஏழுமலைக்கு சேர் போடப்படுகின்றது. ஆதிரா, ரமேஷ் ஆகாஷ் நின்றுக் கொண்டிருக்கிறார்கள்.

"மலர்விழி முதல்ல இவங்க குடிக்கிறதுக்கு காபி போட்டு எடுத்துட்டு வா" என சண்முகம் கூற... மலர்விழி அடுப்படியில்

காபி போட்டுக் கொண்டிருக்கிறாள். என்றைக்கும் இல்லாமல் சேரி மக்களை இன்றைக்கு சோபாவில் சண்முகம் அமர வைத்து பேசிக் கொண்டிருப்பது மலர்விழிக்கு ஆச்சிரியத்தையும் ஆனந்தத்தையும் அளித்தது.

“ஊ பொண்டாட்டிக்கு ஆதரவா இரு ஏழுமல. இன்னும் கொஞ்சம் நாளுல உள்ள இருக்கிறவங்கள வெளியே எடுத்துடலாம். நீயும் கவலபடாம இரு.” என ஏழுமலைக்கு சண்முகம் ஆறுதல் கூறுனான்.

மாரிமுத்துவின் அண்ணன் தன் கணவனோடு ஒன்றாக அமர்ந்திருப்பது மலர்விழியால் நம்பவே முடியவில்லை.

“கொழந்தைங்க வெளியில வர முடியாதளவுக்கு ஏதோ பெரிய கேசா போட்டுட்டாங்களாமே மோலியாரே” என மலர் கேட்க...

“அப்படியெல்லாம் ஒண்ணும் இல்லம்மா. அரசாங்கம் நெனச்சா எப்ப வேணும்னாலும் வெளியில விட்றும். அந்த அரசாங்கத்துக்கு நாமதான் அழுத்தம் கொடுக்கனும்.”

“அதுக்கு நாம என்ன பண்ணலாம்?” என மீண்டும் மலர் கேட்டார்.

இந்த முறை ஆதிரா பதிலளித்தாள் “மாறன், கருணா, வேலன் மேல பெரிய கேசு போட்டுட்டு உள்ள வச்சிட்டா நாம எல்லோரும் அவங்கள வெளியில எடுக்குறது சம்மந்தமாகத்தான் பேசுவோம். அந்த நேரத்துல நம்ம கழனியில அவங்க கம்பெனிய முழுசா கட்டி முடிச்சிடலாம்னு இந்த அரசாங்கம் நெனைக்குது. அதுக்கு தான் அவங்க இது போல செய்யுறாங்க.”

ஆதிரா பேசிக் கொண்டே இருக்க, அன்னைக்கு ஆதிரா சேரி பசங்களோட போகக்கூடாதுன்னு சண்முகத்துக்கிட்ட பேசிட்டு போன ஊர்ப்பெருசுங்க மூணு பேரும் கூட கருணாவோட அப்பாவும் உள்ள வராங்க. உள்ள வந்தவங்க சோபாவிலேயும் ச்சேரிலேயும் உட்காந்திருக்குறவங்கள பார்த்து புருவத்த உயர்த்தினாலும் வேற வழி இல்லாம அங்களோட ஒண்ணா உட்கார்ந்தாத்தான் ஊரக் காப்பாத்த முடியும் என்கிற கட்டாயத்தால அவங்க வெறும் புருவத்த மட்டும் தான் உயர்த்த முடிந்தது. வந்த நால்வருக்கும் ச்சேர் போடப்படுகின்றது. அமர்ந்த பெருசுகளில் ஒருத்தர் “யாம்பா சண்முகம், கருணாவோட அப்பன் ஒடஞ்சி உட்கார்ந்துட்டான். அவனோட ஒத்த புள்ள மேலதான் அவன் உசுரையே வச்சிருக்கான். அந்த புள்ள மேல பெரிய கேசா இந்த அரசாங்கம் போட்டிருக்கு. இப்ப இது சம்மந்தமா என்ன பண்ணலாம்னு தான் கேட்டுட்டு போக வந்தோம். அது மட்டுமில்லாம ஜெயில் உள்ள இருக்கிறவங்க ஊர் நல்லதுக்காகத்தான் இருக்காங்க. அவங்கள மீக்கறதும் அதே நேரத்துல நமக்கு சோறு போட்ற நம்மோட விளை

நெலத்த காப்பத்துறதும் நம்ம கடமை. உன் பொண்ணும் காலனி ஆளுங்களும் மட்டும் இத செய்யும் போது நாங்க சும்மா இருந்தா நாளைக்கு வயக்காத்து கூட எங்களுக்கு விஷமா மாறிப் போகும். விளை நிலத்த காப்பாத்த ஊ பொண்ணு என்ன சொன்னாலும் நாங்க அதுக்கு கட்டுப்பட்றோம்" என ஊர்ப் பெருசில் ஒருத்தர் கூற, தன் மீது அவர்கள் வைச்சிருக்கிற நம்பிக்கை ஆதிராவுக்கு மேலும் பொறுப்புணர்ச்சியை கூட்டியது.

ஆதிராவிடமே பொறுப்பை ஒப்படைத்த ஊர்ப் பெருசுகளிடம் ஆதிரா பேசலானாள் "நீங்க எல்லோரும் என் மேல வச்சிட்டு இருக்கிற நம்பிக்கைய நான் எப்படி காப்பாத்துவேன்னு தெரியல. ஆனா அது நாம எல்லோரும் ஒண்ணா சேர்ந்து நின்னாதான் சாத்தியமாகும்" என ஆதிரா கூறிக் கொண்டிருக்கும் போதே ஊர்ப்பெருசு "சொல்லு தாயி. நீ என்ன சொன்னாலும் நாங்க அத செய்யுறோம். விளை நெலத்த காப்பாத்த பொணமானாலும் பரவாயில்ல." என ஆவேசமாக கூறினார்.

ஆதிரா தொடர்ந்தாள் "நம்ம ஊர்காரங்க மூணு பேர கைது செஞ்சி அவங்க மேல பெரிய கேசா போட்டுட்டா நாம எல்லோரும் பயந்துடுவோம்னு இந்த அரசாங்கம் நினைக்குறது. அதே நேரத்துல, நம்மல பார்த்து பயப்படவும் செய்யுது. அதனாலத்தான் நூத்துக்கணக்கான போலீச துப்பாக்கியோட நம்ம ஊர்ல நிப்பாட்டியிருக்கு. ஆனா நாம அத எதிர்த்து போராடினாதான் நம்ம கிராமத்தோட எதிர்காலத்த காப்பாத்த முடியும்."

"கூட்டத்த நடத்த விடாட்டி வேற என்னம்மா செய்யறது?" என மலர் கேட்டார்.

"இனிமே நாம கூட்டம் நடத்த வேண்டிய தேவ இல்ல. நாம எல்லோரும் கம்பெனிய எதிர்த்து ஒண்ணா சேரத்தான் கூட்டத்த ஏற்பாடு செஞ்சோம். கூட்டம் நடக்காமலேயே இப்ப நாம ஒண்ணா சேர்ந்திருக்கோம். அடுத்தது கழனியில கம்பெனிய கட்ட விடாம நாம தடுக்கணும். போலீஸ் தடுத்தா அவங்கள மீறியும் நாம கட்டுமானம் நடக்குற இடத்துல போயி உட்காரணும். அத இந்த தேசமே பாக்குறா மாதிரி செய்யனும். இப்ப அதக்கான வேலைய ரொம்ப ரகசியமா செய்யணும். நாளைக்கு கூட்டத்துக்குதான் நாள் குறிச்சோம் . ஆனா இந்த அரசு அத போராட்ட நாளா மாத்திடுச்சி. ஊர்ல இருக்கிற அத்தன பேரும் நாளைக்கு கம்பெனி கட்ற இடத்த நோக்கி போகணும். குழந்த குட்டி எல்லோரும் அதுல கலந்துக்கணும். இந்த செய்திய இன்னைக்கு நைட்டே எல்லோர்கிட்டேயும் கொண்டு போயி சேக்கணும். போலீஸ் உளவாளிங்களுக்கு சந்தேகம் வராத மாதிரி பெண்கள் எல்லோரும் இதுல திண்ணைப் பிரச்சாரம் செய்யனும். நாம் தோழர்கள்கிட்ட சொல்லி

சில நம்பகமான பத்திரிக்கைகாரங்க, டி. வி. காரங்க கிட்டயும் சொல்ல சொல்றேன். நம்ம ஊர்ல செல்போன் வச்சிருக்கிற ஒவ்வொருத்தரும் சமூக வலைதளங்கள்ள லைவ் போடணும். போராட்டத்த மக்கள் நேரலையாவே பார்க்கணும். நாளைக்கு ஏதாவது நடந்தா அத இந்த உலகமே பார்க்கனும். நமக்கு அது சாட்சியாகவும் இருக்கணும். இதையெல்லாம் செய்யுறதுக்கு நாம குழு குழுவா பிரிய வேண்டியிருக்கு. யார் யாரு எந்தெந்த குழுவுக்குன்னு இப்பவே நாம முடிவு பண்ணணும்." என ஆதிர ஆழ்ந்த அக்கறையோடும் பொறுப்போடும் கூறினார்.

"நானு, குமாரியக்கா, மலரக்கா மூணு பேரும் மூணு மொனையா பிரிஞ்சி காலனியில ஒவ்வொரு வூடா இன்னைக்கு சாயங்காலமே சொல்லிட்றோம்." என சரசு கூறினார்.

"ஊர்த்தெருவுல இந்த வேலைய யாரு பார்ப்பா" என ஆதிரா கேட்டாள்.

"வூட்ல சும்மாதானே இருக்கேன். அப்படி காலார நாலு தெருவு நடந்து போயிட்டு வாறேன்." என மலர்விழி கூற, காலமெல்லாம் அலுப்பூட்டும் அடுப்படியில அடஞ்சி கெடந்த அம்மா, போராட்டத்திலாவது காலார நடக்கட்டும் என மலர்விழியின் மனவிழியை புரிந்து கொண்டாள் ஆதிரா.

"அம்மாக் கூட ரெண்டு மூனு பேராவது பெண்கள் போகணுமே" என ஆதிரா கேட்க, வந்திருந்த ஊர் பெருசுகளில் ஒருவர், "எங்க வீட்டு பொம்பளைங்கள அனுப்புரோம்மா" என கூறினார்.

"நாளைக்கு சமூக வலைதளங்கள்ல லைவ் போட்ற டீமு யார் யாருன்னு ரமேஷும் ஆகாஷும் பார்த்துக்கட்டும்." என ஆதிரா கூறி மேலும் தொடர்ந்தாள்...

"நாளைக்கு பொழுது விடிஞ்சி. போலீஸ்காரங்க தயாராவதற்கு முன்னாடியே நாம கம்பெனி வேலை நடக்குற தோட்டத்து கழனியில போய்ட்டு உட்கார்ந்துடனும். நாளைக்கு காலை ஆறு மணி அதற்கு சரியான நேரமா இருக்கும்னு நினைக்கிறேன். தோட்டத்து கழனி பஸ்டாண்ட் பக்கமா இருக்கு. அங்க போகணும்னா காலனிய கடந்து தான் போகணும். அதனால காலனிக்கு முன்னாடியே ஊர் ஆளுங்க தயாராகணும். போலீஸ் ஊர் தெருவுக்கு உள்ள வரதுக்குள்ள நாம ரொம்ப வேகமா காலனிய போயி சேர்ந்துடணும். ஊர் ஆளுங்க காலனிக்கு வரதுக்குள்ளவே அங்க காலனி ஆளுங்க தயாரா இருக்கணும். ரெண்டு பேரும் ஒண்ணா சேர்ந்து அங்கிருந்து போகனும். பஸ்டாண்ட்லத்தான் நம்மல எப்படியும் போலீஸ் மறிக்கும். அதுல இருந்து கொஞ்ச தூரம் தான் கம்பெனி கட்ற இடம். போலீஸ தள்ளிக்கிட்டே நாம கம்பெனி கட்ற இடத்துக்கு போயிடனும். தோழர்கள் முழக்கத்த

எழுதி கொடுக்கறதா சொல்லியிருக்காங்க. ஆகாஷ், ரமேஷ், நானு மூணு பேரும் ஒவ்வொரு இடத்துல நின்னு கோஷம் போடுவோம். கூட்டத்தோட முனையில நானும் நடுவுல ஆகாஷும் கடைசியில ரமேஷும் கோஷம் போட்டுக்கிட்டு இருப்போம். நாங்க போட்ற கோஷத்த மக்களும் திருப்பி போடுவாங்க. ஊரு காலனி ரெண்டுத்தையும் சேர்த்தா கிட்டத்தட்ட ரெண்டாயிரம் பேரு வருவோம். அதுல நாளைக்கு ஆயிரத்து ஐநூறு பேராவது கலந்துக்கணும். நாம எந்த அளவுக்கு அதிகமாகவும் உறுதியாகவும் இருக்கோமோ அத வச்சி தான் நம்ம கோரிக்கை நிறைவேறும்." என ஆதிரா போராட்டத்தை வகுத்தளித்து கூறும் போது அது அங்கு உட்கார்ந்திருந்த அனைவர் கண்களிலும் காட்சிகளாய் தெரிந்தது.

மலர்விழி அனைவருக்கும் சில்வர் டம்ளரில் தேநீர் கொண்டு வந்து கொடுத்தாள். அனைவரும் பருகினார்கள். பின் அனைத்து டம்ளர்களையும் எடுத்து ஒன்றாக அடுக்கி அதை அடுப்படிக்குள் கொண்டு சென்றாள் மலர்விழி. ஒவ்வொருவரும் எப்படி வந்தார்களோ அதே போல இப்பொழுது திரும்பியும் செல்கிறார்கள். மலர், சரசு, குமாரி ஆகியோர் செல்வதற்கு முன்பாக ஆதிராவை கட்டி பிடித்து கன்னத்தில் முத்தம் கொடுக்கிறார்கள்.

"நீ முன்ன போடி தங்கம். நாங்க எல்லோரும் ஊ பின்னாடி வர்ரோம்." என தயரியத்தை கூறி கிளம்பி செல்கிறார்கள்.

"ஆதிரா என்ன கோஷம் போடணும்னு எங்களுக்கு வாட்சப்ல அனுப்பி வைய்யி. முன் கூட்டியே நாங்க அத பயிற்சி செஞ்சிக்கிறோம்." என ஆகாஷ் கேட்க...

"நிச்சயமா அனுப்புறேன் ஆகாஷ். அதுக்கு முன்னாடி யார் யாரு பேஸ்புக் லைவ் போட்றதுன்னு முடிவு பண்ணி அவங்கள தயார் பண்ணுங்க. அவங்க செல் போன்கள் எல்லாத்துலேயும் சார்ஜ் புல்லாக இருக்கனும். கம்பெனி கட்ற இடத்துல மக்கள் போராட்டம் செய்யும் போது, அங்க அவங்க குடிக்க தண்ணிய நாம தான் ஏற்பாடு செய்யனும். அதையும் பார்த்துக்கோங்க."

சரி ஆதிரா நாங்க கிளம்புறோம். என கூறி ஆகாஷும் ரமேஷும் பின் கதவு வழியாக வயலில் இறங்கி சென்றார்கள்.

சின்னஞ் சிறுசுகள் உட்பட, கிராமம் முழுக்க தெரிந்த விஷயத்தை, அரசுக்கு தெரியாமல் ரகசியமாய் வைத்திருக்கிறது மருதம். நாளைய போராட்டத்திற்கான செய்தியை ரகசியமாய்ப் பரப்பிக் கொண்டு இன்று முழு இரவும் விழித்திருக்கிறது மருதம் கிராமம். தோழர்கள் வாட்சப்பில் அனுப்பிய முழக்கங்களை ரமேஷுக்கும் ஆகாஷுக்கும் பகிர்கிறாள் ஆதிரா. அந்த முழக்கங்கள் இப்படித்தான் இருந்தன.

"மத்திய, மாநில அரசுகளே...
விவசாய தேசத்தில்
விளை நிலத்தை அழிக்காதே...
விவசாயிகளை கொல்லாதே...

அமைக்காதே... அமைக்காதேஞ்...
விலை நிலங்களில் தொழிற்சாலையை
அமைக்காதே அமைக்காதே...

வளர்ச்சி எனும் பெயரிலே
விளை நிலத்தை அழிக்காதே...

உலக முதலாளிகள் கொழுத்திடவே
உணவு உற்பத்தியை அழிக்காதே...

திரும்பப் பெறு... திரும்பப் பெறு...
விளை நிலத்தில் ஆலை அமைக்கும்
 திட்டத்தைத் திரும்பப் பெறு...!
விளை நிலத்தை அழித்து!
தொழிற்சாலை அமைப்பது!
வளர்ச்சி அல்ல வீழ்ச்சியே...

விற்காதே... விற்காதே...
உலகக் கூட்டு முதலாளிகளுக்கு
தேசத்தை விற்காதே...

கம்பெனி எனும் பெயரினிலே...
விளை நிலத்தைக் கல்லறையாக்கி
உலகக் கூட்டு முதலைகளிடம்
உள்நாட்டு மைந்தர்களை
உணவுக்காக கையேந்திடச்
செய்யாதேஞ். செய்யாதே...

சேறும் நீரும் பூத்திருக்கும்
விளைநிலத்தை அந்நியனுக்கு
அடகு வைக்க விடமாட்டோம்!

சாலமன் | 211

அந்நியனுக்கு விளைநிலத்தை
தாரை வார்க்காதே...
மண்ணின் மைந்தர்களை
அடிமைகள் ஆக்காதே...
வெல்லட்டும்! வெல்லட்டும்!
மருதம் மக்கள் முழங்கிடும்
கோரிக்கைகள் வெல்லட்டும்!"

முழக்கங்களை முணுமுணுப்பு ஓசையில் முழங்கி பார்த்தாள் ஆதிரா. நாளை காலை பேரணி திரள் எப்படி இருக்கும் எனும் கற்பனையும் அது சம்மந்தமான பதற்றமுமே ஆதிராவுக்கு அதிகம் இருந்தது. மணி இரவு பன்னிரண்டுக்கு மேல் ஆகிறது. சண்முகம் இப்பொழுது தான் வீட்டிற்குள் வருகிறார். இன்னும் மலர்விழி வீடு வந்து சேரவில்லை.

"அம்மா எங்கப்பா இருக்காங்க?" என ஆதிரா கேட்டார்.

"அவள மேலாண்ட தெருவுல மணி வீட்டாண்ட பார்த்தேமா. மணியோட பொண்டாட்டிக்கிட்ட பேசிட்டு இருந்தா."

"எல்லா வீட்டுக்கும் தகவல் போயிடிச்சாப்பா?"

"கிட்டத்தட்ட எல்லா வீட்டுக்குமே தகவல் போயிடிச்சுமா. காலியில ஆறு மணிக்கு எல்லோரும் அவங்க அவங்க வீட்டுக்கு வெளியில வந்துடுவாங்க. அப்புறம் எல்லோரும் ஒண்ணா சேர்ந்து தெரு முனைக்கு வந்துடுவாங்க. அங்க இருந்து நாம காலனிக்கு போயிட வேண்டியது தான்."

ரமேஷிடமிருந்து ஆதிராவுக்கு போன் வந்தது.

"ஆதிரா... இங்க எல்லோரோட வீட்டுக்கும் சொல்லியாச்சி. நாளைக்கு பொழுது விடிஞ்சதுமே. எல்லோரும் நீ சொன்ன இடத்துல கூடிடுவாங்க. அங்க எல்லோருக்கும் சொல்லியாச்சா ஆதிரா?"

"இங்கையும் எல்லோருக்கும் சொல்லியாச்சி ரமேஷ். நீ சொன்ன நேரத்திலேயே இங்க இருந்து எல்லோரும் அங்க வந்துடுவோம்."

"ஓகே ஆதிரா ரெஸ்ட் எடு."

"ஓகே ரமேஷ் நாளைக்கு பார்க்கலாம்."

ஆதிரா பேசி முடித்ததும், மலர்விழி வீட்டிற்குள் நுழைகிறாள்.

இப்பொழுது மணி ஒரு மணி ஆகிறது.

வீட்டிற்குள் நுழைந்தவள் "ஏ இன்னும் யாரும் தூங்காம இருக்கீங்க?" என விழித்துக் கொண்டிருக்கும் ஆதிரா, சண்முகத்தை பார்த்து கேட்டாள் மலர்விழி.

“உனக்காகத்தாம்மா காத்துக்கிட்டு இருக்கோம்.”

ஏதோ ஞாபகம் வந்தவளாய் “நீங்க சாப்டிங்களா ?” என மலர்விழி கேட்ட போது தான் அனைவரும் சாப்பிடவில்லை என்ற எண்ணமே வந்தது.

“யாரும்மே சாப்படலையா? கொஞ்சம் இருங்க பாலு காச்சி கொண்டு வர்ரேன். பாலும் பிஸ்கட்டும் சாப்டுட்டு இன்னைக்கு ராத்திரி படுப்போம். விடிஞ்சா கிளம்பணும்.” என்று கூறிவிட்டு பாலைக் காய்ச்சி அதை டம்ளரில் கொண்டு வந்து கொடுத்தாள். ஆதிரா செல் போனையே பார்த்துக் கொண்டிருந்தாள்.

“ஏண்டி, செல் போனு பாக்கறத வுட்டுட்டு பாலக் குடியேண்டி.” என செல்ல கோவத்தில் மலர்விழி கூற...

“இரும்மா டி. வி. பேப்பர் காரங்களுக்கெல்லாம் மெசேஜ் பண்ணிட்டு இருக்கேம்மா...”

“ஏம்மா நாளைக்கு டி. வி. காரங்க, பேப்பர் காரங்க எல்லோரும் வந்துடுவாங்களாம்மா?” என சண்முகம் கேட்டார்.

“உறுதியா சொல்ல முடியாதுப்பா. பல பேரு வர்ரோம்னு ரிப்ளே அனுப்பியிருக்காங்க. அவங்க வரலன்னாலும் நமக்கு பேஸ்புக் லைவ் தான் இருக்கே. அதுல போட்டா அதுல இருந்து பத்திரிக்கை காரங்க எடுத்துப்பாங்கப்பா” என ஆதிரா கூறி, பாலை குடித்துக் கொண்டே செல் பேசி திரையை நகர்த்திக் கொண்டிருந்தாள்.

சண்முகமும் மலர்விழியும் ஒருவரை ஒருவர் பார்த்துக் கொண்டார்கள். அவர்களின் அந்த பார்வையுறவில் ஆதிராவைப் பற்றிய பெருமிதமும் அவளை ஈன்றெடுத்ததற்கான மகிழ்ச்சியும் அடங்கியிருந்தது.

“மணி ஒண்ணு ஆகுது. நாளைக்கு விடியகாலையிலையே எழுந்துக்கணும். எல்லோரும் போயிப் படுப்போம்.” என சண்முகம் கூற சரிப்பா என ஆதிரா சண்முகம் மலர்விழி இருவரையும் பார்த்து புன்னகை சிந்திவிட்டு படுக்கச் சென்றாள்.

விடியற்காலையில் மரக்கிளைகளில் பறவைகள் எழுந்திருப்பதற்கு முன்பாகவே மருதம் கிராமத்தின் ஊரு சேரி இரண்டிலும் உள்ள அனைத்து வீடுகளிலும் மின் விளக்கொளி ஒளிர்கிறது. குழந்தைகளின் சப்தம் கேட்கிறது. விடியற்காலையில் கண் விழிக்கும் பறவைகளுக்கே அது ஆச்சரியமாக இருக்கிறது. இன்றைய விடியற்காலை நேர விழிப்பில் பறவைகள் மனிதர்கள் ஆனார்கள். மனிதர்கள் பறவைகள் ஆனது. மெல்ல மெல்லப் பகலொளி பரவுகிறது. ஆதிரா, மலர் விழி,சண்முகம் மூன்று பேரும் தயாராகி வாசலில் நிற்கிறார்கள். ஆதிரா நீல நிற ஜீன்ஸ் பேண்டும் வெள்ளை நிற ஷர்ட்டும் அணிந்திருந்தாள். அவளுடைய

கிராப்பு முடியை சீப்பால் அல்லாமல் கை விரல்களாலேயே கோதி விட்டுக் கொண்டாள்.

"நீ பேண்ட் ஷர்ட் போட்டிருக்கிறத பார்த்தாவே போதும். எங்களுக்கு பையன் இல்லாத கொற தீர்ந்திடும்." என கூறி மலர்விழி புன்னகைத்தாள். சண்முகமும் மனசு பாசத்தால் தித்திக்கும் அளவிற்கு ஆதிராவை பார்த்து ரசித்தார்.

வீட்டிற்கு வெளியே ஒவ்வொருவராய் வரத் தொடங்குகிரார்கள். முதலில் குழந்தைகளே வெளியில் வரத் தொடங்குகின்றன. இளைஞர்கள் குழு குழுவாக நின்று கொண்டிருக்கிறார்கள். சேரியிலும் அனைவரும் கிளம்பி வெளியில் வந்து நிற்கிறார்கள். பச்சை நிற பார்டரைக் கொண்ட பழுப்பு நிறத்தில் வாயல் புடவை கட்டிக் கொண்டிருக்கிறாள் மலர். பார்டருக்கு மேலே பெரிய இலை வடிவிலான டிசைன் அந்த புடவைக்கு அழகாக இருந்தது. அதற்கு எடுப்பாக கருப்பு கலர் ஜாக்கட்டை அணிந்திருந்தாள். மலரின் கருமேனிக்கு இந்த உடை அழகாக இருந்தது. அனைவரையும் சீக்கிரமாக கிளம்புமாறு தெருவில் குறுக்கும் நெடுக்குமாக நடந்துக் கொண்டிருக்கிறாள். சரசு, குமாரி இருவரும் அனைவரையும் சீக்கிரம் கிளம்ப வலியுறுத்திக் கொண்டிருக்கிறார்கள். இந்த மூவரின் கணவர்களுக்கு முன்பாகவே இவர்கள் சீக்கிரம் கிளம்பி விட்டிருந்தார்கள். ஏழுமலை, அமிர்தம்,சாமுவேல் ஆகியோர் வீட்டுக்கு வெளியில் வந்து நின்றுகொண்டிருக்கிறார்கள். தெருவில் உள்ள அனைவரும் தெரு முனைக்கு நடந்து வர ரமேஷும்,ஆகாஷும் அழைக்கிறார்கள். அனைவரும் நடந்து வருகிறார்கள். சேரித்தெரு ஒரு நொடிப் பொழுதில் மானுட ஆறாக மாறியது. அனைவரும் தெருவின் முனையை நோக்கி நகர்ந்து வருகிறார்கள். ரமேஷும் ஆகாஷும் தன் பாக்கட்டில் எழுதி வைத்துள்ள முழக்கங்களை ஒரு முறை எடுத்துப் படித்து பார்த்துக் கொண்டார்கள். ஆதிரா முழக்கத்தை எப்படி போடுகிறாளோ அது போலவே நாமும் செய்யலாம் என இவர்கள் காத்திருந்தார்கள். இவர்கள் கூட்டத்தின் முன்பாக நடந்து வருகிறார்கள். இவர்களோடு ஐம்பதற்கும் மேற்பட்ட சிறுவர்கள் திருவிழாவிற்கு செல்வது போல துள்ளிக் குதித்துக் கொண்டுவருகிறார்கள்.

ஊர்த்தெருவும் மானுட ஆறாக மாறி சேரியை நோக்கி நகர்ந்து வருகிறது. கருணாவின் தந்தையும் ஆதிராவும் கூட்டத்தின் முன் நடந்து

வருகிறார்கள். இங்கேயும் இவர்களோடு சிறுவர்கள் துள்ளி குதித்துக்கொண்டு வருகிறார்கள்.

ஊரும் சேரியும் போராட்டத்தால் சங்கமிக்க இன்னும் ஒரு சில நொடிகளே உள்ளது. ஆதிராவின் இதயம் மகிழ்ச்சியில் வேகமாய்த் துடிக்கிறது. பல நூறு ஆண்டு காலம் பிரிந்து கிடந்த மக்கள் இப்பொழுது

ஒன்றாய் சங்கமிக்கப் போகிறார்கள். இவர்களுக்கிடையிலான கசப்புகள் கொடூரங்கள் எல்லாம் இந்த சங்கமத்தில் கரையப்போகிறது. அதை படம் எடுக்கவும் நேரலைப் படுத்தவும் பத்துக்கும் மேற்பட்ட காட்சி ஊடகங்கள் வந்திருந்தன. அவர்கள் ஒவ்வொரு அசைவையும் ஒளிபரப்பிக் கொண்டிருந்தார்கள். மருதம் இளைஞர்களும் ஊடகவியலாளர்களோடு சேர்ந்து போராட்டக் காட்சிகளை முகநூலில் நேரலைப்படுத்திக் கொண்டிருந்தார்கள். தேசத்தின் மக்கள் மருதம் கிராமத்து மக்களின் போராட்டத்தை நேரலையாக பார்த்துக் கொண்டிருக்கிறார்கள்.

அந்நிய கம்பெனியை எதிர்த்துப் போராட காட்டாறாய் ஓடி வந்த ஊரும் சேரியும் இப்பொழுது சந்திக்கிறது. சந்தித்த பொழுது மக்கள் திரளின் சலசலப்பொலி ஒரு கணம் நிசப்தமானது. மக்கள் திரள்கள் ஒன்றை ஒன்று பார்த்துக் கொள்கிறது. பல நூறாண்டுகளின் விலகலை எப்படி சரி செய்வது என அந்த ஒரு நிமிடம் நூற்றாண்டு பிரச்சனைக்கு முடிவு காண துடித்துக் கொண்டிருக்கிறது. வரலாறு எத்தனையோ மகத்தான மாற்றங்களை பிரசவித்திருக்கிறது. அப்படியொரு பிரசவிப்பைத்தான் இந்த நொடி நிகழ்த்தப் போகிறது.

“மத்திய மாநில அரசுகளே...” என ஆதிரா எதிரிகளை குத்திக் கிழிக்கும் கத்தி போன்ற குரலில் முழங்க மக்கள் திரளும் “மத்திய மாநில அரசுகளே... ” என முழங்க, ஆதிரா மீண்டும்...

“விவசாய தேசத்தில்

விளை நிலத்தை அழிக்காதே...”

என தன்னுடைய முஷ்டியை உயர்த்தி முழக்கமிட மக்கள் திரளும் அவ்வாறே முழக்கமிட்டனர். முழக்கத்தின் ஒலியில் ஊரும் சேரியும் ஒன்றாய் சங்கமித்தன. அனைவரின் உயிருருக்களும் தோளோடு தோள் உரசின. ஆதிரா முழக்கமிட்டவாறே முன்னே செல்கிறாள். ஊரும் சேரியும் சேர்ந்து ஆதிரா இட்ட கணக்குப்படி சிறார்களையும் சேர்த்து கிட்டத்தட்ட ஆயிரத்து ஐநூறு பேர் கலந்து கொண்டார்கள். பல பெண்கள் கைகளில் கைக்குழந்தையை வைத்திருந்தார்கள்.

கூட்டம் முழக்கமிட்டவாறே முன்னோக்கி வருகிறது. கிட்டத்தட்ட ஐநூறு ஆயுதம் ஏந்திய போலீஸ் இவர்களை நோக்கி வருகிறது. இடது கைகளில் மூங்கில் தடுப்புகளும் வலது கைகளில் லட்டிகளும் வைத்திருக்கும் போலீஸ் ஒருபுறமும் துப்பாக்கி ஏந்திய போலீஸ் அவர்களில் அருகிலும் இருந்து மக்கள் திரளை நோக்கி வருகிறார்கள். மக்களும் போலீசும் நூறு அடி இடை வெளிவிட்டு நிற்கிறார்கள். காக்கி நிற பெல்டில் துப்பாக்கியை வைத்திருக்கும் மாவட்டக் கண்காணிப்பாளர் கூட்டத்தை கலைந்து செல்லுமாறு உரக்க சொல்கிறார்.

“சோறு போட்ற நெலத்துல கம்பெனி கட்டலன்னு இந்த அரசு உறுதி மொழி கொடுத்தா நாங்க இங்க இருந்து கலஞ்சி போயிட்றோம்.” என ஆதிரா சப்தமாக கூறினார்.

“நீங்க இங்க இருந்து கலஞ்சி போனாத்தான் நாங்க மேலதிகாரிங்ககிட்ட பேச முடியும்” என காவல் கண்காணிப்பாளர் கூற...

“விளையுற நிலத்துல இருந்து வெளிநாட்டு கம்பெனி வெளியேறாம நாங்க இங்க இருந்து போக மாட்டோம். எங்க உயிரே போனாலும் நாங்க கம்பெனிய கட்ட விடமாட்டோம்.” என ஆதிரா ஆவேசமாகவும் சப்தமாகவும் கூறி மீண்டும் முழக்கமிட ஆரம்பித்தாள்.

“கம்பெனி எனும் பெயரினிலே...
விளை நிலத்தை கல்லறையாக்கி
உலகக் கூட்டு முதலைகளிடம்
உள்நாட்டு மைந்தர்களை
உணவுக்காக கையேந்திட
செய்யாதே... செய்யாதே...”

எழுதி வைத்திருக்கின்ற முழக்கத்தை மக்கள் திரளின் மத்தியில் ஆகாஷ் முழங்கிக் கொண்டிருக்கின்றான். கடைசிப் பகுதியில் உள்ள மக்கள் திரளின் மத்தியில் ரமேஷ் முழங்கிக் கொண்டிருக்கின்றான். இவர்களின் முழக்கம் முன்பை விட அதிகமாக ஒலிக்கிறது. இவர்கள் முழங்கிக் கொண்டிருக்கும் போது மாவட்டக் காவல் கண்காணிப்பாளர் யாரிடமோ செல் போனில் பேசிக் கொண்டிருக்கிறார். சற்று நேரத்தில் பேசி முடித்தவர் முழக்கமிட்டுக் கொண்டிருக்கும் மக்களை பார்த்து, நிறுத்துமாறு கையசைக்கிறார். கூட்டமும் முழக்கத்தை நிறுத்துகிறது.

“நீங்க கலஞ்சி செல்லுங்க, இல்லன்னா நாங்க கலைக்க வேண்டியிருக்கும்” என காவல் கண்காணிப்பளர் கூற...

“சோறு போட்ற நெலத்த சுடுகாடா மாத்துற வெளிநாட்டுக்காரன வெளியேத்தறதுக்கு வக்கில்ல. காலங்காலமா இந்த நெலத்த நம்பியே பொழைக்கிற எங்கள கலைக்கிறதுக்கு உங்களுக்கு யாரு அதிகாரம் கொடுத்தது. என போலீசை எதிர்த்து ஆவேசமாகவும் சத்தமாகவும் கூறிவிட்டு, நீ மொழக்கத்த போடு புள்ள” என ஆதிராவை பார்த்து மலர் கூறினாள்.

ஆதிரா முழக்கமிட ஆரம்பித்தாள். ரமேஷும் ஆகாஷும் முழக்கமிட்டார்கள். முழக்கமிட்டவாறே மக்கள் முன்னோக்கி நகர்கிறார்கள். போலீசும் மக்களை நோக்கி நகர்கிறது. மலரும் ஆதிராவுமே முன் செல்கிறார்கள். மலர்விழி சண்முகம் எல்லாம் கூட்டத்தின் மத்தியில் இருக்கிறார்கள். சரசு குமாரி ஆகியோர் மலருக்கு பின்புறமாக இருக்கிறார்கள்.

மருதம் பேருந்து நிலையத்திற்கு அருகில் உள்ள சோடியம் விளக்குக் கம்பத்திற்கு கீழே மக்களும் போலீசும் முட்டிக்கொண்டு நிற்கிறார்கள். ஆதிரா முழங்கிக்கொண்டே முன்னேருகிறாள். போலீசுக்கும் மக்களுக்கும் தள்ளுமுள்ளு நடக்கிறது. மக்கள் திரள் போலீசை தள்ளிக் கொண்டு முன்னேறுகிறது. போலீஸ் கூட்டம் பின்னோக்கி நகர்கிறது. காவல் கண்காணிப்பாளர் செல்போனில் பேசிக்கொண்டிருக்கிறார். பேசி முடித்தவுடன் அவர் காவல் ஆய்வாளர் ஒருவனின் காதில் ஏதோ கிசு கிசுக்கிறார். கிட்டத்தட்ட பதினைந்து ஆயுதம் ஏந்திய போலீஸ் மருதம் கிராமத்து ஓரம் காவல் கண்காணிப்பாளரிடம் பேசிக்கொண்டிருக்கிறது. அவர் கூறுவதை விரைப்பாக நின்று கவனமாக கேட்டுக் கொண்டிருந்து விட்டு, கூட்டத்தில் கலக்கிறார்கள். மூங்கில் தடுப்புகளையும் கையில் லத்தியும் வத்திருக்கிற போலீஸ்கள் இப்பொழுது மக்கள் மீது தடியடி நடத்துகிறார்கள்.

கூட்டத்தில் இருக்கும் ஆண் இளைஞர்கள் இப்பொழுது முன்பக்கம் வருகிறார்கள். போலீஸ் தாக்கும் லத்திகளை பிடித்துக் கொண்டு பின்னோக்கி தள்ளுகிறார்கள். மக்கள் திரள் ஆர்ப்பரிக்கிறது. அந்த ஆர்ப்பரிப்பு போலீஸ்களுக்கு அச்சத்தை ஏற்படுத்துகிறது. மக்கள் திரள் மருதம் பேருந்து நிறுத்தத்தை கடந்து கம்பெனி கட்டிக்கொண்டிருக்கும் தோட்டத்துக் கழனியின் தாய் வரப்பு நோக்கிச் செல்கிறது. கூட்டத்தை போலீஸால் அடக்க முடியவில்லை.

காவல் கண்காணிப்பாளன் கண் அசைக்க கூட்டத்தில் இருந்த காவல் ஆய்வாளன் ஒருவன் தன் இடுப்பில் மாட்டப்பட்டிருந்த கைதுப்பாக்கியை எடுத்து கூட்டத்தை நோக்கி சுடுகின்றான். துப்பாக்கி சப்தத்தைக் கேட்டு கூட்டம் அலறி அடிக்கிறது. மரங்களில் இருக்கும் பறவைகள் அலறியடித்து பறக்கின்றன. மலரின் நெற்றியில் தோட்டா பாய்ந்து கிடக்கிறது. மலர் ரத்த வெள்ளத்தில் சாய்ந்து கிடக்கிறாள். அவளின் பழுப்பு நிற புடவை முழுவதும் இப்பொழுது ரத்தத்தால் தோய்ந்திருக்கிறது. அவளுடைய கண்கள் திறந்தே இருக்கிறது. நெற்றியைக் கிழித்துக் கொண்டு தோட்டா பாய்ந்த சுவடு கொடூரமாய் இருக்கிறது.

ஆதிராவுக்கு கொடிய ஆத்திரம் மேலோங்கியது. "கொன்னுட்டீங்களடா படுபாவிங்களா" என தரையில் இருக்கும் கருங்கல்லை எடுத்து போலீஸை நோக்கி வீசுகிறாள். ஆதிராவின் மார்பில் இரண்டு தோட்டாக்கள் பாய்கிறது. கதறக் கூட முடியாமல் தொப்பென்று ஆதிரா ரத்த வெல்லத்தில் சரிகிறாள். அவளின் வெள்ளை நிற சட்டை முழுவதும் ரத்தம் தோய்ந்திருக்கிறது.

கூட்டம் சிதறி ஓடுகிறது. மலர்விழி மகளை தேடுகிறாள். கூட்டத்தின் முன் என்ன நடக்கிறது என ரமேஷாலும் ஆகாஷாலும் யூகிக்க

முடியவில்லை. இப்பொழுது போலீஸ் மக்களை தடியடி நடத்தி துரத்துகிறது. மக்கள் அலறியடித்துக் கொண்டு கிராமத்திற்குள்ளும் கழனிப்பக்கமும் சிதறி ஓடுகிறார்கள். கைக்குழந்தையை வைத்துக் கொண்டுள்ள தாய்மார்கள் விழுந்து எழுந்து ஓடுகிறார்கள். போலீஸ்காரன்கள் கைகளில் லட்டியோடு வெறிபிடித்து துரத்துகிறார்கள். சில பத்திரிக்கையாளர்களுக்கும் அடி விழுகிறது.

ஆதிராவும் மலரும் ரத்த வெள்ளத்தில் சரிந்து கிடக்கிறார்கள். தடியடியில் யார் சுடப்பட்டார்கள் என்ற விவரம் கூட்டத்திலிருந்தவர்களுக்கு தெரியவில்லை. போலீஸ் காட்டுமிராண்டித்தனமாக தடியடி நடத்துவதால் சுடபட்டவர்கள் யார் என ஊடகங்களுக்கு தெரியவில்லை. சிறிது நேரம் கழித்தே ரத்த வெள்ளத்தில் சரிந்து கிடந்த ஆதிராவையும் மலரையும் ஊடகங்கள் படம் பிடித்தன. அவர்கள் இருவரும் சுடப்பட்டுக் கிடப்பதை இந்த தேசமே நேரலையில் பார்த்துக் கொண்டிருக்கிறது.

மலர்விழியும் சண்முகமும் அமிர்தமும் ஏழுமலையும் முன்னோக்கி வருகிறார்கள். இவர்கள் இறந்தவர்களை தேடுகிறார்கள். கீழே பார்க்கிறாள் அமிர்தம். ஆதிரா ரத்தத்தில் மிதக்கிறாள். அமிர்தம் ஓடிச் சென்று ஆதிராவின் உடல் மீது விழுகிறாள்.

“யே செல்...லோம் எழுந்துட்றி”

“ஏ பட்டு எழுந்துட்றி” “அய்யோ...”

“ஆ... ஆ... ஆ...”

“யா பொண்ண கொன்னுட்டாங்களே... ”

“ஆ... ஆஞ்...” “ஆய்யோ...”

“யா பொண்ணு ரத்தத்துல மெதக்குறாளே...”

“ஏண்டி ஆதிரா... எழுந்துருடி...”

“அம்மா வந்திருக்கே எழுந்துட்றி...”

ஏழுமலைக்கு வார்த்தை ஏதும் வரவில்லை, தலையில் அடித்துக் கொண்டு அழுகிறார். அதே நேரத்தில் சண்முகமும் மலர்விழியும் மலர் ரத்தத்தில் சரிந்து கிடப்பதை பார்க்கிறார்கள். மலர்விழி தரையில் முட்டிப்போட்டு மலரின் ரத்தம் தோய்ந்த மார்பில் முகத்தை புதைத்து அழுகிறாள். “நாங்க சொகுசா வாழ எங்க நிலங்கள்ள உங்க வேர்வைய சிந்தனது போதாதா... நம்ம ஊரக் காக்க, எங்க நெலத்த காக்க அந்த காட்டேரி கம்பெனிய எதிர்த்து நீ உயிரையும் கொடுக்கணுமா? எழுந்துரும்மா... எழுந்திரு” மா... என மலரின் ரத்தம் தோய்ந்த உடலின் மீது மலர்விழி முகத்தை புதைத்தும் பிறகு தன்னுடைய மார்பில் அடித்துக் கொண்டு அழும்போது...

“அய்யோ... அய்யோ... யா ஜனங்கள்ளாம் செத்துக் கெடக்குதே” என சண்முகம் தலையில் அடித்துக்கொண்டு அழுகிறார். லத்தி அடிக்கு சிதறியோடிய சில பேர் அமிர்தம் அழுது கொண்டிருப்பதைப் பார்த்து ஓடி வந்தார்கள். அப்படி வருகிறவர்களை விரட்டியடிக்கிறது போலீஸ். ஆதிராவும் மலரும் ரத்த வெள்ளத்தில் மிதக்கும் காட்சிகளையும் ஒப்பாரிகளையும் இந்த உலகமே நேரலையாக தொலைக்காட்சியில் பார்த்துக் கொண்டிருக்கிறது. மக்கள் மீது மயிரளவும் அக்கரை-யில்லை என்பதாய், இந்த அரசு மக்களை லத்தியடி நடத்தி விரட்டிக் கொண்டிருக்கிறது.

இரண்டு உயிர்களை மென்று தின்று உலக முதலாளிகளின் விசுவாசமான காவலன் நான் தான் என இந்த அரசு பெருமைப்படுவதை உலகமே கவனித்தது. ஏழுமலை, அமிர்தம், மலர்விழி, சண்முகம் ஆகியோரை இழுத்துப் பிடித்துக் கொண்டு சிதறியோடியவர்கள் திரும்பி வந்துவிடாதபடி மலர், ஆதிரா உடலைச் சுற்றி போலீஸ் பாதுகாப்பு போடப்படுகின்றது. சற்று நேரத்தில் ஆம்புலன்ஸ் வருகிறது. செத்த விலங்கை தூக்கிச் செல்வது போல ஆதிராவின் இரண்டு கால்களையும் இரண்டு கைகளையும் நான்கு போலீஸ்காரர்கள் பிடித்துக் கொண்டு தூக்கிச் செல்கிறார்கள். இது போலவே மலரையும் தூக்கி செல்கிறார்கள். இவர்களின் உடல்களில் இருந்து ரத்தம் கொட்டுகிறது. இவர்களை ஏற்றிக் கொண்டு ஆம்புலன்ஸ் வேகமாய் செல்கிறது. அதை பின் தொடர்ந்து ஆயுதம் ஏந்திய போலிஸ்களை அமர்த்திக்கொண்டு டெம்போ ட்ராவ்லர் வாகனம் செல்கிறது. அமிர்தமும் ஏழுமலையும் மலர்விழியும் சண்முகமும் அவர்களை பின் தொடர்ந்து கிராமத்து மக்கள் கொஞ்சம் பேரும் ஆம்புலன்சின் பின்னே கொஞ்சம் தூரம் வேகமாய் ஓடுகிறார்கள். அமிர்தமும் மலர்விழியும் கீழே விழுந்தார்கள். விழுந்த அமிர்தமோ “யா கொழந்தைய கொன்ன நீங்க நாசமா போவீங்கடா... ஜனங்க உங்கள சும்மா விடமாட்டாங்கடா... அதை தொடர்ந்த மலர்விழியோ “அப்போ உங்க சாம்ராஜ்யமெல்லாம் சரிஞ்சு மண்ணோட மண்ணா போகும்டா...” என அங்கு நின்றிருந்த போலீஸ்களின் மீது மண்ணை அள்ளி தூற்றினார்கள். இவர்களை பின் தொடர்ந்து வந்த மக்களில் ஒருவர் கருங்கல்லை வீச டெம்போ ட்ராவ்லரின் கருப்பு நிற கண்ணாடி உடைந்து உதிர்ந்தது.

★★★